ഗ്രീൻ ബുക്സ്

മാന്ത്രികക്കുതിര

ഇന്ദുലേഖ

കണ്ണൂർ ജില്ലയിലെ അരോളിയിൽ ജനനം.
അച്ഛൻ: നാരായണൻകുട്ടി മേനോൻ.
അമ്മ: ഭാഗീരഥിയമ്മ.
ഹിസ്റ്ററിയിലും ജേർണലിസത്തിലും മാസ്റ്റർ ഡിഗ്രി.
കോളേജ് അധ്യാപികയായും പത്രപ്രവർത്തകയായും
ജോലി നോക്കി. 2005 മുതൽ ദുബായിൽ
ഭർത്താവ് മുരളീധരനോടൊപ്പം
ബിസിനസ് ചെയ്യുന്നു. (കൽക്കി ഇലക്ട്രോ
മെക്കാനിക്കൽ കോൺട്രാക്ടിങ് ആൻഡ്
എക്യുപ്മെന്റ് ട്രേഡിംഗ്. എൽ.എൽ.സി.)
ആദ്യകൃതി: ഓർക്കാനിഷ്ടപ്പെടുന്ന ഓർമ്മകൾ.
കലാസാംസ്കാരിക ജീവകാരുണ്യ പ്രവർത്തനങ്ങൾക്കു
ലഭിച്ച പുരസ്കാരങ്ങൾ: റേഡിയോ മേങ്കോ, ഭീമ ജ്വല്ലറി,
ഇൻസ്പിരേഷൻ സീരീസ് അവാർഡ് (2018),
ചെറക്കളം അബ്ദുള്ള കാരുണ്യശ്രേഷ്ഠ അവാർഡ്
മലബാർ കലാസാംസ്കാരിക വേദി ദുബായ് (2023),
എഡിറ്റോറിയൽ ചാനൽ വണ്ടർ വുമൺ
അവാർഡ് (കമ്മ്യൂണിറ്റി സർവീസ്) 2023,
ഏഷ്യാനെറ്റ് സ്ത്രീശക്തി അവാർഡ്(2024),
വുമൺ ഓഫ് ദി ഇയർ 2024 റാസൽഖൈമ ചേതന.
Email: indulekhadubai@gmail.com

ഗ്രീൻ ബുക്സ് പ്രസിദ്ധീകരിച്ച
ഗ്രന്ഥകർത്താവിന്റെ ഇതര കൃതി

സ്നേഹവർണങ്ങൾ
(നോവൽ)

നോവൽ

മാന്ത്രികക്കുതിര

ഇന്ദുലേഖ

ഗ്രീൻബുക്സ്

green books private limited
gb building, civil lane road, ayyanthole,
thrissur- 680 003, kerala, ph: +91 487-2381066, 2381039
website: www.greenbooksindia.com
e-mail: info@greenbooksindia.com

branches:
thrissur 8589095302
thiruvananthapuram 8589095301
calicut 8589095307

malayalam
manthrikakkuthira
novel
by
indhulekha

published september 2024

printed in india
manipal technologies ltd

isbn : 978-81-978423-3-7

GBPL/1384/2024

സമർപ്പണം

പ്രവാസികൾക്ക്...

ആമുഖം

2020ലെ മഹാമാരിക്ക് മുന്നിൽ ലോകം തന്നെ പകച്ചു നിന്നപ്പോൾ മൂന്ന് ആഴ്ചക്കാലം എല്ലാം അടച്ചു പൂട്ടിയപ്പോൾ, പുറത്തിറങ്ങാനാവാതെ ഫ്ളാറ്റിൽ കഴിച്ചുകൂട്ടിയ സമയം. കേൾക്കുന്ന വാർത്തകളും ബാച്ച്ലേഴ്സിന്റെ കരഞ്ഞുകൊണ്ടുള്ള ഫോൺവിളികളും എന്നെ അസ്വസ്ഥമാക്കി.

അയൽരാജ്യത്തെ ഭരണാധികാരികൾ ഇവിടെ ജയിലിൽ കിടക്കുന്നവരെപ്പോലും സ്വന്തം രാജ്യത്തേക്ക് കൊണ്ടുപോയി. ഇന്ത്യയിലേക്ക് മാത്രം ആർക്കും പോകാനുള്ള അനുവാദമില്ല. ആ ഒരു സാഹചര്യത്തിൽ ഇവിടെ ഒറ്റയ്ക്ക് കഴിയുന്ന പലർക്കും അത് താങ്ങാനാവാത്തതായി. സദാസമയവും ആളുകളുടെ സങ്കടവും വിഷമങ്ങളും കേട്ടപ്പോൾ, മാറി ചിന്തിക്കുവാൻ തോന്നി. ഒരു നോവൽ എഴുതണമെന്ന് കരുതി. അങ്ങനെ മനസ്സിൽ എഴുതിത്തുടങ്ങിയതാണ് മാന്ത്രികക്കുതിര.

അന്ന് മൂന്നാഴ്ച കൊണ്ട് ആ നോവൽ മനസ്സിൽ പൂർത്തിയാക്കിയെങ്കിലും മൂന്നു വർഷത്തിനുശേഷമാണ് പേപ്പറിൽ പകർത്തിയത്. ഈ നോവലിൽ ഇന്നത്തെ രാഷ്ട്രീയ സാഹചര്യം കൂടി ചെറിയ തോതിൽ പ്രതിപാദിക്കുന്നുണ്ട്. എന്റെ പ്രതിഷേധങ്ങളും പ്രതികരണങ്ങളും ഞാനീ നോവലിൽ പറയുന്നു. എല്ലാം വളരെ ക്ഷമയോടെ എഴുതിത്തന്ന എന്റെ സുബി (സുബിത ബേബി), തിരക്കുകൾക്കിടയിലും സമയം കണ്ടെത്തി എന്നോട് സഹകരിച്ച എന്റെ മുരളി. ഇവരോടെനിക്ക് എത്ര നന്ദി പറഞ്ഞാലും മതിയാവില്ല. നോവൽ എഴുതാൻ തുടങ്ങുന്നതിനു

മുന്നേത്തന്നെ ഞാനൊരു പുസ്തകമെഴുതിയാൽ ഗ്രീൻ ബുക്സ് പബ്ലിഷ് ചെയ്യുമോ എന്ന് നരേന്ദ്രൻ സാറിനോട് ചോദിച്ചപ്പോൾ, ''അതിനെന്താ, ആദ്യമായാണ് ഒരെഴുത്തുകാരി പബ്ലിഷ് ചെയ്യുമോ എന്ന് ചോദിച്ച് എഴുതാൻ തുടങ്ങുന്നത്.'' എന്ന് പറഞ്ഞു. ചിരിച്ചുകൊണ്ടുള്ള സാറിന്റെ ആ മറുപടിയാണ് എനിക്ക് കിട്ടിയ ഏറ്റവും വലിയ പ്രോത്സാഹനം.

എന്റെ നോവലായ സ്നേഹവർണ്ണങ്ങൾ വായിച്ചപ്പോൾ ഗ്രീൻ ബുക്സിന്റെ എഡിറ്ററായ എന്റെ ശോഭേച്ചി പറഞ്ഞത് ''ഇനിയും ഇന്ദു എഴുതണം എന്നാണ്.'' അതും വലിയൊരു അംഗീകാരമായിരുന്നു.

''ഇനിയും ഇന്ദുവിന്റെ പുസ്തകങ്ങൾ കണ്ടാൽ ഞങ്ങൾ വാങ്ങി വായിക്കും'' എന്നു പറയുന്ന എന്റെ വായനക്കാർ. ഇവരൊക്കെയാണ് എന്റെ സന്തോഷവും പ്രോത്സാഹനവും ഇനിയും എഴുതാനുള്ള പ്രചോദനവും.

ഇന്ദുലേഖ

മാന്ത്രികക്കുതിര

ഒന്ന്

'ന്യൂസ് അറ്റ് ടെൻ കഴിഞ്ഞു. അടുത്തത് കുറ്റപത്രമാണ്.'

ഈ വാർത്ത കേട്ടാൽ മാത്രം മതി, ഉണ്ടായിരുന്ന സമാധാനവും പോയിക്കിട്ടാൻ. വികസിത ഭാരതത്തിലും നവകേരളത്തിലും ജനങ്ങളുടെ ജീവനും സ്വത്തിനും യാതൊരു സംരക്ഷണവുമില്ല.

അനാമിക ഓർക്കുകയായിരുന്നു.

ടീപോയുടെ മുകളിൽ നിന്നും റിമോട്ട് എടുത്ത് ടിവി ഓഫ് ചെയ്തു. സാവകാശം സോഫയിൽ നിന്നും എഴുന്നേറ്റ് റീഡിങ് റൂമിലേക്ക് അനാമിക നടന്നു.

ഷെൽഫിലും റാക്കിലും കുറേ പുസ്തകങ്ങൾ മനോഹരമായി അടുക്കിവച്ചിട്ടുണ്ട്. 'പശുക്കളും പൈതങ്ങളുമാണ് സമ്പത്ത്' എന്ന പഴഞ്ചൊല്ല് ഓർമ്മ വന്നു.

ഇവിടെ പുസ്തകങ്ങളാണ് അനാമികയുടെ സമ്പത്ത്.

അക്ഷരങ്ങളേയും പുസ്തകങ്ങളേയും അതിരറ്റു സ്നേഹിക്കുന്ന കുഞ്ഞുങ്ങളെപ്പോലെയാണ് അനാമിക പുസ്തകത്തെ കരുതുന്നത്. ആരും ശ്രദ്ധിക്കാതെ പുസ്തകങ്ങൾ നശിച്ചുപോകും എന്ന ആശങ്ക കൊണ്ട്, വീട്ടിലെ പുസ്തകങ്ങൾ വളരെ പ്രയാസപ്പെട്ടാണ് ദുബായിലെത്തിച്ചത്. ഇന്ന് അനാമിക പുസ്തകക്കുഞ്ഞുങ്ങളുടെ അമ്മയാണ്. അവയെ തൊട്ടും തലോടിയും വായിച്ചും സന്തോഷം കണ്ടെത്തുന്നു.

വായിക്കാൻ വേണ്ടി ടേബിളിന്റെ മുകളിൽ മാറ്റിവെച്ച പുസ്തകത്തിൽ നിന്നും 'ജൂലിയസ് സീസർ' എടുത്ത് കസേരയിലിരുന്നു. ഡിഗ്രിക്ക് പഠിച്ച ഡ്രാമയാണ്. 29 വർഷം കഴിഞ്ഞിട്ടും ഈ കൃതിയുടെ പുതുമ നഷ്ടപ്പെട്ടിട്ടില്ല.

ഇന്ന് രാവിലെ ഷെൽഫ് ഒതുക്കുമ്പോൾ കിട്ടിയതാണ്. സാവകാശം പുസ്തകത്താളുകൾ മറിച്ചു. മാർക്ക് ആന്റണിയുടെ പ്രസംഗം കുഞ്ഞിക്കണ്ണൻ സാറിന്റെ ശബ്ദത്തിൽ ഇപ്പോഴും ചെവിയിൽ മുഴങ്ങുന്നു.

അന്നത്തെ ആ ഉച്ചനേരം ഓർമ്മയിലെത്തി.

മറ്റു മാർഗ്ഗമൊന്നുമില്ലാത്തതുകൊണ്ടാണ് ക്ലാസിൽ കയറിയത്. പതിവിലും നേരത്തെ കടന്നുവന്ന തുലാവർഷം ഞങ്ങളുടെ എല്ലാ പ്രോഗ്രാമുകളും തെറ്റിച്ചു. മഴയെ പ്രതീക്ഷിക്കാത്തതുകൊണ്ട് ആരും കുട കരുതിയിരുന്നില്ല. പുറത്തേക്കിറങ്ങാൻ ഒരു നിവൃത്തിയുമില്ല. വരാന്തയുടെ ഒരു മൂലയിൽ നിന്ന് മഴ കണ്ടാസ്വദിച്ച് ഉച്ചവരെ എങ്ങനെയോ കഴിച്ചുകൂട്ടി.

കാന്റീനിൽ കാലുകുത്താൻ സ്ഥലമില്ല, നാരായണിയേച്ചിയുടെ ബോണ്ടയും സിപ് അപ്പും പിന്നെ സ്റ്റോറിലെ സുരേഷേട്ടന്റെ ബിസ്കറ്റും ചോക്ലേറ്റും വാങ്ങി, ലഞ്ച് ഒരുവിധത്തിൽ ഒപ്പിച്ചു. മഴയുടെ ശക്തി കുറയുന്ന ലക്ഷണവുമില്ല. ജനറൽ ലൈബ്രറിയിൽ നല്ല തിരക്കായിരിക്കും, അതുകൊണ്ട് അവിടെ പോയിരിക്കാനുമാവില്ല.

ഡിപ്പാർട്ട്മെന്റ് ലൈബ്രറിയിൽ ക്ലാസ് നടക്കുന്ന സമയത്ത് കയറിയാൽ പ്രശ്നമാകും. പെൺകുട്ടികൾ ഗേൾസ് റൂമിൽതന്നെ ഇരിക്കണമെന്നാണ് പ്രിൻസിപ്പാളിന്റെ ഓർഡർ. പക്ഷേ ഞങ്ങൾ അതനുസരിക്കില്ല. പെൺകുട്ടികളെ ഒരു മൂലയിൽ ഒതുക്കിയിരുത്താനുള്ള പുരുഷമേധാവിത്വശ്രമമായി ഞങ്ങൾ അതിനെ കണക്കാക്കി.

ഞങ്ങൾക്കെന്നും വിരസമായിരുന്നു ക്ലാസ് സി. ക്യാമ്പസിലെ ചെടികളുടെയടുത്തും മരച്ചുവട്ടിലുമിരുന്ന് സൊറ പറഞ്ഞും കാറ്റ് വീശുമ്പോൾ കാറ്റാടി മരങ്ങളിൽനിന്നും വരുന്ന സംഗീതമാസ്വദിച്ചും സാറന്മാരുടെ കണ്ണും വെട്ടിച്ച് പൂമ്പാറ്റകളെപ്പോലെ ഞങ്ങൾ ക്യാമ്പസിനകത്തും പുറത്തും പാറി നടക്കും.

ഇന്നിപ്പോൾ ക്ലാസിൽ പോയിരിക്കുകയല്ലാതെ വേറെ വഴിയില്ല. ക്ലാസിലെ ഏറ്റവും പിറകിലെ ബെഞ്ചിൽ ജനലിനടുത്തായി അനാമിക ഇരുന്നു. കയ്യിലുള്ളത് രണ്ടു പുസ്തകമാണ്. അതിലൊന്ന് അനാമികയുടെ 'മിക്സ്ചർ' നോട്ട് ബുക്ക്, മറ്റൊന്ന് 'രാമന്റെ ദുഃഖം.'

ജനറൽ ലൈബ്രറിയിൽ നിന്നും വായിക്കാനെടുത്തതാണ്. ഇന്ന് തിരിച്ചേൽപ്പിച്ചില്ലെങ്കിൽ മുരടനായ ലൈബ്രേറിയൻ സുനിലേട്ടൻ ഫൈൻ ഇടും. അതിനാൽ വേഗം വായിച്ചു തീർക്കണം.

സാറിന് സംശയം തോന്നാതിരിക്കാനായി അതെടുത്ത് മുന്നിൽ തുറന്നുവെച്ചു.

'പേജ് നമ്പർ 57– 'മഹാത്മാഗാന്ധി മതസൗഹാർദ്ദത്തിനു വേണ്ടി രക്തസാക്ഷിത്വം വരിച്ചു. അദ്ദേഹത്തെ കൊന്നത് അദ്ദേഹം ഹിന്ദു അല്ലാത്തതുകൊണ്ടല്ല, മതസൗഹാർദ്ദം പ്രചരിപ്പിച്ചതുകൊണ്ടാണ്. ബാബരി മസ്ജിദിന്റെ തകർച്ച മുസ്ലീങ്ങളെ മാത്രം വേദനിപ്പിച്ച സംഭവമല്ല. അവിടെ തകർന്നത് ഇന്ത്യയുടെ നീതിപീഠമാണ്, ഭരണ

ഘടനയാണ്, നമ്മൾ ഊട്ടി വളർത്തിയ സംസ്കാരമാണ്. ആ തകർച്ചയിൽ ദുഃഖിക്കുന്നവർക്ക് മാത്രമേ ഇന്ത്യയെ ഒന്നിച്ചു നിർത്താൻ സാധിക്കുകയുള്ളൂ.'

സാറിന്റെ ക്ലാസ്സും ഈ പുസ്തകങ്ങളും ഒരു കോയിൻസിഡൻസ് ആയി തോന്നുന്നു. ഒരു കാര്യത്തിൽ രാമനും സീസറും ഒരുപോലെയാണ്. പിന്നെ രാമന്റെ ദുഃഖത്തിലേക്കെത്തി.

'രാമന്റെ ദുഃഖം' മതേതര ഇന്ത്യ ഇന്ന് അഭിമുഖീകരിക്കുന്ന പ്രശ്നം മതത്തെയും ദൈവത്തെയും രാഷ്ട്രീയ നേട്ടം കൊയ്യാൻ വേണ്ടി ഒരു വിഭാഗം ആളുകൾ ഉപയോഗിക്കുന്നു എന്നതാണ്. ദൈവവിശ്വാസത്തെക്കാൾ അവർ ലക്ഷ്യം കാണുന്നത് മറ്റു പലതുമാണ്. അതുകൊണ്ടുതന്നെ പല സത്യങ്ങളും മറച്ചുവയ്ക്കുന്നു.

മാതൃകാപുരുഷനായ ശ്രീരാമന്റെ പോരായ്മകൾ പറയാൻ അധികമാരും ഇഷ്ടപ്പെടുന്നില്ല. രാമായണത്തിൽ ആറ് കാണ്ഡങ്ങളേ വായിക്കൂ. ഉത്തര രാമായണത്തിന് അധികം പ്രചാരമില്ല. അത് വായിച്ചാൽ രാമായണത്തിന്റെ ഗതിമാറും. ദൈവീകമായി കാണുന്ന രാമനിലുള്ള വിശ്വാസം കുറയും. നമ്മുടെ രാജ്യത്ത് ഇപ്പോഴും പുരുഷമേധാവിത്വം തന്നെയാണ്. രാമന്റെയും സീതയുടെയും പിന്തുടർച്ചക്കാർ ഇന്നുമുണ്ട്. രാമന്റെ തെറ്റ് മറച്ചുവെച്ച് വാഴ്ത്തുമ്പോൾ സീതയുടെ ദുഃഖം ആരും കാണുന്നില്ല.

പെട്ടെന്ന് ക്ലാസ്സിലേക്ക് ശ്രദ്ധ തിരിച്ചു.

കുഞ്ഞിക്കണ്ണൻ സാർ പരിസരം മറന്ന് ക്ലാസെടുക്കുകയാണ്. ഇംഗ്ലീഷ് സാഹിത്യം സാറിന് ഒരു ലഹരിയാണ് ഷേക്സ്പിയറിനോടാകട്ടെ, കടുത്ത പ്രണയവും.

ശക്തമായ മഴ. അതിന്റെ ശബ്ദം കേൾക്കുമ്പോൾ ഞങ്ങളെ കളിയാക്കി ചിരിക്കുന്നതുപോലെ തോന്നുന്നു. മിന്നലിന്റെ മനോഹരമായ ഫ്ളാഷ് ലൈറ്റിനോടൊപ്പം ഭയപ്പെടുത്തുന്ന ഇടിയുടെ ഇടയ്ക്കിടെയുള്ള ശബ്ദം. ശക്തമായ കാറ്റ് മഴമുത്തുകളേയും കൊണ്ട് ജനൽ വഴി കടന്നുവന്ന് എന്നെ സ്പർശിച്ചു കൊണ്ടിരുന്നു. ശരീരത്തിന് കാറ്റും മഴത്തുള്ളികളും മനസ്സിന് സാറിന്റെ ക്ലാസും കുളിരു പകരുന്നു.

പെട്ടെന്ന് ക്ലാസ്സിൽ നല്ല ബഹളം, അടുത്തിരിക്കുന്ന രമ്യ എന്നോട് പറഞ്ഞു.

''ആമി ശാരിയുടെ അച്ഛാച്ചൻ.''

ഞാൻ നോക്കുമ്പോഴേക്കും ബാക്ക്ഡോറിലൂടെ വീണയും രമ്യയും പുറത്തേക്കോടുന്നു. പിന്നെയും പലരും ക്ലാസ്സിൽ നിന്ന് പുറത്തേക്ക് പോകുന്നുണ്ട്. വരാന്തയിലൂടെ വയസ്സായ ഒരാൾ ഡിപ്പാർട്ട്മെന്റിന്റെ ഭാഗത്തേക്ക് നടക്കുന്നു. എനിക്ക് കാര്യങ്ങൾ വ്യക്തമായില്ല.

ഞങ്ങളെല്ലാവരും ഒരുമിച്ചാണ് ക്ലാസിലേക്ക് വന്നത്. ശാരി എവിടെ പോയെന്നാണ് എല്ലാവരുടേയും ആശങ്ക. അല്പസമയം കഴിഞ്ഞപ്പോൾ ലക്ഷ്മി മിസ്സ് ക്ലാസിൽ വന്ന് ശാരിയെ അന്വേഷിച്ചു. അവൾ ക്ലാസ്സിലില്ലെന്ന് പറഞ്ഞപ്പോൾ, അച്ഛാച്ചന് സങ്കടവും ദേഷ്യവും ടെൻഷനുമായി.

മിസ്സിനെ വഴക്കു പറഞ്ഞു. ''നിങ്ങൾക്ക് എന്ത് ഉത്തരവാദിത്തമുണ്ട്? കുട്ടികൾ എവിടെ പോകുന്നുവെന്ന് ശ്രദ്ധിക്കേണ്ടേ?''

ഞാൻ മായയോട് പറഞ്ഞു ''അല്ലെങ്കിലേ നമ്മള് മിസ്സിന്റെ കണ്ണിലെ കരടാണ്. ഇനിയിപ്പോ പലിശയും ചേർത്ത് അത് തിരിച്ചു തരും.''

അവൾ ചിരിച്ചുകൊണ്ടു പറഞ്ഞു, ''അതൊന്നും സാരമില്ല മിസ്സിന് കുറച്ച് വഴക്ക് കൊടുക്കേണ്ടത് അത്യാവശ്യമാണ്.''

''ശാരി വന്നതിനുശേഷം എന്നെ വന്ന് കണ്ടിട്ടേ ക്ലാസ്സിൽ കയറാവൂ എന്ന് പറയണം'' എന്നു പറഞ്ഞ് കുഞ്ഞിക്കണ്ണൻ സാർ ഇറങ്ങിപ്പോയി. കുറച്ച് സമയം കഴിഞ്ഞപ്പോൾ പുറത്തു പോയവർ ഓരോരുത്തരായി തിരിച്ചുവരാൻ തുടങ്ങി. വീണയും രമ്യയും മടങ്ങി വന്നു.

രണ്ടുപേരും ഒരേ സ്വരത്തിൽ പറഞ്ഞു. ''നമ്മൾക്ക് നല്ല ഭാഗ്യമുണ്ട്, മഴ പെയ്തത് ദൈവാനുഗ്രഹം. ജനറൽ ലൈബ്രറിയിൽ നിന്നും ശാരിയെ കിട്ടി. അവൾ ഇന്നുമുതൽ പഠിച്ചു നന്നാവാൻ തീരുമാനിച്ചത്രെ. അവിടെയിരുന്ന് നോട്ട്സ് എഴുതുന്നു. മഴ ഇല്ലായിരുന്നുവെങ്കിൽ, എന്തായിരിക്കും നമ്മുടെ സ്ഥിതി. ഈ സമയത്ത് 'ദമാമിലോ' 'സുന്ദരിയി'ലോ ആയിരിക്കും നമ്മൾ ഉണ്ടാവുക. ശരവണ അണ്ണനും നമ്മൾക്കും ഒരേപോലെ പണിഷ്മെന്റ് കിട്ടിയേനേ. നാളെ പാരന്റ്സ് എന്ന് പറഞ്ഞ് ടൗണിൽ നിന്ന് ആരെയെങ്കിലും കൂട്ടി വരേണ്ടി വരുമായിരുന്നു.''

രഞ്ജിത്ത് പറഞ്ഞു, ''ഈശ്വരൻ എന്നും നമ്മളോടൊപ്പമാണ് തെറ്റ് ചെയ്താലും അത്യാവശ്യം തരികിട കാണിച്ചാലും ദൈവം കൂടെ നിൽക്കും. അതിപ്പോൾ അവരുടെ നിലനിൽപ്പിന്റെ പ്രശ്നമാണ്.''

അന്നത് കേട്ടപ്പോൾ ഞങ്ങളൊക്കെ ചിരിച്ചു. ഇന്നത് സത്യമാണെന്ന് തോന്നുന്നു, ദൈവത്തിന്റെ പേരും പറഞ്ഞ് നമ്മുടെ നാട്ടിൽ ഈ പരാക്രമങ്ങളൊക്കെ കാട്ടിക്കൂട്ടുമ്പോൾ ഈ ശക്തിയുടെ അസ്തിത്വത്തെയല്ലേ ചോദ്യം ചെയ്യുന്നത്?

കാലം കടന്നുപോകുന്നു.

രണ്ട്

ജീവിതത്തിലെ ഏറ്റവും മധുരിക്കുന്ന ആ കാലം. ഓർത്തോർത്ത് ചിരിക്കാൻ നൂറുനൂറു കാര്യങ്ങൾ. കോളേജ് പഠനം കഴിഞ്ഞതിനു ശേഷവും വല്ലപ്പോഴുമൊക്കെ അനാമിക അവിടെ സന്ദർശിക്കാറുണ്ട്.

ദുബായിൽ വന്നതോടെ നാട്ടിൽ പോകുന്നത് അപൂർവ്വം. അഥവാ പോയാൽ തന്നെ നാലോ അഞ്ചോ ദിവസം, മാക്സിമം ഒരാഴ്ച. ആ ഓട്ടപ്പാച്ചിലിൽ പലരേയും കാണാൻ പോകാൻ സമയം കിട്ടാറില്ല. ക്രമേണ അവ ഓർമ്മകൾ മാത്രമായി. സമയവും മനസ്സും എന്നും നമ്മുടെ നിയന്ത്രണത്തിൽ ആയിരിക്കില്ലല്ലോ. സമയം നമ്മൾ കണ്ടെത്തണം. കാര്യങ്ങൾ ചെയ്യാൻ മനസ്സ് സ്വയം സജ്ജമാകണം.

ശരീരവും മനസ്സും കടിഞ്ഞാണില്ലാത്ത കുതിരയെ പോലെ ഓടുന്ന പ്രായത്തിൽ ഇന്ന് ചിന്തിക്കുന്നതുപോലെയുള്ള പക്വത അന്ന് കാണില്ലല്ലോ. അനാമിക വിചാരിച്ചു.

അന്ന് ഫേസ്ബുക്കോ വാട്ട്സ്ആപ്പോ ഇല്ലല്ലോ.

കൊറോണ കാലത്ത് സോഷ്യൽ മീഡിയയാണ് ഞങ്ങളെ വീണ്ടും കൂട്ടിച്ചേർത്തത്.

ശാരിയുടെ മോനും മായയുടെ മോളും ഞങ്ങൾ പഠിച്ച കോളേജിൽ തന്നെയാണ് പഠിക്കുന്നത്. അവർ സുഹൃത്തുക്കളാണ്. മക്കളിലൂടെ അമ്മമാർ വീണ്ടും കണ്ടു. അവരാണ് മറ്റെല്ലാവരേയും കൂട്ടിച്ചേർത്തത്.

ശാരിയിലൂടെയാണ് അവിടെ ഒരുപാട് മാറ്റങ്ങളായി എന്ന് അനാമിക അറിഞ്ഞത്.

ശരവണ അണ്ണൻ ഇപ്പോഴും അവിടെ തന്നെയുണ്ട്. പക്ഷേ പഴയ കാര്യങ്ങളൊന്നും ഓർമ്മയില്ല. ഞങ്ങളെ പോട്ടെ, പക്ഷേ അയാൾ മായയെപോലും ഓർക്കുന്നില്ല.

മാത്സിലെ സോമൻ സാറ് കാന്റീൻ ഇൻചാർജ് ആയി. കാന്റീനിലെ ഭക്ഷണസാധനങ്ങൾക്ക് പുറത്തേതിനേക്കാൾ വില കൂടുതലായിരുന്നു. ജ്യൂസ്, പപ്സ്, ഐസ്ക്രീം തുടങ്ങിയവയെല്ലാം അവിടെ കിട്ടും. കുട്ടികളാരും പുറത്തുപോയി ഭക്ഷണം കഴിക്കാതിരിക്കാൻ വേണ്ടിയാണത്.

സോമൻ സാറും പ്രിൻസിപ്പാളും ചേർന്ന് ശരവണണ്ണനെ സെക്യൂരിറ്റിയായി നിയമിച്ചു.

അന്ന് ഞങ്ങൾ പല വഴിക്കും പുറത്തു കടക്കും. പക്ഷേ മായയ്ക്ക് അത് ഇഷ്ടമല്ല. അവളുടെ തടി ആ വഴിയിലൂടെ സഞ്ചരിക്കുന്നതിനു തടസ്സമായിരുന്നു. മെയിൻ ഗെയ്റ്റ് വഴിതന്നെ പുറത്തു പോകുന്നതിനുവേണ്ടി അവൾ അണ്ണനെ വളയ്ക്കാൻ തീരുമാനിച്ചു.

അയാളൊരു രജനികാന്ത് ഫാൻ ആയിരുന്നു. എന്നും റേഡിയോയിൽ പാട്ട് കേട്ടുകൊണ്ട് സെക്യൂരിറ്റി റൂമിലിരിക്കും. മായ അയാളെ സമീപിച്ചു. അണ്ണനെ കാണാൻ നല്ല ഭംഗിയുണ്ടെന്നും രജനികാന്തിന്റെ ഒരു കട്ടുണ്ടെന്നുമൊക്കെ പറഞ്ഞു പുകഴ്ത്തി.

''ഈ പച്ചനിറത്തിലുള്ള ഷർട്ട് അണ്ണന് റൊമ്പ പുടിച്ച.''

അണ്ണൻ സ്ഥിരം പച്ചനിറത്തിലുള്ള ഷർട്ട് ആക്കി. തുടർന്ന് മായയോട് കടുത്ത പ്രണയവുമായി. ക്രമേണ അവളോടുള്ള പ്രണയം കൂടിയപ്പോൾ ഞങ്ങൾക്കെല്ലാവർക്കും മെയിൻ ഗെയ്റ്റ് വഴിതന്നെ എപ്പോ വേണമെങ്കിലും കടന്നു പോകാമെന്നായി. ഒരു വാതിൽ അടയ്ക്കുമ്പോൾ ഏഴുവാതിൽ തുറക്കപ്പെടും എന്ന് സാറിന് അറിയില്ല.

സംഗീതത്തെ ഒരുപാട് സ്നേഹിക്കുകയും നന്നായി വയലിൻ വായിക്കുകയും ചെയ്യുന്ന രഞ്ജിത്തിന്റെ ജീവിതത്തിലെ ശ്രുതിയും താളവും നഷ്ടപ്പെട്ടപ്പോൾ, അവൻ ആശ്വാസം കണ്ടെത്തിയത് ലിക്കറിലാണ്. അത് അവനെ സോഷ്യൽ മീഡിയയില്ലാത്ത ലോകത്ത് എത്തിച്ചു.

രമ്യയുടെ ജീവിതത്തിലെ വർണ്ണങ്ങൾ കൊറോണ നഷ്ടപ്പെടുത്തി. ഇന്ന് സർക്കാരിന്റെ ഒരു വിതരണ സ്ഥാപനത്തിൽ താത്കാലിക ജീവനക്കാരിയാണവൾ. ആ സ്ഥാപനമാകട്ടെ, സർക്കാറിന്റെ കെടുകാര്യസ്ഥത കൊണ്ട് വെന്റിലേറ്ററിലും.

അൻവറിനെ ഓർക്കുമ്പോഴാണ് ഇപ്പോഴും സങ്കടം. നന്നായി പഠിച്ച് നല്ല ജോലിയും കിട്ടി ഒരിക്കൽ ബൈക്കിൽ പോകുമ്പോൾ, തെരുവുനായ പിറകെ ഓടിയാണ് ആക്സിഡന്റ് ഉണ്ടായത്. ദേഹം തളർന്ന് കിടപ്പിലായി. അന്ന് ഹെൽമെറ്റ് ധരിച്ചിരുന്നുവെങ്കിൽ

തനിക്ക് ഈ അവസ്ഥ വരില്ലായിരുന്നു എന്ന് അൻവർ തന്നെ കാണാൻ വരുന്നവരോടൊക്കെ പറയും.

ഇന്ന് വീടിന്റെ ഒരു മുറിയിൽ പുറംലോകം കാണാതെ കിടക്കുകയാണ് അൻവർ.

അന്ന് പഠിക്കാൻ മിടുക്കനല്ലെങ്കിലും സ്റ്റാർ റാഫി, ആളിപ്പോൾ വലിയ ബിസിനസുകാരനാണ്. യൂണിവേഴ്സിറ്റി എക്സാമിന് കോപ്പിയടിക്കുമ്പോൾ, എക്സാമിനർ കയ്യോടെ പിടിക്കാനായി ഓടി അടുത്തെത്തുമ്പോഴേക്കും അവൻ ആ പേപ്പർ വായിലിട്ട് വിഴുങ്ങിക്കഴിഞ്ഞിരുന്നു. അങ്ങനെയാണ് റാഫി, 'സ്റ്റാർ' ആയത്.

പൈസ കൃത്യമായി കണക്കുകൂട്ടാനറിയാത്ത രാഹുൽ, ഇപ്പോൾ എസ് ബി ഐ മാനേജരാണ്.

അനാമികയ്ക്ക് ഇഷ്ടമുള്ള ഓറഞ്ച് ജ്യൂസ് ആണ് അന്ന് ഞങ്ങൾക്കൊക്കെ അവൻ വാങ്ങി തന്നത്. ദമാം ഹോട്ടലിലെ ഭക്ഷണത്തെക്കുറിച്ചും അന്ന് ഞങ്ങൾ ഒരുപാട് സംസാരിച്ചു.

അനാമികയ്ക്ക് വീടും അമ്മയുമായിരുന്നു സലാമിക്കയുടെ ദമാം. അനാമികയുടെ കുടുംബാന്തരീക്ഷം അസ്വസ്ഥമായിരുന്നു. ഓരോ നിമിഷവും ശ്വാസംമുട്ടുന്ന അവസ്ഥ. പപ്പയുടെ പട്ടാളച്ചിട്ട അതിന് പൂർണ്ണ പിന്തുണ നൽകുന്ന മമ്മി. വീടിനകത്ത് സംസാരിക്കുന്നത് പപ്പയ്ക്കിഷ്ടമല്ല. അതുകൊണ്ട് ഞങ്ങൾ പരസ്പരം ആശയവിനിമയം നടത്തുന്നത് പലപ്പോഴും ആംഗ്യഭാഷയിലാണ്. ഞങ്ങൾക്കിടയിൽ വാക്കുകൾ കുറവായിരുന്നു. ഒരുതരം അവാർഡ് സിനിമ പോലെ. വീടിനെക്കുറിച്ചോർക്കുകയായിരുന്നു അനാമിക.

ഭക്ഷണം കഴിക്കാൻ പ്രതേകം സമയമുണ്ട്. രാവിലെ 8, ഉച്ചയ്ക്ക് 2, രാത്രി 8, ഒരു നേരത്തെ ഭക്ഷണം കഴിഞ്ഞ് അടുത്ത ഭക്ഷണത്തിനിടയിൽ ആറുമണിക്കൂർ ഗ്യാപ്പ് വേണം. സമയം വൈകിയെത്തുന്ന ആൾക്ക് ഭക്ഷണമില്ല. ഞങ്ങളുടെ ഇഷ്ടം നോക്കി പാകം ചെയ്തു തരാറില്ല. വീട്ടിൽ ഒരു മെനു കാർഡുണ്ട്. അത് പപ്പയുടെ ഇഷ്ടത്തിനനുസരിച്ച് ഉണ്ടാക്കിയതാണ്. വീട്ടിൽ ഉണ്ടാക്കുന്ന ഭക്ഷണത്തിന് ഇഷ്ടാനിഷ്ടങ്ങൾ നോക്കരുത്. എല്ലാം കഴിക്കണം. ഫുഡ് വേസ്റ്റ് ചെയ്യുന്ന ആൾക്ക് അടുത്ത നേരത്തേക്ക് ഭക്ഷണമുണ്ടാവില്ല. ഒരു നിശ്ചിത അളവിലാണ് ഭക്ഷണം തരിക. ഒരുമിച്ചിരുന്ന് ഭക്ഷണം കഴിക്കുമ്പോൾ, മുഖാമുഖം കണ്ടാലും പരസ്പരം ചിരിക്കാൻപോലും പാടില്ല.

മക്കൾക്കുവേണ്ടി ഭക്ഷണം എടുത്ത് മാറ്റിവയ്ക്കുകയോ അടുത്തിരുന്ന് സംസാരിച്ചുകൊണ്ട് വിളമ്പിത്തരികയോ ചെയ്തത്

ഓർമ്മയിലേ ഇല്ല. മമ്മി ഒരിക്കലും ഞങ്ങളെ ഭക്ഷണം കഴിക്കാൻ നിർബന്ധിക്കാറില്ല. വീടിനുള്ളിലുള്ള സമയങ്ങളിൽ പെയിന്റ് ചെയ്തും പുസ്തകം വായിച്ചും ഞങ്ങൾ അവരവരുടെ മുറിയിൽ സമയം ചില വഴിക്കും.

അതുകൊണ്ടാണ് സലാമിക്കയുടെ ദമാം അനാമികയ്ക്ക് വീട് പോലെ തോന്നിയത്. അവളുടെ ഇഷ്ടാനിഷ്ടങ്ങൾ അദ്ദേഹത്തിന് അറിയാം. അടുത്തിരുന്ന് സംസാരിച്ചുകൊണ്ട് സ്നേഹത്തോടെ ഭക്ഷണം വിളമ്പി തരും. ഇഷ്ടങ്ങൾ ആവശ്യപ്പെട്ടാൽ ഉണ്ടാക്കിത്തരും. സ്പെഷ്യൽ എന്തെങ്കിലുമുണ്ടാക്കിയാൽ തരാനായി മാറ്റിവയ്ക്കും.

ഇത് അനാമികയ്ക്ക് മാത്രമല്ല, സ്ഥിരമായി റസ്റ്റോറന്റിൽ വരുന്ന എല്ലാവരോടും ഇക്കയുടെ സമീപനം ഇതുതന്നെയാണ്. ഭക്ഷണം വിളമ്പിത്തരുന്ന സമയത്ത് ചിലപ്പോൾ ഇക്ക കഥകൾ പറഞ്ഞു തരും. അതിൽ സ്വന്തം കഥയും ഉണ്ടാകും. അക്കഥ ഇങ്ങനെ:

ബാപ്പയും ഉമ്മയും ഏഴു മക്കളുമാണ് ഇക്കയുടെ കുടുംബത്തിൽ. കൂലിപ്പണിയെടുത്താണ് സലീമിക്കയുടെ ബാപ്പ അവരെ വളർത്തിയതും പഠിപ്പിച്ചതും.

“എന്റെ മക്കൾ നന്നായി പഠിച്ച് ജോലി ചെയ്യണം. അതിനു വേണ്ടി ഞാൻ എന്ത് കഷ്ടപ്പാട് സഹിക്കാനും തയ്യാറാണ്. അല്ലെങ്കിൽ നാളെ മക്കൾ ബാപ്പയെ പോലെ ആയിപ്പോകും.” ബാപ്പ പറയുമായിരുന്നത്രെ.

സലാമിക്ക നന്നായി പഠിക്കുമായിരുന്നു. പത്താം ക്ലാസ് പരീക്ഷയെഴുതി കോളേജിൽ പോകുന്നത് സ്വപ്നം കണ്ട് റിസൾട്ട് കാത്തിരിക്കുന്ന സമയത്താണ് സലാമിക്കയുടെ ബാപ്പ അപകടത്തിൽ മയ്യത്താകുന്നത്. പിന്നെ മൂത്ത മോനായ ഇക്കയുടെ ചുമലിൽ ആയി കുടുംബഭാരം. സഹായിക്കാൻ ആരുമില്ല. നല്ല മാർക്ക് വാങ്ങി വിജയിച്ചെങ്കിലും പഠിക്കാനുള്ള സ്വപ്നം ഉപേക്ഷിച്ചു. പല ജോലികളും ചെയ്തു. ഒടുവിൽ പലചരക്ക് കടയിൽ സാധനം എടുത്തു കൊടുക്കുന്ന ജോലി ചെയ്യുമ്പോഴാണ് ആ മുതലാളിയുടെ മോൻ ദമാമിൽ ഉള്ള അയാളുടെ സൂപ്പർമാർക്കറ്റിലേക്കു വിസ കൊടുത്തത്. കുറച്ചു കാലം അവിടെ ജോലി ചെയ്ത് പിന്നെ ഡ്രൈവിംഗ് പഠിച്ച് അവിടെ ഡ്രൈവറായി.

പുല്ലുമേഞ്ഞ വീട് മാറ്റി പണിതു. നല്ല കോൺക്രീറ്റ് വീടാക്കി. മൂന്ന് പെങ്ങന്മാരെ അന്തസ്സായി കെട്ടിച്ചു വിട്ടു. അനിയന്മാരെ പഠിപ്പിച്ച് ദമാമിൽ കൊണ്ടുവന്ന് നല്ല നല്ല ജോലിയിൽ ആക്കി. സലാമിക്കയും പെണ്ണ് കെട്ടി. അങ്ങനെ ഒരുവിധത്തിൽ നന്നായി ജീവിക്കുമ്പോഴാണ് ഒരു ആക്സിഡന്റിൽ വലതുകാലിന് അപകടം സംഭവിക്കുന്നത്.

പിന്നെ ദമാമിൽ തുടരാനായില്ല. ഒരുപാട് കണക്കുകൂട്ടലുകളുണ്ടായിരുന്നു ജീവിതത്തെക്കുറിച്ച്. എല്ലാ ആഗ്രഹങ്ങളും പാതിവഴിയിൽ ഉപേക്ഷിച്ച് നാട്ടിലേക്ക് മടങ്ങി. കുറേനാൾ ചികിത്സിച്ചു. വടിയുടെ സഹായത്തോടെ നടക്കാമെന്നായി

നടക്കാത്ത തന്റെ കോളേജ് പഠനത്തിന്റെ ഓർമ്മയിൽ, പഠിക്കാൻ പോകുന്ന കുട്ടികളെ കണ്ടുകൊണ്ട്, ഈ കോളേജിന്റെ മുന്നിൽ തന്നെ തന്റെ 'ദമാം' റസ്റ്റോറന്റ് തുടങ്ങി. ദമാമിന്റെ ഒരു പ്രത്യേകത, ആദ്യം ബില്ല് കൊടുക്കണം എന്നാലേ ഭക്ഷണം തരൂ എന്നതാണ്. ഇക്ക, പറ്റ് സമ്മതിക്കില്ല. 'നാളെ കാണാം ഇക്കാ' എന്നു പറഞ്ഞാൽ 'ഒന്നും നാളത്തേക്ക് മാറ്റിവയ്ക്കരുത് അന്നന്ന് ചെയ്യേണ്ടത് അന്നന്ന് തന്നെ ചെയ്തു തീർക്കണം' എന്നാണ് പറയുക.

എന്നാൽ 'സുന്ദരി'യിലെ ദിനേശേട്ടൻ നേരെ മറിച്ചാണ്. ഇഷ്ടപ്പെട്ട സാധനങ്ങളൊക്കെ തിരഞ്ഞെടുക്കാം. പൈസ പിന്നെ കൊടുത്താൽ മതി. നല്ല ഡിസ്കൗണ്ടും തരും. ഞങ്ങളുടെ ഡ്രസ്സിന് മാച്ച് ചെയ്യുന്ന പൊട്ടും വളയും ക്ലിപ്പുമൊക്കെ ദിനേശേട്ടനാണ് എത്തിച്ചു തരുന്നത്. നല്ല സാമ്പത്തികഭദ്രതയുള്ള കുടുംബത്തിലാണ് അദ്ദേഹം ജനിച്ചത്. വീട്ടിലുള്ളവർക്കെല്ലാം നല്ല പഠിപ്പും ജോലിയും ഉണ്ട്.

പ്രീഡിഗ്രി പാസാകാത്ത ദിനേശേട്ടന് വീട്ടിലുള്ള മറ്റ് അംഗങ്ങൾ ചേർന്ന് കോളേജിന്റെ മുന്നിൽ, 'ഹായ് സുന്ദരി' എന്ന പേരിൽ ഫാൻസി, സ്റ്റേഷനറി, എസ്ടിഡി ബൂത്ത് എന്നിവയുള്ള ഒരു കട തുടങ്ങിക്കൊടുത്തു. ആളിന്നു വരെ ഒരു ജോലിക്കും അപേക്ഷിച്ചിട്ടില്ല. തോറ്റ പ്രീഡിഗ്രി തന്നെ വലിയ ഡിഗ്രി ആണെന്നാണ് ആളുടെ അഭിപ്രായം. ഒരുപാട് തവണ എഴുതിയിട്ടാണ് പത്താം ക്ലാസ്സുതന്നെ പാസായത്.

ദിനേശൻ അപ്ലിക്കേഷൻ അയയ്ക്കുന്ന സ്റ്റാമ്പിന്റെ പൈസ മതി അവന് ജീവിക്കാൻ എന്നാണ് അയാളുടെ അമ്മ പറയാറ്. ദിനേശേട്ടൻ ചെറിയൊരു വായ്നോക്കിയാണ്. 'സീ യു' എന്നു പറഞ്ഞാൽ അയാളോട് ലവ് ഉണ്ടെന്നാണ് ധരിക്കുക. അതുകൊണ്ട് എന്തെങ്കിലും സാധനം വാങ്ങിച്ചു 'സീ യു' എന്ന് പറഞ്ഞാൽ അവര് പിന്നെ വാങ്ങിയ സാധനത്തിന് പൈസ കൊടുക്കേണ്ട.

ഒരു മാസത്തിൽ നാലഞ്ച് പ്രാവശ്യം ഞങ്ങൾക്ക് ചോക്ലേറ്റ് തരും. കുടുംബത്തിലെ ഓരോരുത്തരുടെ ബർത്ത്ഡേ ആണെന്ന് പറഞ്ഞാണ് മിഠായി തരുന്നത്. ഇവരുടെയൊക്കെ കണ്ണീരിലൂടെയാണ് ഞങ്ങളുടെ നാട്ടിലെ ദേശീയപാത കടന്നുപോകുന്നത്.

ഇന്ന് ദമാമും സുന്ദരിയും ഇല്ല. പൈസ കിട്ടിയെങ്കിലും മറ്റൊരു കട നടത്താൻ ദിനേശേട്ടന് സാധിച്ചില്ല. ഇപ്പോൾ എവിടെ ഉണ്ടെന്നു പോലും ആർക്കും അറിയില്ല.

സലാമിക്ക ഉള്ളിൽ വേദന സഹിച്ച് ചിരിച്ചുകൊണ്ട് എന്നും പറയാറുണ്ടത്രെ.

‘‘പടച്ചോന് എന്നെ പെരുത്തിഷ്ടമാണ്. എന്നെ നന്നായി ശ്രദ്ധിക്കുന്നതുകൊണ്ടാണ് കഷ്ടപ്പാട് ജീവിതത്തിൽ നിന്നും ഒഴിഞ്ഞു പോകാത്തത്.’’

വികസനം ദമാമിനെ ഇല്ലാതാക്കിയപ്പോൾ ഇക്കയുടെ ഭിന്നശേഷിക്കാരനായ മോൻ കരീമിന് ജീവിതമാർഗവും ഇല്ലാതായി.

‘‘കരീം നന്നായി ബിരിയാണിയും പൊറോട്ടയും ഉണ്ടാക്കും.’’

‘‘ഞാൻ ഇല്ലാത്ത കാലം വന്നാൽ ആ ജോലി ചെയ്ത് അവന് ജീവിക്കാം.’’

ആ സമാധാനത്തോടെയാണ് ഇക്ക ലോകത്തോട് വിട പറഞ്ഞത്.

ദമാമിലെ ഭക്ഷണത്തിന്റെ രുചി ഇന്നും നാവിലുണ്ട്. റസ്റ്റോറന്റിൽ ഉണ്ടായിരുന്ന ഞങ്ങളുടെ അന്നത്തെ ബഹളം ഇന്നും എന്റെ കൺമുന്നിൽ തെളിയുന്നു.

മൂന്ന്

കോളിംഗ് ബെൽ ശബ്ദിച്ചെങ്കിലും അനാമിക അത് കാര്യമാക്കി യില്ല. ഈ സമയത്ത് ഇവിടെ ആര് വരാനാണ്?

സൂപ്പർമാർക്കറ്റിലേയോ റസ്റ്റോറന്റിലേയോ ഡെലിവറി ബോയ്ക്ക് ഫ്ളാറ്റ് നമ്പർ മാറിയതായിരിക്കും. എന്നാൽ തുടരെയുള്ള ബെല്ലിന്റെ ശബ്ദം അവളിൽ നീരസവും ഉള്ളിൽ ചെറിയ ഭയവും ഉണ്ടാക്കി. കസേരയിൽ നിന്നും എഴുന്നേറ്റ് മെയിൻ ഡോറിനടുത്തേക്ക് നടന്നു. പുറത്ത് ആരാണെന്ന് അറിയാൻ ലെൻസിലൂടെ നോക്കി. കണ്ണുകളെ വിശ്വസിക്കാനായില്ല അതിശയിച്ചുപോയി.

നിർമ്മല ആന്റി!

അവർ ആളാകെ മാറിയിരിക്കുന്നല്ലോ. ഒരിക്കൽ കൂടി നോക്കി. അനാമികയ്ക്ക് തെറ്റ് പറ്റിയിട്ടില്ല. ഇത് അവർ തന്നെ. ഡോർ തുറന്നു. തളർന്ന കണ്ണുകളും വാടിയ ചിരിയുമായി അവർ നിൽ ക്കുന്നു. നിറം കുറഞ്ഞ സാരി. പൊട്ടില്ല, കമ്മലില്ല. ഒറ്റനോട്ടത്തിൽ ഒരു വിധവയുടെ രൂപം.

ആന്റിയുടെ ഹസ്ബൻഡ് വർഷങ്ങൾക്ക് മുമ്പ് മരിച്ചതാണ്. പക്ഷേ ഒരിക്കലും ഒരു വിധവയെ പോലെ അവർ നടന്നിട്ടില്ല. കഴിഞ്ഞ റമദാൻ വ്രതം തുടങ്ങുമ്പോൾ പ്രവാസജീവിതം മതിയാക്കി ദുബായിൽ നിന്നും നാട്ടിലേക്ക് പോയതാണ്. ഇപ്പോൾ പെരുന്നാ ളിന് മുന്നേ മടങ്ങി വന്നിരിക്കുന്നു. കഷ്ടിച്ച് ഒരു വർഷമേ ആയുള്ളൂ. ഇതിനിടയിൽ ഇവർക്ക് ഇതെന്തുപറ്റി. ആള് മൊത്തത്തിൽ മാറിയി രിക്കുന്നു. മിഴിച്ച് നോക്കി നിൽക്കുന്ന അനാമികയോട് നിർമ്മല ചോദിച്ചു.

''മോൾക്ക് എന്നെ മനസ്സിലായില്ലേ മറന്നു പോയോ?''

''മനസ്സിലാവാഞ്ഞിട്ടല്ല. ആന്റി ആകെ മാറിപ്പോയിരിക്കുന്നു. ഈ ചെറിയ നാളുകൾക്കുള്ളിൽ എന്തുണ്ടായി?''

''അകത്തേക്ക് വരൂ ആന്റി. നമുക്ക് ഹാളിൽ ഇരുന്നു സംസാരിക്കാം.''

ഹാളിലെ സോഫയിൽ അവർ ഇരുന്നു. കുറച്ച് സമയം ഇരുവരും ഒന്നും സംസാരിച്ചില്ല. നിർമ്മലയാണ് ആദ്യം സംസാരിച്ചു തുടങ്ങിയത്.

''മറ്റൊരു മാർഗവും എന്റെ മുന്നിൽ തെളിഞ്ഞില്ല. അങ്ങനെയാണ് എനിക്ക് വീണ്ടും ഇങ്ങോട്ട് തിരിച്ചു വരേണ്ടി വന്നത്. പണ്ട് ആരോ പാടിയ പോലെ.

പാമ്പുകൾക്ക് മാളമുണ്ട്

പറവകൾക്ക് ആകാശമുണ്ട്

നിർമ്മലയ്ക്ക് സ്വസ്ഥമായി തല ചായ്ക്കാൻ നാട്ടിൽ ഇടമില്ല. ഒന്നോ രണ്ടോ വാക്കിൽ പറഞ്ഞാൽ തീരില്ല. ഒരുപാട് കാര്യമുണ്ട്. പറയാൻ. എല്ലാം ഞാൻ മോളോട് വിശദമായി പറയാം. ആന്റിയെ മോൾക്ക് അറിയാം, പക്ഷേ എന്നെക്കുറിച്ച് അറിയാത്തതാണ് കൂടുതലും.'' അവർ പറഞ്ഞു നിർത്തി.

''ആന്റി നാട്ടിൽ നിന്ന് എപ്പോൾ വന്നു?''

''ഈസ്റ്ററിന് രണ്ടുദിവസം മുന്നേ ഇതിന്റെ തൊട്ടടുത്തുള്ള ജി ഒ എ ബിൽഡിങ്ങിൽ സുഹൃത്തായ ആലീസിന്റെ ഫ്ളാറ്റിലാണ് ഇപ്പോൾ താമസിക്കുന്നത്. ഈസ്റ്റർ പ്രമാണിച്ച് അവരൊക്കെ നാട്ടിൽ പോയിരിക്കുകയാണ്. ഇനി പെരുന്നാളിന്റെ ലീവും കൂടി കഴിഞ്ഞേ വരൂ. അതുവരെ എനിക്ക് അവിടെ കഴിയാം. ഞാൻ ഭക്ഷണം ഉണ്ടാക്കാറില്ല അതിനുള്ള സാകര്യം അവിടെ ഉണ്ടെങ്കിലും. വിശന്നാൽ എന്തെങ്കിലും പുറത്തുനിന്ന് വാങ്ങി കഴിക്കും. സ്വന്തം വാഹനം ഇല്ലാത്തതുകൊണ്ട് പുറത്തിറങ്ങൽ കുറവാണ്. ടാക്സി വിളിച്ച് പുറത്തുപോകാൻ എന്റെ ആരോഗ്യം ഇന്ന് സമ്മതിക്കുന്നില്ല. എല്ലാം ഉപേക്ഷിച്ച് നാട്ടിൽ പോയെങ്കിലും ഇങ്ങോട്ടുതന്നെ വരേണ്ടിവന്നു.

കണ്ണിൽനിന്നും മറഞ്ഞാൽ മനസ്സിൽ നിന്നും മറയും. ദൂരം കൂടുംതോറും അടുപ്പം കുറയും. അങ്ങനെ പറയുന്നത് സത്യമാണ് മോളെ. ആദ്യമൊക്കെ എല്ലാവരും വാട്സ്ആപ്പിൽ സ്ഥിരമായി മെസ്സേജിന് മറുപടി തരുമായിരുന്നു. ക്രമേണ അത് കുറഞ്ഞു കുറഞ്ഞു വന്നു. നാട്ടിൽനിന്ന് വരുന്നതിനു മുന്നേ എല്ലാ കാര്യങ്ങളും പറഞ്ഞ് ഞാൻ മോൾക്ക് കുറെ വാട്സ്ആപ്പിൽ വോയ്സ് മെസ്സേജ് അയച്ചിരുന്നു. പക്ഷേ അതൊന്നും മോള് കേട്ടില്ല. ഇവിടെ എത്തിയതിനുശേഷം മൂന്നാല് തവണ വിളിച്ചു ഫോണും എടുത്തില്ല. രണ്ടുമൂന്നു തവണ രാത്രിയിൽ വന്ന് കോളിംഗ് ബെൽ അടിച്ചു. ഇന്ന് രാവിലേയും വന്നിരുന്നു പക്ഷേ മോള് വാതിൽ തുറന്നില്ല.

അനാമികയ്ക്ക് കുറ്റബോധം തോന്നി.

''റമദാൻ സമയത്ത് രാത്രിയിൽ ഞാൻ ഫ്ളാറ്റിലില്ലായിരുന്നു. വർക്കിംഗ് ടൈം മാറി. പകൽ ഉച്ചവരെ സൈറ്റിൽ. വൈകുന്നേരം ക്യാമ്പിൽ ഇഫ്താർ വിതരണം ചെയ്യാൻ പോകും. ഫാക്ടറിയിൽ രാത്രിയിൽ 'മഗ്‌രിബ്' കഴിഞ്ഞ് 'സുബഹി' വരെയാണ് വർക്കിംഗ് ടൈം. മൊത്തത്തിൽ ഈയൊരു മാസം ബിസിയായിരുന്നു. പിന്നെ ഇന്ന് രാവിലെ ഞാൻ ഫ്ളാറ്റിൽ ഉണ്ടായിരുന്നു. പക്ഷേ ഡോർ തുറക്കാഞ്ഞത് ഈ നഗരത്തിൽ എന്നെ അന്വേഷിച്ച് വരാൻ ആരുമില്ലല്ലോ. അതാ ആന്റി. അറിയാത്ത നമ്പർ ആയതുകൊണ്ടാണ് തിരിച്ചു വിളിക്കാഞ്ഞത്. മിസ്ഡ് കോൾ കണ്ടിരുന്നു. ആ ഫോൺ ഞാൻ കൊണ്ടുനടക്കാറില്ല. എന്റെ മറ്റേ നമ്പർ ആന്റിക്ക് അറിയില്ലേ? വാട്സ് ആപ്പ് മെസ്സേജ് ഞാൻ കണ്ടിരുന്നു. ഒരുപാട് മെസ്സേജ് ഉള്ളതുകൊണ്ട് ലീവ് സമയത്ത് തുറന്നു നോക്കി റിപ്ലൈ കൊടുക്കാമെന്ന് കരുതി.''

ആന്റിയുടെ മെസ്സേജ് മനപ്പൂർവം ഒഴിവാക്കിയതാണെന്ന് പറയാനാകില്ലല്ലോ. അതോർത്ത് അനാമിക പറഞ്ഞു.

''സോറി ആന്റി.''

അവർ തിരിച്ച് ഒന്നും പറഞ്ഞില്ല അനാമിക തുടർന്നു.

''അല്പം വൈകിയാണ് ആന്റി വന്നിരുന്നതെങ്കിൽ എന്നെ ഇവിടെ കാണില്ലായിരുന്നു. ഇന്ന് വൈകുന്നേരം ക്യാമ്പുവരെ ഒന്നു പോയതേയുള്ളൂ. ഇതുവരെയുള്ള ഭക്ഷണം ഓറഞ്ച് ജ്യൂസും ചോക്ലേറ്റും ആണ്. രാത്രിയിൽ പുറത്തിറങ്ങി ശുദ്ധവായും ശ്വസിച്ച് വല്ലതും കഴിച്ച് വരണമെന്ന് കരുതി. ഇനി ആന്റിയും കൂടെ വാ, നമുക്ക് പുറത്തൊക്കെ കറങ്ങി, ഭക്ഷണവും കഴിച്ചിട്ട് വരാം.''

അനാമിക വണ്ടിയുടെ കീയെടുത്തു. ഇരുവരും ഡോറ് പൂട്ടി പുറത്തിറങ്ങി. കോറിഡോറിലൂടെ ലിഫ്റ്റിനടുത്തേക്ക് നടക്കുമ്പോൾ രണ്ടുപേരും സംസാരിച്ചില്ല. ലിഫ്റ്റിൽ കയറിയപ്പോൾ അനാമിക പറഞ്ഞു.

''ചെറിയ പെരുന്നാളിനോടനുബന്ധിച്ച് ലോങ്ങ് വീക്കെൻഡ് ആണ്. അതുകൊണ്ടുതന്നെ ഈ ബിൽഡിങ്ങിലെ മിക്ക ഫ്ളാറ്റിലും ആളുകൾ ഇല്ല. നാട്ടിലേക്കും ചെറിയ ചെറിയ ടൂർ പാക്കേജുകളുമായി പോയിരിക്കുകയാണ്.''

അവർ അനാമികയെ നോക്കിയതല്ലാതെ ഒന്നും പറഞ്ഞില്ല. ഗ്രൗണ്ടിലെത്തിയപ്പോൾ അനാമിക റിസപ്ഷനിലേക്ക് എത്തി നോക്കി. സെക്യൂരിറ്റി ഖാലിദ് പരിസരം മറന്നു മൊബൈലിൽ നോക്കിയിരിക്കുന്നു. അവൾ പറഞ്ഞു.

''ആന്റി പുതിയ സെക്യൂരിറ്റിയാ, യുപിക്കാരൻ. ഒരു ഹിന്ദി സിനിമാ ഭ്രാന്തൻ. പണ്ടത്തെ രാജാക്കന്മാർ കുതിരപ്പുറത്ത് പോകുന്ന ഫോട്ടോയൊക്കെ വാട്സ്ആപ്പിൽ അയയ്ക്കും.''

ഇത് കേട്ടപ്പോൾ ആ മുഖത്ത് ചെറിയൊരു പുഞ്ചിരി വിരിഞ്ഞു. പാർക്കിംഗിൽ അനാമികയുടെ വണ്ടി മാത്രമേയുള്ളൂ. ഇരുവരും വണ്ടിയിൽ കയറി അനാമിക വണ്ടി സ്റ്റാർട്ട് ചെയ്തു.

ജുഹദ് അൽനാദാ ബിൽഡിങ്ങിന്റെ ഗെയ്റ്റ് കടന്ന് വണ്ടി റോഡിലെത്തി. റമദാൻ നോമ്പിന്റെ അവസാന നാളുകളാണ്. ഇഷാ നമസ്കാരം കഴിഞ്ഞിട്ടും പള്ളി മുഴുവൻ പ്രകാശത്തിൽ കുളിച്ചു നിൽക്കുന്നു. അത് കണ്ടപ്പോൾ ഇരുവർക്കും സന്തോഷം തോന്നി. പള്ളിയും 'സുലേഖ ഹോസ്പിറ്റലും' കടന്ന് വണ്ടി മുന്നോട്ട് നീങ്ങി. എൻ എംസി യുടെ സിഗ്നൽ കടന്നു റൈറ്റ് എടുത്തു. എൽഇഡി ബൾബിന്റെ വർണ്ണപ്രകാശത്തിൽ ദുബായി ഒന്നുകൂടി സുന്ദരി ആയിരിക്കുന്നു. (ബ്രിഡ്ജ് കടന്ന് ഷെയ്ഖ് മുഹമ്മദ് ബിൻ റാഷിദ് ചാരിറ്റിയും കടന്ന് വണ്ടി മംസാർ ബീച്ചിലേക്ക്. റൈറ്റ് സൈഡിൽ ഈന്തപ്പനകളുടേയും വേപ്പ് മരങ്ങളുടേയും ഇടയിൽ നിറയെ വില്ലാസ്. ലെഫ്റ്റ് സൈഡിൽ വിശാലമായ മാംസാർ ബീച്ച്.)

ലീവായതുകൊണ്ട് പാർക്കിംഗ് ഫുൾ. പള്ളിക്കു മുന്നിൽ പാർക്കിംഗ് കിട്ടി. വണ്ടി അവിടെ ഇട്ട് ഇരുവരും ബീച്ചിലേക്ക് നടന്നു.

നിരനിരയായ ഈന്തപ്പനകൾക്ക് താഴെ നിറയെ ചെറിയ പൂച്ചെടികൾ. എല്ലാം പല വർണ്ണങ്ങളിൽ ഉള്ള ബൾബ് കൊണ്ട് അലങ്കരിച്ചിരിക്കുന്നു. അവിടവിടെയായി കുറെ ഫാമിലികൾ. താഴെ മണലിൽ മാറ്റ് വിരിച്ചിരിക്കുന്നു. കുട്ടികൾ ഓടിക്കളിക്കുന്നു. ബീച്ചിലെ ബെഞ്ചിൽ മൊബൈൽ നോക്കി ഒറ്റയ്ക്കിരിക്കുന്നവരുമുണ്ട്. പെട്ടെന്നാണ് ഒരു മലയാളി വലിയ ശബ്ദത്തിൽ ഫോണിൽ സംസാരിച്ചുകൊണ്ട് ഞങ്ങൾക്കെതിരെ വന്നത്. സത്യത്തിൽ അയാൾക്ക് ഫോണിന്റെ ആവശ്യമില്ലെന്നു തോന്നി. അത്രയും ഉച്ചത്തിലാണ് ആളുടെ സംസാരം.

''ഞാൻ അപ്പോഴേ പറഞ്ഞില്ലേ ഓന് പണി കിട്ടുമെന്ന് ഇപ്പോൾ കിട്ടിയില്ലേ. അങ്ങനെ തന്നെ വേണം, എന്നുപറഞ്ഞപ്പോൾ എന്തായിരുന്നു അയാളുടെ ചിരി.'' അത് പറഞ്ഞുകൊണ്ട് അയാൾ ഞങ്ങളെ കടന്നുപോയി.

പുല്ലുമേഞ്ഞ കുടയുടെ കീഴിലുള്ള ടേബിളിനടുത്തുള്ള ചെയറിൽ ഇരുവരും ബീച്ചും നോക്കി ഇരുന്നു. ഒറ്റനോട്ടത്തിൽ കടൽ ശാന്തമാണെങ്കിലും ഉൾക്കടലിൽ തിരയുണ്ട്. നമ്മൾ കാണുന്ന ഓരോരുത്തരും ഈ കടൽ പോലെയാണ്. ഒറ്റനോട്ടത്തിൽ ശാന്തമാണെന്ന് തോന്നും. പക്ഷേ അവരുടെ മനസ്സിനുള്ളിൽ ആർത്തലയ്ക്കുന്ന തിരമാലകൾ മറ്റാരും കാണില്ല. അനാമിക ഓർത്തു.

നാല്

ആകാശത്ത് ചന്ദ്രനെ കാണാനില്ല. കറുത്ത വാവിന് ഇനി രണ്ടു ദിവസം മാത്രമേയുള്ളൂ. നക്ഷത്ര ബൾബുകൾ പ്രകാശിക്കുന്നുണ്ട്. പുല്ലുമേഞ്ഞ കുടയിലെ അലങ്കാര ബൾബുകൾക്ക് നല്ല ഭംഗി. ഇട യ്ക്കിടെ മഴ പെയ്തതുകൊണ്ടായിരിക്കണം ഏപ്രിൽ മാസം ആയിട്ടും ചൂട് തോന്നിയില്ല. ഇളംതണുപ്പുള്ള കാറ്റ് വിശുന്നുണ്ട്. രാത്രിയിൽ കടലിൽ ഇറങ്ങി കുളിക്കരുതെന്ന് മുനിസിപ്പാലിറ്റിയുടെ നിയമമുണ്ടെങ്കിലും ആളുകൾ അത് വകവയ്ക്കാറില്ല. അവർ കട ലിൽ ഇറങ്ങി കുളിക്കും. ഉൾക്കടലിലെ തിര പോലെയാണ് എന്റെ മനസ്സ്. സങ്കടം പറയാനോ കരയാനോ ആരുമില്ല. അതെന്നും ഉള്ളിൽ തന്നെ സംഘർഷമായി കിടക്കും.

അനാമിക ഓർക്കുകയായിരുന്നു. പപ്പ ഒരിക്കലും ബീച്ച് കാണി ക്കാൻ കൊണ്ടുപോയിട്ടില്ല. കുട്ടിക്കാലത്ത് കടലിന്റെ ഫോട്ടോയാണ് കണ്ടിട്ടുള്ളത്. സ്കൂളിൽ പഠിക്കുമ്പോൾ കടലു കാണാൻ പോയി ട്ടുണ്ട്. അന്ന് ദൂരെ നിന്ന് കാണാനുള്ള അവസരമേ കിട്ടിയുള്ളൂ. എന്നാൽ കടലിന് രണ്ട് കിലോമീറ്റർ ദൂരത്താണ് അനാമിക പഠിച്ച കോളേജ്.

കോളേജിൽ അനാമിക കൂട്ടുകാരുമൊത്ത് മിക്ക ദിവസങ്ങളിലും ബീച്ചിൽ പോകാറുണ്ട്. ക്ലാസ് കട്ട് ചെയ്തും സമരം ഉള്ള ദിവസ ങ്ങളിലും അവധി ദിവസങ്ങളിലും തിരമാലകളോടൊപ്പം ഞങ്ങൾ കളിക്കുമായിരുന്നു. ബീച്ചിലെ പാർക്കിലിരുന്ന് നോട്ട്സ് എഴുതും, സ്റ്റഡി ലീവ് സമയത്ത് കമ്പൈൻഡ് സ്റ്റഡി ബീച്ചിൽ വച്ചായിരുന്നു.

തിരമാലകൾക്ക് വ്യത്യസ്ത ഭാവങ്ങളാണ്. ഞങ്ങൾ തിരയിൽ കളിക്കുമ്പോൾ തിരികെ അതും ചിരിച്ചു കളിക്കും. ചിലപ്പോൾ ഇറ ങ്ങാൻ പറ്റാത്ത ദേഷ്യഭാവത്തിലായിരിക്കും. അകലെ മാറിയിരുന്നു നോക്കിയാൽ ശാന്തഭാവം. സങ്കടം പറഞ്ഞാൽ തിരമാല വന്ന് കാലിൽ തഴുകി ആശ്വസിപ്പിക്കും. കടലിലെ തിര എന്നടങ്ങുന്നുവോ അന്നേ മനുഷ്യന്റെ പ്രശ്നങ്ങളും തീരൂ എന്നെനിക്ക് തോന്നാറുണ്ട്.

മാനസികാവസ്ഥ എന്തുതന്നെയായാലും കടലിനെ നോക്കിയിരിക്കുമ്പോൾ ഒരു സമാധാനം തോന്നാറുണ്ട്.

ജോലി അന്വേഷിച്ചു നടക്കുന്ന കാലത്ത് നട്ടുച്ചയ്ക്കുപോലും ബീച്ചിൽ പോയിരുന്ന് തിരയെണ്ണാറുണ്ട്. അവിടെനിന്ന് മഴ നനയാനും പ്രത്യേക സുഖമാണ്. പ്രവാസജീവിതത്തിലുണ്ടാകുന്ന മാനസിക സമ്മർദ്ദം കുറയ്ക്കാനുള്ള ഒറ്റമൂലിയാണ് ഇവിടത്തെ ബീച്ചും കടലും.

പെട്ടെന്നാണ് ഒരു ബോൾ വന്ന് അനാമികയെ തട്ടിയത്, അഞ്ചു വയസ്സുള്ള ഒരു മോൻ വന്ന് സോറി ആന്റി എന്നുപറഞ്ഞ് ബോളും എടുത്തു ഓടിപ്പോയി. അനാമിക നിർമ്മലയെ നോക്കി. അവർ മൊബൈലിൽ നോക്കിക്കൊണ്ട് അസ്വസ്ഥയായിരിക്കുന്നു. "ആന്റിക്ക് ബീച്ച് ഇഷ്ടമല്ലെന്ന് എനിക്കറിയാം. സൂപ്പർമാർക്കറ്റും മാളും കറങ്ങാനാണ് ഇഷ്ടം. ലീവുള്ള ഈ രാത്രിയിൽ അവിടെയൊക്കെ നല്ല തിരക്കായിരിക്കും. അതാ ഞാൻ ഇങ്ങോട്ട് കൂട്ടി വന്നത്. മനസ്സൊന്നു ശാന്തമാകട്ടെ, ഇവിടെ ഇരിക്കുമ്പോൾ ഒറ്റയ്ക്കല്ല എന്ന തോന്നൽ ഉണ്ടാകും. നാളെ പകൽ നമുക്ക് ദുബായ് മാളിൽ കറങ്ങാൻ പോകാം. ഞാൻ സമയം കിട്ടുമ്പോഴൊക്കെ ഇവിടെയാ വന്നിരിക്കാറ്. 2004 ലാണ് ഞാൻ ദുബായിൽ എത്തിയത്. ആദ്യമായി ഏട്ടൻ എന്നെ കൂട്ടി വന്നതും ഇവിടെയാണ്. മിക്കവാറും വൈകുന്നേരങ്ങളിൽ ഞങ്ങൾ ഇവിടെ വന്നിരിക്കും. ഈ ബീച്ച് അന്ന് ആ ഭിത്തി വരെയേയുള്ളൂ. കടലിൽ ഇറങ്ങാനുള്ള സംവിധാനം അന്നില്ലായിരുന്നു. വൈകുന്നേരത്തെ സൂര്യാസ്തമയവും ചന്ദ്രന്റെ ഉദയവും ഈ ഭിത്തിയിൽ ഇരുന്ന് ഞങ്ങൾ കാണുമായിരുന്നു. സോഫ്റ്റ് ഡ്രിങ്ക്സ് കുടിക്കാൻ ശീലിച്ചത്. ഇവിടെ വന്നിട്ടാണ്. അതിനു മുന്നേ ഞാൻ ജ്യൂസ് മാത്രമേ കൊടുക്കാറുള്ളൂ. ക്രമേണ എന്റെ വരവ് ഒറ്റയ്ക്കായി. സങ്കടങ്ങളും പരിഭവങ്ങളും പരാതികളും ഞാൻ ഈ കടലിനോടാണ് പറയുക. തിരിച്ചു പോകുമ്പോൾ മനസ്സിന്റെ ഭാരം ഇറങ്ങിപ്പോയ പോലെ തോന്നും. ബഹളവും ആൾക്കൂട്ടങ്ങളേയും ഇഷ്ടപ്പെട്ടിരുന്ന ഞാൻ ഏകാന്തതയും നിശ്ശബ്ദതയും സ്നേഹിച്ചു തുടങ്ങിയത് പ്രവാസിയായ ശേഷമാണ്.

ഇവിടെ കാണുന്ന മനോഹരമായ ഈ പുൽക്കൂട് പിന്നീട് വന്നതാണ്. നാട്ടിലെ റിസോർട്ടുകളിൽ ഇതുപോലുള്ള ഓലക്കുടകളും വീടുകളുമൊക്കെയാ ഇപ്പോഴത്തെ ട്രെൻഡ്."

പെട്ടെന്നാണ് അനാമികയുടെ ഫോൺ ശബ്ദിച്ചത്.

"ആന്റി, നാട്ടിൽ നിന്ന് ഏട്ടനാ, അഞ്ച് മിനിറ്റ്."

അനാമിക ഫോണുമായി കടലിനു നേരെ നടന്നു.

അത് കണ്ട് നിർമ്മല ഓർത്തു.

ഇന്നത്തെ കുട്ടികൾക്ക് പുല്ലും ഓലയും മണ്ണും കൊണ്ടുള്ള കുടിലുകൾ കോസ്റ്റലി ആയ റിസോർട്ടുകളാണ്. എക്കോ ഫ്രണ്ട്‌ലി എന്ന ഓമനപ്പേരും. തന്റെയൊക്കെ കുട്ടിക്കാലത്ത് നാട്ടിലെ ഭൂരി പക്ഷം ആളുകളും താമസിച്ചിരുന്നത് ഇതുപോലെയുള്ള റിസോർട്ടുകളിൽ ആണെന്ന് ഇവർക്ക് അറിയാമായിരുന്നോ? അത് താൻ പോലും മനസ്സിലാക്കുന്നത് ഇപ്പോഴാണ്. അന്ന് വൈദ്യുതി വെളിച്ചമില്ല. മണ്ണെണ്ണവിളക്കും റാന്തലുകളുമായിരുന്നു. വീടുകൾ തമ്മിൽ അകലം ഉണ്ടെങ്കിലും ആരും മതിൽ കെട്ടി മറച്ചിരുന്നില്ല. ഊടുവഴികൾ ധാരാളം. ഞാൻ പഠിച്ച സ്കൂൾ പോലും പുല്ലുമേഞ്ഞതായിരുന്നു. അന്ന് ദാരിദ്ര്യവും കഷ്ടപ്പാടും ഉണ്ടായിരുന്നെങ്കിലും ആളുകൾക്കിടയിൽ സ്നേഹവും ആത്മാർത്ഥതയും ഉണ്ടായിരുന്നു. പരസ്പര മത്സരമില്ലാത്ത, ഒത്തൊരുമയുള്ള ബന്ധുക്കളുമായിരുന്നു അന്നത്തെ നന്മ. പറ്റിക്കാനോ പാര വെക്കാനോ അന്നത്താളുകൾക്കറിയില്ല. ഭക്ഷണസാധനങ്ങൾപോലും അടുത്തുള്ളവരുമായി പങ്കുവെച്ച് കഴിക്കുന്നതിലായിരുന്നു അന്നത്തെ സന്തോഷം.

അന്നത്തെ മിക്ക ആളുകളും കൃഷിപ്പണിയും നാടൻ പണിയും എടുത്താണ് ജീവിച്ചത്. വേനലവധിക്കാലം നാട്ടിലെ കുട്ടികൾക്ക് ഉത്സവം തന്നെയാണ്. വെയിൽ വകവയ്ക്കാതെ പകൽ മുഴുവനുമുള്ള കളി. ചക്ക, മാങ്ങ, കശുമാങ്ങപോലുള്ള എന്ത് പഴങ്ങൾ കിട്ടിയാലും കഴുകാതെ തന്നെ തിന്നും. ഇന്നത്തെപ്പോലുള്ള ഇൻഫെക്ഷനോ ഫുഡ് പോയ്സിനോ കേട്ടിട്ട് പോലുമില്ല. പച്ചമാങ്ങ ഉപ്പും മുളകും കൂട്ടി തിന്നുന്ന രുചിയും ശങ്കരേട്ടൻ തെങ്ങുകയറുമ്പോൾ, ഇളനീരിനായുള്ള കാത്തിരിപ്പും ഇന്നലെയെന്നപോലെ ഓർമ്മയിൽ തെളിയുന്നു. തേങ്ങയും ബെല്ലവും ഒരുമിച്ച് കഴിക്കാൻ തനിക്കൊരുപാടിഷ്ടമാണ്. പക്ഷേ അച്ഛമ്മ അതിന് സമ്മതിക്കാറില്ല. അങ്ങനെ കഴിച്ചാൽ പെൺകുട്ടികളുടെ സ്വഭാവം ചീത്തയായി പോകും. അന്ന് അതൊരു പഴഞ്ചൊല്ലായി മാത്രമേ തോന്നിയുള്ളൂ. ആരും കാണാതെ തേങ്ങയും ബെല്ലവും ഒരുപാട് കട്ടുതിന്നിട്ടുണ്ട്. അതിൽ വല്ല സത്യവുമുണ്ടോ എന്ന ചോദ്യം മാത്രം ബാക്കി.

അന്ന് സ്ത്രീപീഡനം എന്നത് കേട്ടിട്ടുപോലുമില്ല. ചോർന്നൊലിക്കുന്ന വരാന്തയിൽ ഒറ്റയ്ക്കിരിക്കുന്ന പാറുവച്ഛമ്മ. നാട്ടുകാരുടെയെല്ലാം അച്ഛമ്മ. മുഷിഞ്ഞ മുണ്ടും തോർത്തും വേഷം. ഇടിഞ്ഞു പൊളിഞ്ഞ ഓലപ്പുരയിൽ ഒറ്റയ്ക്ക് താമസം. ഓർമ്മയുണ്ട് കല്യാണിയമ്മയേയും... ഒരു പേടിയും ഇല്ലാതെയാണ് അവരൊക്കെ അന്ന് ജീവിച്ചത്. ഇന്നത്തെ കാലത്തോ? പൈസ ഇല്ലാത്തതു കൊണ്ട് മണ്ണെണ്ണ വാങ്ങാൻ കഴിയാതെ, സൂര്യൻ അസ്തമിക്കുമ്പോൾ ഉറങ്ങിയിട്ട് ഉദിക്കുമ്പോൾ ഉണരുന്ന ആളുകളും അന്നുണ്ട്.

ഇതല്ലേ ശരിയായ എക്കോ ഫ്രണ്ട്ലി? പ്രകൃതിയോട് ഇണങ്ങി ജീവിക്കുന്ന മനുഷ്യർ. ഇന്നത്തെ ആളുകൾക്കിടയിൽ ഉള്ള ജീവിതമോ? ജോലിയിലുള്ള മാനസികസമ്മർദ്ദമോ ആത്മഹത്യകളോ അന്നില്ല. ആ ലളിതജീവിതത്തിലും അവർ സംതൃപ്തരും സന്തോഷവാന്മാരുമായിരുന്നു.

ഫോൺ ചെയ്തു മടങ്ങി വന്ന അനാമിക മറ്റെന്തോ ചിന്തിച്ചിരിക്കുന്ന നിർമ്മലയെയാണ് കണ്ടത്.

"ഞാൻ ഫോൺ ചെയ്യാൻ പോയപ്പോൾ ആന്റിയുടെ മനസ്സ് എവിടെക്കാ പോയത്? എന്താ ഇങ്ങനെ പരിസരം മറന്ന് ആലോചിക്കുന്നത്?"

ഓർമ്മയിൽ നിന്നും ഉണർന്ന നിർമ്മല പറഞ്ഞു. "മനസ്സൊരു കടിഞ്ഞാണില്ലാത്ത കുതിരയല്ലേ മോളേ. അത് എപ്പോ വേണമെങ്കിലും മുന്നോട്ടും പുറകോട്ടും ചാടും."

"ആന്റി പറഞ്ഞത് ശരിയാ, ചിലപ്പോൾ മനസ്സ് കാറ്റിനേക്കാൾ വേഗത്തിൽ ചലിക്കുന്നു. എന്ന് ഭഗവദ്ഗീതയിൽ അർജുനൻ ഭഗവാൻ കൃഷ്ണനോട് പറയുന്നുണ്ട്."

നിർമ്മല തന്റെ മനസ്സ് തുറന്നു.

അഞ്ച്

"കഴിഞ്ഞ കുറേ നാളായി മനസ്സിനെ ഒട്ടും നിയന്ത്രിക്കാനാകുന്നില്ല മോളേ. പല ഓർമ്മകളും ഉള്ളിൽ കത്തിയെരിയുകയാണ്. ഒന്നും മറന്നിട്ടില്ല. എന്നാലും പലതും ഓർക്കാനും ഞാനിഷ്ടപ്പെടുന്നില്ല. ആമിക്ക് എന്നെക്കുറിച്ച് എന്തൊക്കെ അറിയാം?"

"കുറെ കാര്യങ്ങളൊക്കെ ആന്റി പറഞ്ഞു തന്നെ അറിയാം. എന്തൊക്കെയോ കാര്യങ്ങൾ ഓർത്ത് ഈ മനസ്സ് വേദനിക്കുന്നുണ്ടെന്ന് എനിക്കറിയാം. പക്ഷേ ആന്റി, ഞാൻ ആരുടേയും വ്യക്തിപരമായ ഒരു കാര്യവുമന്വേഷിക്കാറില്ല. അവരായി എന്തെങ്കിലും പറഞ്ഞാൽ കേൾക്കും എന്ന് മാത്രം. അവയെക്കുറിച്ച് ചോദിച്ച് ആരേയും വേദനിപ്പിക്കാറില്ല."

"മോളോട് ഒന്നും പറയേണ്ടെന്ന് വിചാരിച്ചിട്ടല്ല. എല്ലാം തുറന്നു പറയണമെന്ന് പല തവണ ആഗ്രഹിച്ചതാണ്. പക്ഷേ എന്നെക്കുറിച്ച് എന്ത് കരുതും എന്ന് തോന്നിയതിനാൽ ഒന്നും പറഞ്ഞില്ലെന്ന് മാത്രം. ചില കാര്യങ്ങൾ മറച്ചുവെച്ചു. മോളെന്നെ മനസ്സിലാക്കണം. ഇനിയും ഞാൻ തുറന്നു പറഞ്ഞില്ലെങ്കിൽ എനിക്ക് ഭ്രാന്ത് പിടിക്കും. ഞാൻ എന്റെ കഥ പറയാം."

"പ്രകൃതി നന്നായി അനുഗ്രഹിച്ച പൂമരം എന്ന ഗ്രാമം. പേര് പോലെ തന്നെ പൂക്കളെക്കൊണ്ട് സമൃദ്ധമായിരുന്നു ഞങ്ങളുടെ നാട്.

> "മലരണിക്കാടുകൾ തിങ്ങിവിങ്ങി
> മരതക കാന്തിയിൽ മുങ്ങി മുങ്ങി
> ഒരു കൊച്ചു കാറ്റെങ്ങാൻ വന്നുപോയാൽ
> തുരുതുരെ പൂമാരിയായി പിന്നെ..."

എന്ന് ചങ്ങമ്പുഴ എഴുതിയത് ഈ സ്ഥലം കണ്ടിട്ടാണോ എന്ന് എനിക്ക് സംശയം തോന്നിയിട്ടുണ്ട്.

റോഡിലൂടെ നടന്നു പോകുമ്പോൾ, കാറ്റ് വീശിയാൽ പുഷ്പ വൃഷ്ടിയാണ്. റോഡിൽ ഇരുവശവും ഉള്ള പൂമരങ്ങളിൽ നിന്ന് പൂക്കൾ വീണുകൊണ്ടിരിക്കും. തറയിൽ വീണു കിടക്കുന്ന പലനിറത്തിലുള്ള പൂമെത്തയിലൂടെയാണ് നടക്കുക. പലതരത്തിലുള്ള പൂക്കളുടെ ഭംഗി കണ്ണിനും സുഗന്ധം മൂക്കിനും വല്ലാത്ത അനുഭൂതിയാണ് നൽകുക. പലനിറത്തിലുള്ള കടലാസ്പൂക്കൾ കൊണ്ടും അവിടം സമൃദ്ധമായിരുന്നു. ഗ്രാമാതിർത്തിയിലൂടെ ശാന്തമായ ഒരു പുഴ ഒഴുകുന്നുണ്ട്. അതിന്റെ കൈവഴിയായി ധാരാളം കുഞ്ഞരുവികളും നീർച്ചാലുകളും. മണ്ണാകട്ടെ, പൊന്നു വിളയുന്നതും.

ആ ഗ്രാമത്തിലെ മുണ്ടാച്ചിപ്പറമ്പിൽ മാധവൻ മാഷിന്റെ അഞ്ച് മക്കളിൽ രണ്ടാമത്തെ ആളാണ് ഞാൻ. ഏട്ടൻ ഗോപി, അനിയന്മാരായ ഹരിയും അനിലും ഇളയ അനിയത്തി അരുന്ധതി, അമ്മ, അച്ഛമ്മ എന്നിവർ ചേർന്നതാണ് ഞങ്ങളുടെ കുടുംബം.

പൈനാപ്പിളിന് ഞങ്ങളുടെ നാട്ടിൽ മുണ്ടച്ചക്ക എന്നാണ് പറയുക. ധാരാളം മുണ്ടച്ചക്ക ഉണ്ടാകുന്നതുകൊണ്ട് ആദ്യം അത് മുണ്ടച്ചക്കപ്പറമ്പും പിന്നീട് അത് ലോപിച്ച് മുണ്ടാച്ചിപ്പറമ്പും ആയി മാറി. തറയിൽ ചാണകം മെഴുകി കുമ്മായം തേച്ച് ഓടുമേഞ്ഞ ഒരു കൊച്ചുവീട്ടിലാണ് ഞങ്ങൾ താമസിച്ചിരുന്നത്. അതിനടുത്തുള്ള ഒരു എൽ പി സ്കൂളിൽ ഹെഡ്മാഷ് ആയിരുന്നു അച്ഛൻ. അന്ന് മാഷന്മാർക്കൊക്കെ ശമ്പളം കുറവായിരുന്നു. സാമ്പത്തിക ബുദ്ധിമുട്ടുണ്ടെങ്കിലും ഞങ്ങളുടെ വീട്ടിൽ സന്തോഷമുണ്ടായിരുന്നു.

അച്ഛമ്മയ്ക്ക് അഞ്ച് പെൺമക്കളും ആണായി അച്ഛനും മാത്രമേ ഉണ്ടായിരുന്നുള്ളൂ. അതുകൊണ്ടുതന്നെ അച്ഛന് കുടുംബ ബാധ്യതകളുമുണ്ടായിരുന്നു. സ്കൂളിൽ പോകുന്ന സമയം വരെ അച്ഛൻ പറമ്പിൽ കൃഷി ചെയ്യും. വൈകിട്ട് മടങ്ങിവന്നാലും അതുതന്നെ പണി.

പൈസ കുറവാണെങ്കിലും വലിയ അഭിമാനിയായിരുന്നു അച്ഛൻ. അധ്യാപകനായതുകൊണ്ടുതന്നെ അച്ഛന് നാട്ടിൽ നല്ലൊരു സ്ഥാനവും എല്ലാവർക്കും വളരെ ബഹുമാനവുമുണ്ടായിരുന്നു. നാട്ടിൽ എന്തു പ്രശ്നം ഉണ്ടായാലും അവർ അത് അച്ഛനെ അറിയിക്കും. അച്ഛന്റെ അഭിപ്രായം മുഖവിലയ്ക്കെടുക്കും. പക്ഷേ അമ്മവീട്ടുകാർ അച്ഛന് വലിയ വിലയൊന്നും കൊടുത്തിരുന്നില്ല. സമ്പത്തിന്റെ കുറവ് തന്നെയായിരുന്നു കാരണം.

ഇന്നത്തെ ആധുനിക സൗകര്യങ്ങളൊന്നും അന്നില്ല. അന്നന്ന് പറമ്പിൽ നിന്ന് ആദായത്തിനനുസരിച്ചാണ് ഞങ്ങളുടെ ജീവിതം മുന്നോട്ട് പോയിരുന്നത്. ഇന്നത്തെപ്പോലെ പത്ത് ദിവസം മുന്നേയുള്ള

മെനു ഒന്നും അന്ന് തീരുമാനിക്കില്ല. ധാരാളം ഭക്ഷണമുണ്ടാക്കി ഫ്രിഡ്ജിൽ സ്റ്റോക്ക് ചെയ്യാറില്ല. ചോറും പലഹാരങ്ങളും ഞങ്ങൾ കഴിക്കും.

അച്ഛൻ മൂന്ന് നേരവും കഞ്ഞിയാണ് കുടിക്കുക. അച്ഛൻ പുറത്തു നിന്ന് ഒന്നും കഴിക്കില്ല. ഇന്റർവെൽ സമയത്ത് വീട്ടിൽ വന്ന് കഞ്ഞി വെള്ളം കുടിച്ചിട്ട് പോകും. കഷ്ടപ്പാടൊന്നും ഞങ്ങൾ മക്കളെ അറിയിച്ചില്ല. അക്ഷരം പഠിപ്പിച്ചതും കൈപിടിച്ച് സ്കൂളിൽ കൊണ്ടു പോയിരുന്നതും അച്ഛനായിരുന്നു. വൈകുന്നേരം സ്കൂൾ വിട്ടു വന്നാൽ കൂട്ടുകാരോടൊപ്പം കളിക്കണമെന്ന കാര്യം അച്ഛന് നിർബ ന്ധമാണ്.

സന്ധ്യയ്ക്ക് വിളക്ക് വച്ചാൽ അച്ഛമ്മയോടൊപ്പം പുല്ലുപായിലി രുന്ന് ഞങ്ങൾ ഒരുമിച്ച് നാമം ജപിക്കും. ഹരിനാമ കീർത്തനവും രാമനാമജപവുമൊക്കെ അച്ഛമ്മയാണ് ഞങ്ങളെ പഠിപ്പിച്ചത്. അന്ന് കറണ്ടില്ല. മണ്ണെണ്ണ വിളക്ക് കത്തിച്ച് അതിനു ചുറ്റും തറയിലിരുന്ന് ഞങ്ങൾ പഠിക്കും.

രാത്രി ഭക്ഷണത്തിനുശേഷം അന്നത്തെ മലയാള പത്രത്തിന്റെ ഓരോ ഭാഗം ഞങ്ങൾ ഉറക്കെ വായിക്കണം. അതും അച്ഛന്റെ നിർബ ന്ധങ്ങളിൽ ഒന്നായിരുന്നു. അടുത്തുള്ള വായനശാലയിൽ നിന്നും തലേദിവസത്തെ ഹിന്ദു പത്രം അച്ഛൻ വീട്ടിൽ കൊണ്ടുവരും. ഇംഗ്ലീഷ് വായിക്കാൻ അറിയാവുന്നവർ അത് ഉറക്കെ വായിക്കണം. പാഠപുസ്തകത്തിലെ സംശയങ്ങൾ തീർത്തു തരുന്നതും അച്ഛൻ തന്നെ. രാത്രിയിൽ അച്ഛൻ വരാൻ വൈകുന്ന ദിവസങ്ങളിൽ ഞങ്ങൾ പേപ്പർ ചുരുട്ടി ബീഡി വലിച്ചു കളിക്കുമായിരുന്നു. അമ്മയുടെ അടുത്ത് നിന്നും ഇതിന് ഒരുപാട് വഴക്കും കിട്ടിയിട്ടുണ്ട്.

അച്ഛൻ ഞങ്ങളെ തല്ലിയതും വഴക്കു പറഞ്ഞതും ഓർമ്മയിലില്ല. അനിൽ ഒഴിച്ച് ഞങ്ങൾ നാലുപേരും നന്നായി പഠിക്കുമായിരുന്നു. അരുന്ധതിക്ക് കാലിന് വയ്യ. വീട്ടിനകത്ത് ഇരുത്താതെ സ്കൂളിൽ അച്ഛൻ എടുത്തുകൊണ്ടുപോയി ഇരുത്തും. അഞ്ചുവരെ മാത്രമേ വീടിനടുത്ത് പഠിക്കാനുള്ള സൗകര്യമുള്ളൂ.

പിന്നീട് ഞങ്ങൾ കുറച്ചു ദൂരെയുള്ള ഹൈസ്കൂളിലായി പഠനം. അനിൽ സൈക്കിളിലാണ് അരുന്ധതിയെ കൊണ്ടുപോകുക. അന്ന് ഞങ്ങളുടെ നാട്ടിൽ മൂന്നു പേർക്കേ സൈക്കിൾ ഉണ്ടായിരുന്നുള്ളൂ. ഒന്ന് ടൈപ്പിസ്റ്റിന്, മറ്റൊന്ന് ടെലഗ്രാം കൊണ്ടുപോകുന്ന ആൾക്ക് പിന്നെ അച്ഛന്റെ സ്കൂളിലെ മാനേജർക്ക്. അയാളുടെ സൈക്കി ളാണ് അനിലിന് കൊടുത്തത്.

ഞങ്ങൾ കൂട്ടത്തോടെ ആൺകുട്ടികളും പെൺകുട്ടികളും നടന്നാണ് പോകുക. പോകുന്ന വഴിക്ക് പല കളികളും കളിക്കും. മഴ കുറഞ്ഞാൽ നെൽപ്പാടം വഴിയാകും ഞങ്ങളുടെ സ്കൂൾ യാത്ര. കാറ്റ് വീശുമ്പോൾ, ഇരുഭാഗത്തുള്ള നെൽക്കതിരുകൾ ചാഞ്ചാടുമ്പോൾ ഉണ്ടാകുന്ന മാസ്മരിക സംഗീതം ആസ്വദിച്ചും വയലിലെ വെള്ളം ചവിട്ടിയും അതിനടുത്തു കൂടിയൊഴുകുന്ന തോടിനു കുറുകെയുള്ള തടിപ്പാലവും കടന്ന് ഞങ്ങൾ ജാഥ പോലെ പോകും. പോകുന്ന വഴിയിലുടനീളമുള്ള പറമ്പുകളിലെ നെല്ലിക്ക പെറുക്കിയും ആൺകുട്ടികൾ മാങ്ങ എറിഞ്ഞു വീഴ്ത്തിയും വഴിയരികിലെ വീട്ടുമുറ്റങ്ങളിലെ പൂക്കൾ ആരും കാണാതെ പറിച്ചും ഞങ്ങൾ ഹൈസ്കൂൾ കാലം ഉത്സവമാക്കി.

പത്താം ക്ലാസ് കഴിയുന്നതുവരെ പൂമരം ഗ്രാമം വിട്ട് ഞാൻ പുറത്തു പോയിട്ടേയില്ല. ഓട്ടോറിക്ഷ എന്ന വാഹനം കണ്ടിട്ടേയില്ല. ഒന്നോ രണ്ടോ തവണ ബസ്സിൽ കയറിയ ഓർമ്മയുണ്ട്, പനിപിടിച്ചു ഡോക്ടറുടെ അടുത്ത് പോയത്. പത്താം ക്ലാസ് കഴിയുന്നതുവരെ ചെരുപ്പിട്ടിട്ടില്ല. അന്ന് മരപ്പിടിയുള്ള കുടയാണ്. ഓണത്തിനും വിഷുവിനും പുതിയ വസ്ത്രവും, സ്കൂൾ തുറക്കുമ്പോൾ ഓരോ യൂണിഫോമും. ഇതാണ് ആകെ ഒരു വർഷത്തിൽ കിട്ടുന്ന ഉടുപ്പ്.

സ്കൂളിൽ നിന്ന് പോകുന്ന വിനോദയാത്രയ്ക്ക് ഒരിക്കലും ഞങ്ങളെ പറഞ്ഞയച്ചിട്ടില്ല. സർക്കസ് ഞാനിന്നുവരെ കണ്ടിട്ടില്ല. ചെറിയ ക്ലാസിൽ പഠിക്കുമ്പോൾ ഒരുതവണ സ്കൂളിൽ നിന്നും സിനിമയ്ക്ക് കൊണ്ടുപോയിരുന്നു. 'ഇരുട്ടിന്റെ ആത്മാവ്.' അതിൽ വേലായുധനെ മാത്രമേ കണ്ടതായി ഓർക്കുന്നുള്ളൂ.

വർഷത്തിൽ ഓണത്തിനും വിഷുവിനും ആണ് ഒരു സിനിമയ്ക്ക് പോകാറ്. അതും അമ്മയും ഞങ്ങൾ നാലു മക്കളും ചുറ്റുപാടുള്ള വീടുകളിലെ ആളുകളും ചേർന്ന് കൂട്ടമായി നടന്നു മാറ്റിനി കാണാൻ പോകും. അടുത്തുള്ള അമ്പലങ്ങളിലെ ഉത്സവം കാണാനും കാവിലെ തെയ്യത്തിനും ഇങ്ങനെ കൂട്ടമായി തന്നെയാ ഞങ്ങൾ പോകാറ്.

ഞങ്ങളെ നാട്ടിലെ മുസ്ലീം പള്ളിയിലെ നേർച്ചയും ക്രിസ്ത്യൻ പള്ളിപ്പെരുന്നാളും ആരും ഒഴിവാക്കാറില്ല. ഗ്രാമത്തിലുള്ള എല്ലാ ആഘോഷവും എല്ലാവരും ഒരുമിച്ച് തന്നെ ആഘോഷിക്കും. അതിൽ ഒരു വേർതിരിവുമില്ല.

വേനലവധിക്കാലത്ത് അച്ഛൻ ഞങ്ങളെ കടൽ കാണിക്കാൻ കൊണ്ടുപോകും. കോലൈസും പുല്ലുമുട്ടായിയും കടല വറുത്തതും വാങ്ങിത്തരും. എള്ളുണ്ട, അഭയാർത്ഥി (കടല മുട്ടായി) പത്രക്കടലാസ് കുമ്പിളിൽ കിട്ടുന്ന വറുത്ത കടലയുമാണ് അച്ഛൻ ഞങ്ങൾക്ക്

വീട്ടിൽ കൊണ്ടുതരുന്നത്.

മഴക്കാലത്ത് തോടുള്ള പച്ചക്കടല അച്ഛമ്മ ഞങ്ങൾക്ക് വറുത്തു തരും. ചക്കക്കുരു കനലിൽ ചുട്ടു തരും. ബേക്കറി പലഹാരങ്ങളൊക്കെ വല്ലപ്പോഴും വിരുന്നുകാർ വരുമ്പോഴേ കിട്ടൂ. വിശേഷ ദിവസങ്ങളിൽ അച്ഛമ്മയും അമ്മയും ഉണ്ണിയപ്പവും അച്ചപ്പവും മുറുക്കും ഉണ്ടാക്കിത്തരും.

അടുത്ത വീടുകളിലെ കല്യാണത്തിനും ആരെങ്കിലും പ്രസവിച്ചാലും ഇതേ പലഹാരങ്ങൾ കിട്ടും. നെയ്ച്ചോറ്, ബിരിയാണി എന്നൊക്കെ കേട്ടതേയുള്ളൂ. കോഴിയിറച്ചി വിശേഷ ദിവസങ്ങളിലും കല്യാണസൽക്കാരങ്ങൾ ഉണ്ടെങ്കിലും കിട്ടും. മീൻ മിക്കവാറും രാത്രി കിട്ടും. ചെറിയ ചെറിയ പൊടിമീൻ.

ഇല്ലായ്മകൾ കൂടുതലാണെങ്കിലും അച്ഛൻ എപ്പോഴും പറയും, ''നിങ്ങൾ എന്റെ പാതയിൽതന്നെ വരണം. എത്ര കഷ്ടപ്പെട്ട് ആണെങ്കിലും മക്കളെ പഠിപ്പിക്കും. ഞാൻ എൽ പി സ്കൂളിലെ മാഷാണ്, പക്ഷേ എന്റെ മക്കൾ കോളേജ് അധ്യാപകരാവണം.''

അനാമിക കഥ കേട്ടുകൊണ്ടിരുന്നു.

നിർമ്മല കഥ തുടർന്നു.

ആറ്

അച്ഛന് ഏറെ അഭിമാനവും സന്തോഷവും ഉള്ളതായിരുന്നു എന്റെ പത്താം ക്ലാസ് വിജയം. സ്കൂളിൽ ഏറ്റവും കൂടുതൽ മാർക്ക്. എൻ സൈക്ലോപീഡിയ, ഓക്സ്ഫോർഡ് ഇംഗ്ലീഷ് ഡിക്ഷണറി, ഒരു കുപ്പി മഷി, ഹീറോ പെൻ, 25 രൂപ എന്നിവ സമ്മാനം തന്ന് അന്ന് സ്കൂളിൽ അനുമോദിച്ചു.

മാത്സ് ടീച്ചർ ആവാനായിരുന്നു ആഗ്രഹം. പ്രീഡിഗ്രിക്ക് കോളേജിൽ ഫസ്റ്റ് ഗ്രൂപ്പ് എടുത്തു. അതേ കോളേജിൽ തന്നെ ഡിഗ്രിക്ക് ഇംഗ്ലീഷ് സാഹിത്യത്തിന് ഗോപിയേട്ടനും പഠിക്കുന്നുണ്ട്. മക്കൾ വലുതാകും തോറും അച്ഛന്റെ ചെലവ് കൂടി. പക്ഷേ അതനുസരിച്ച് ശമ്പളം കൂടില്ലല്ലോ.

രാവിലെ മുതൽ ഉച്ചവരെയായിരുന്നു കോളേജിലെ ക്ലാസ്. ഏട്ടൻ വീടിനടുത്തുള്ള കുട്ടികൾക്ക് വൈകുന്നേരം ട്യൂഷൻ എടുക്കും. കിട്ടുന്ന ഫീസ് കൊണ്ട് സ്വന്തം ആവശ്യങ്ങളൊക്കെ ചെയ്യും. അങ്ങനെ വലിയ ബുദ്ധിമുട്ടില്ലാതെ കാര്യങ്ങളൊക്കെ നടന്നുപോയി.

പ്രീഡിഗ്രി കഴിഞ്ഞ് അതേ കോളേജിൽ തന്നെ ഞാൻ ബിഎസ്സി മാത്സിന് ചേർന്നു. എന്നും ഉച്ചയ്ക്ക് ക്ലാസ്സ് കഴിഞ്ഞ് ഒരേ ബസ്സിന് തന്നെയാണ് തിരിച്ചുവരുന്നത്. എന്നോടൊപ്പം എന്റെ മൂന്നു കൂട്ടുകാരികളുമുണ്ട്. ബസ്സ്റ്റാൻഡിൽ നിന്ന് ബസ് കയറി ഡ്രൈവറുടെ ഇടതുവശത്തെ പെട്ടി സീറ്റിൽ ഞങ്ങൾ നാലുപേരും അഡ്ജസ്റ്റ് ചെയത് ഇരിക്കും. അപ്പോൾ എനിക്കൊരു കുസൃതി തോന്നി. പ്രായത്തിന്റേതാണെന്ന് കൂട്ടിക്കോളൂ.''

അനാമിക ചിരിച്ചു.

''യാത്രയ്ക്കിടയിൽ വെറുതെ ഒരു നേരംപോക്ക്. പെട്രോൾ അടിക്കാനായി ബസ് എന്നും പമ്പിൽ നിർത്തും. അവിടെ ഓഫീസിലെ കൗണ്ടറിൽ ഇരിക്കുന്നയാൾ നല്ല സുന്ദരൻ. ഒറ്റനോട്ടത്തിൽ തന്നെ ആർക്കും ഇഷ്ടമാകും. അയാളുടേതാണ് ആ പമ്പ്. ഞാൻ എന്നും അയാളെ നോക്കും. പക്ഷേ അയാൾ അത് ശ്രദ്ധിച്ചതേയില്ല.

ചില ദിവസങ്ങളിൽ അവിടെ മറ്റൊരാളായിരിക്കും. അതെന്നെ അസ്വസ്ഥയാക്കും.

അടുത്ത ദിവസം അയാളെ അവിടെ കണ്ടാൽ മാത്രമേ സമാധാനമാകൂ. പിന്നെപ്പിന്നെ ആ കണ്ണുകൾ എന്നെയും നോക്കാൻ തുടങ്ങി. അത് മനസ്സിലായപ്പോൾ അതെന്നിൽ കൂടുതൽ ഉന്മേഷമുണ്ടാക്കി. ഞാൻ ഒന്നുകൂടി അണിഞ്ഞൊരുങ്ങി പോകാൻ തുടങ്ങി. എന്നിലെ ഈ മാറ്റം അമ്മ ശ്രദ്ധിച്ചു.

''നീ പഠിക്കാനല്ലേ പോകുന്നത്?'' അമ്മ ചോദിച്ചു.

''അതെ.'' ഞാൻ ചിരിച്ചുകൊണ്ട് പറഞ്ഞു.

പിന്നെ പ്രശ്നമൊന്നുമുണ്ടായില്ല. കണ്ണുകൾ തമ്മിലുള്ള അനുരാഗം പറഞ്ഞറിയിക്കാനാവില്ല. കുറേ ദിവസത്തെ കണ്ണും കണ്ണും തമ്മിലുള്ള പ്രണയത്തിനുശേഷം അയാൾ എന്നോട് ചിരിക്കാൻ തുടങ്ങി. പെട്രോൾ അടിച്ച പൈസ കണ്ടക്ടർ കൗണ്ടറിൽ കൊടുക്കുന്ന സമയത്ത്, അയാൾ തലയുയർത്തി എന്നെ നോക്കി ചിരിക്കും. തിരിച്ച് ഞാനും ഒരു പുഞ്ചിരി സമ്മാനിക്കും.

എന്റെ മൂന്നു കൂട്ടുകാരികൾക്കും ഇതറിയാം. അവർക്കും പ്രണയമുണ്ട്. ആശയ്ക്ക് അവളുടെ അമ്മാവന്റെ മകൻ, സുജാതയ്ക്ക് ഇതേ ബസ്സിലെ കണ്ടക്ടർ, ജയലക്ഷ്മിക്ക് ഞങ്ങളുടെ ഇംഗ്ലീഷ് സാറും. അതുകൊണ്ടുതന്നെ ഞങ്ങളുടെ പ്രണയങ്ങൾ രഹസ്യമായിരുന്നു.

ഈ പ്രണയം ഒരിക്കലും സാക്ഷാത്കരിക്കപ്പെടില്ലെന്ന് എനിക്കറിയാം. എന്നാലും അയാളെക്കുറിച്ച് കൂടുതൽ അറിയാൻ ആഗ്രഹിച്ചു. സുജാത നല്ല മിടുക്കിയാണ്. അവളാ കാര്യം ഏറ്റെടുത്തു. ''നല്ല വിദ്യാഭ്യാസമുണ്ട്. പേര് രാജശേഖരൻ. അയാൾക്ക് ഈ പമ്പ് കൂടാതെ വേറെയുമുണ്ട് ടെക്സ്റ്റൈൽസ്, പലചരക്ക് കട, കടമുറികൾ വാടകയ്ക്ക് കൊടുക്കലും പിന്നെ കുറേ ലോറികളും. മൊത്തത്തിൽ ആളൊരു സമ്പന്നനാണ്.'' അവൾ കാര്യമെല്ലാം അറിഞ്ഞുവന്നു.

ഞങ്ങളുടെ ജാതി ഒന്നുതന്നെ. സാമ്പത്തികമായി ഒരിക്കലും യോജിക്കില്ല. എന്നാലും എന്റെ മനസ്സിനെ നിയന്ത്രിക്കാൻ എനിക്കായില്ല. ഒരിക്കലും നടക്കില്ലെന്ന് അറിഞ്ഞുകൊണ്ടുതന്നെ ഈ പ്രണയം തുടർന്നു. ആ വർഷം മാർച്ച് മാസം ഒരത്ഭുതമുണ്ടായി. കോളേജിന്റെ ലെറ്റർ ബോക്സിൽ എനിക്കൊരു എഴുത്തു വന്നു. പ്യൂൺ ഭവാനിയേച്ചി, 'നിർമ്മല എഴുത്തുണ്ടെന്ന്' പറഞ്ഞു ക്ലാസിൽ കൊണ്ട് തന്നു. കത്തെഴുതാൻ എനിക്ക് ആരുമില്ലെന്ന് അറിയാം, മാറിപ്പോയതാണെന്ന് ആദ്യം കരുതി. സംശയിച്ചുകൊണ്ട് പൊട്ടിച്ചു വായിച്ചു. രാജശേഖരൻ ആയിരുന്നു ആ കത്ത് എഴുതിയത്. അന്ന് എനിക്കുണ്ടായ സന്തോഷം മോളോട് പറഞ്ഞറിയിക്കാനാവില്ല.

കോളേജ് അടച്ചാൽ എങ്ങനെ അയാളെ കാണും എന്ന വിഷമം എനിക്കുണ്ടായിരുന്നു.കത്തിങ്ങനെ:

'പ്രിയപ്പെട്ട നിമ്മിക്ക്'

ഇങ്ങനെ വിളിക്കാനാണ് എനിക്കിഷ്ടം. ഒരുപാട് ആലോചിച്ചിട്ടാണ് ഈ കത്ത് എഴുതുന്നത്. അഡ്രസ്സ് കിട്ടാൻ ഒരുപാട് വിഷമിച്ചു. ഞാൻ രാജശേഖരൻ. പേര് പറഞ്ഞാൽ അറിയോ എന്നറിയില്ല. പക്ഷേ നിമ്മിക്ക് എന്നെ കണ്ടാൽ നന്നായി അറിയാം. കോളേജ് അടച്ചു കഴിഞ്ഞാൽ രണ്ടുമാസം തമ്മിൽ കാണാൻ കഴിയില്ലല്ലോ. ആ വിഷമം കൊണ്ടാണ് ഈ കത്ത്. ഈ വിഷമം നിമ്മിക്കും കാണും എന്ന് ഞാൻ കരുതുന്നു. ഇനി നമുക്ക് അക്ഷരങ്ങളിലൂടെ പ്രണയിക്കാം. നിമ്മിയുടെ പുഞ്ചിരിയുടേയും നോട്ടത്തോളവും വരില്ല അക്ഷരങ്ങൾ. പക്ഷേ തൽക്കാലം നമുക്ക് ഇങ്ങനെ ചെയ്യാം മറുപടി രഹസ്യമായിരിക്കാൻ കവറിൽ തന്നെ അയയ്ക്കണം.

അഡ്രസ്സ്.

രാജശേഖരൻ

അമ്പാടി

അബ്ദുമുക്ക്

മറുപടി എത്രയും വേഗം പ്രതീക്ഷിച്ചുകൊണ്ട് നിമ്മിയുടെ രാജുവേട്ടൻ.''

ആ കത്ത് വായിച്ചപ്പോൾ രാജുവേട്ടൻ എന്നോട് നേരിട്ട് സംസാരിക്കുന്നത് പോലെ തോന്നി. നിമ്മി എന്ന വിളി, എനിക്ക് ഒരുപാട് ഇഷ്ടപ്പെട്ടു. കൂടുതൽ അടുപ്പം തോന്നി. എന്നോട് അടുപ്പമുള്ളവർ മാത്രമേ നിമ്മി എന്ന് വിളിക്കാറുള്ളൂ. സ്റ്റോറിൽ നിന്ന് ഒരു പേപ്പർ വാങ്ങി ക്ലാസ്സിൽ വച്ചുതന്നെ മറുപടിയെഴുതി. അതിൽ ഇക്കാര്യം എഴുതാൻ മറന്നില്ല.

''മറുപടി അയയ്ക്കുമ്പോൾ ഫ്രം അഡ്രസ്സിൽ രാജി എന്നെഴുതണം. ഇല്ലെങ്കിൽ വീട്ടിൽ സംശയം തോന്നും. കൂടെ പഠിച്ച ശശികല, ശശി എന്നും ജയലക്ഷ്മി, ജയൻ എന്നുമാണ് എഴുത്തെഴുതാറുള്ളത് എന്ന് പറഞ്ഞിട്ടുണ്ട്. രാജുവേട്ടൻ, രാജീന്ന് പറഞ്ഞ് എഴുതിയാൽ ആർക്കും ഒരു സംശയവും തോന്നില്ല.''

പറഞ്ഞതുപോലെ തന്നെ വീട്ടിൽ ആരും സംശയിച്ചതുമില്ല. ഈ ഫ്രണ്ട് ആരാണ് എന്നുപോലും ചോദിച്ചില്ല. അതോടെ ഞങ്ങളുടെ പ്രണയം കത്തിലൂടെയായി. അങ്ങനെയിരിക്കേ വന്ന ഒരു കത്തിൽ

''കോളേജ് തുറക്കാൻ ഇനിയും ദിവസങ്ങൾ ഏറെയുണ്ട്. അതിനിടയിൽ ഒന്ന് കാണണം, അതിനായി കോളേജിനടുത്തുള്ള

കൃഷ്ണന്റെ അമ്പലത്തിൽ തിങ്കളാഴ്ച പത്ത് മണിക്ക് വരണം. കൂട്ടുകാരിയിൽ നിന്നും നോട്ട്സ് വാങ്ങാൻ എന്നോ ഗാന്ധി ലൈബ്രറിയിൽ നിന്നും പുസ്തകമെടുക്കാനെന്നോ കള്ളം പറഞ്ഞാൽ മതി. തീർച്ചയായും വരണം ഞാൻ ഇവിടെ കാത്തിരിക്കും.'' എന്നെഴുതിയിരുന്നു.

ഒരേസമയം സന്തോഷവും ഭയവും തോന്നി. എന്നാലും പോകാൻ തന്നെ തീരുമാനിച്ചു തലേദിവസം ഭക്ഷണത്തിന് എനിക്കൊരു രുചിയും തോന്നിയില്ല. രാത്രിയിൽ ഉറക്കം വന്നില്ല. തിരിഞ്ഞും മറിഞ്ഞും കിടന്നു നേരം വെളുപ്പിച്ചു. ചെയ്യുന്നത് തെറ്റാണെന്ന് ബോധമുണ്ട്. അന്നൊക്കെ ഒറ്റയ്ക്ക് പോകാൻ എനിക്ക് ഭയമായിരുന്നു. ചെറിയ ശബ്ദം കേട്ടാൽ പോലും ഞാൻ പേടിക്കും. എന്റെ സ്വഭാവം അറിയുന്ന അച്ഛൻ പറഞ്ഞത് എന്റെ ഓർമ്മയിലെത്തി.

''ഇങ്ങനെയുള്ള സ്വഭാവം പെൺകുട്ടികൾക്ക് നല്ലതല്ല. നട്ടുച്ചയ്ക്ക് കാക്ക കരയുന്നത് കേട്ട് ഭയന്നാൽ, അവൾ അർദ്ധരാത്രിയിൽ കടവ് കടക്കും.''

അതിനൊരു കഥ ഉദാഹരണമായി പറഞ്ഞു. അതിങ്ങനെ:

''ഒരിക്കൽ വിക്രമാദിത്യനും നായയും കൂടി സഞ്ചരിക്കുന്നതിനിടയിൽ ഒരു വീട്ടിൽ നട്ടുച്ചയ്ക്ക് ഒരു സ്ത്രീ ഇരുന്ന് കരയുന്നു. കാര്യം തിരക്കിയപ്പോൾ കാക്ക കരയുന്ന ശബ്ദം കേട്ടിട്ടാണെന്ന്. വിക്രമാദിത്യൻ നായോട് പറഞ്ഞു. ''നമുക്കിവിടെ ആരും കാണാതെ മറഞ്ഞു നിൽക്കാം. നട്ടുച്ചയ്ക്ക് ഭയക്കുന്ന ഈ സ്ത്രീ അർദ്ധരാത്രിയിൽ കടവ് കടക്കുന്നത് കാണാം. രാത്രിയിൽ എല്ലാവരും ഉറങ്ങിക്കഴിഞ്ഞ് ആ സ്ത്രീ കതക് തുറന്നു പുറത്തിറങ്ങി. വിക്രമാദിത്യനും നായയും അവരറിയാതെ പിന്തുടർന്നു. അവിടെ അടുത്തുള്ള കടവിലേക്കാണ് അവർ പോകുന്നത് സ്വന്തമായി തോണി തുഴഞ്ഞ് അക്കരെയുള്ള കാമുകന്റെ അടുത്തേക്ക് പോയി.'' നല്ല കഥ, ഞാൻ അന്ന് വിചാരിച്ചു.

ദൂരെ നിന്ന് കണ്ടതും എഴുത്തു വായിച്ചതുമല്ലാതെ അടുത്തു നിന്ന് കാണാൻ പോകുന്നത് ആദ്യമായിട്ടല്ലേ, അതിന്റെ ആകാംക്ഷ കൊണ്ടായിരിക്കും അമ്പലത്തിനടുത്ത് എത്തിയപ്പോൾ എനിക്ക് ശ്വാസം മുട്ടുന്നതുപോലെ തോന്നി.

പത്തു മണി ആയതുകൊണ്ടായിരിക്കണം ക്ഷേത്രത്തിൽ വലിയ തിരക്കില്ല. ചുറ്റും കണ്ണോടിച്ചു നോക്കി രാജുവേട്ടനെ കണ്ടില്ല. അകത്തു കയറിയപ്പോൾ റസീപ്റ്റ് മുറിക്കുന്ന കൗണ്ടറിനടുത്ത് നിൽക്കുന്നു. ആദ്യ കൂടിക്കാഴ്ചയുടെ നിമിഷത്തിൽ എന്ത് ചെയ്യണമെന്ന് അറിയാതെ പകച്ചുനിന്നു. എന്നെ കണ്ടതും ചിരിച്ചുകൊണ്ട്

രാജുവേട്ടൻ അടുത്തേക്ക് വന്നു. ആദ്യം കാണുന്നതിന്റെ ജാള്യ മൊന്നും ആ മുഖത്തുണ്ടായിരുന്നില്ല.

''നിമ്മി പോയി തൊഴുതിട്ടു വരൂ.''

സൗന്ദര്യം പോലെ തന്നെ ശബ്ദവും നല്ല ഗാംഭിര്യമുള്ളതായി രുന്നു. പേരിന് ഒന്നു തൊഴുത്, പെട്ടെന്ന് ഞാൻ തിരിച്ചു പോന്നു.

''ചുറ്റമ്പലത്തിന്റെ പുറകിൽ മരങ്ങൾക്കിടയിലെ ഇടവഴിയിലൂടെ നടന്നാൽ അവിടെയൊരു ദേവീക്ഷേത്രമുണ്ട്. അതുവഴി അധികം ആൾ സഞ്ചാരമില്ല. നമുക്ക് അവിടെ പോയിരുന്നു സംസാരിക്കാം.''

രാജുവേട്ടൻ നടന്നു, ഞാൻ പിറകെയും. ആൽമരത്തിന്റെ മറ വിൽ ഒരു കല്ലിൽ ഞങ്ങൾ അടുത്തടുത്തിരുന്നു. അപ്പോഴും എനിക്ക് ഭയമുണ്ടായിരുന്നു. എന്നാൽ രാജുവേട്ടന് ഒരു പ്രശ്നവുമില്ല. വർഷ ങ്ങളായി കാണുന്നതുപോലെയാണ്. കുറച്ചുനേരം പരസ്പരം നോക്കിയിരുന്നു.

''നിമ്മി ബസ്സിലും ഞാൻ പമ്പിലുമല്ലല്ലോ. നമുക്ക് എന്തെങ്കിലും സംസാരിക്കാം.''

ചിരിച്ചതല്ലാതെ വാക്കുകളെല്ലാം എന്റെ തൊണ്ടയിൽ തന്നെ കുടുങ്ങി. ഇങ്ങോട്ട് ചോദിച്ചതിനുമാത്രം മറുപടി പറഞ്ഞു. ആദ്യ കൂടിക്കാഴ്ചയിൽ എനിക്ക് അധികം സംസാരിക്കാൻ കഴിഞ്ഞില്ല. കുറച്ചുനേരം അവിടെയിരുന്നു. അതിനുശേഷം രാജുവേട്ടൻ പറഞ്ഞു.

''നമുക്ക് ഇങ്ങനെ ഇടയ്ക്ക് കാണണം.''

തിരിച്ചുപോകാൻ നേരം എന്റെ കയ്യിൽ പിടിച്ചു. നിനച്ചിരി ക്കാത്ത ആ സ്പർശം എന്നിൽ അന്നുവരെ ഇല്ലാത്തൊരനുഭൂതി യുണ്ടാക്കി. കയ്യിൽ പിടിച്ചത് ഞാൻ ഇഷ്ടപ്പെട്ടിരുന്നെങ്കിലും ഞാൻ പെട്ടെന്ന് അവ വിടുവിച്ചു.

ചിരിച്ചുകൊണ്ട് രാജുവേട്ടൻ ഞാൻ പോകുന്നതും നോക്കി നിന്നു. അകന്നുനിന്ന നോട്ടം കൊണ്ടും പുഞ്ചിരി കൊണ്ടും കിട്ടുന്ന പ്രണയ ത്തിന്റെ തീവ്രത അടുത്തു വന്നപ്പോൾ തോന്നിയില്ല. അങ്ങനെ ഞങ്ങ ളുടെ കൂടിക്കാഴ്ചകൾ അവധിക്കാലത്ത് ലൈബ്രറിയിലും അമ്പല ത്തിലും, കോളേജ് ദിവസങ്ങളിൽ ഞങ്ങളുടെ പതിവ് കാഴ്ച പമ്പിലും ബസ്സിലും, അതിനു പുറമേ കത്തുകളിലൂടെയും. ഡിഗ്രി കഴിയു ന്നതുവരെ രണ്ടര വർഷം ഞങ്ങളുടെ പ്രണയം രഹസ്യമായിരുന്നു.''

അനാമിക നിർമ്മലാന്റിയെ നോക്കിയിരുന്നു. പ്രണയത്തിന്റെ ഊഷ്മളഭാവങ്ങൾ അപ്പോഴും ആ മുഖത്ത് വിരിയുന്നുണ്ടെന്ന് തോന്നി.

അവർ കഥ തുടർന്നു.

ഏഴ്

"**എം**എസിക്ക് വീട്ടിൽനിന്ന് ഒരു മണിക്കൂർ ദൂരം യാത്രയുള്ള കോളേജിലാണ് ചേർന്നത്. അതോടെ ഞങ്ങൾ പമ്പിൽ നിന്നും കാണുന്നത് ഇല്ലാതായി. രാജുവേട്ടനും ഞാനും പിന്നെ പല സ്ഥല ങ്ങളിൽ വച്ചു കാണാൻ തുടങ്ങി. ബീച്ച്, കോളേജിനടുത്തുള്ള കണ്ണേട്ടന്റെ ചായക്കട അങ്ങനെയങ്ങനെ. മുടങ്ങാതെ കത്തു കളുമെഴുതും.

രാജുവേട്ടനെ കാണുക എന്നാഗ്രഹത്തിന്റെ മുന്നിൽ എന്നിലെ എല്ലാ ഭയവും ഇല്ലാതായി. അവധി ദിവസങ്ങളിലും ക്ലാസ്സുണ്ടെന്നു കള്ളം പറഞ്ഞു ഞാൻ രാജുവേട്ടനെ കാണാൻ പോകും. പിജി ക്ക് കോളേജിൽ പോകുമ്പോൾ സാരിയാണ് ഉടുക്കാറുള്ളത്.

"നിമ്മിക്ക് മേച്ചാകുന്നത് ഡാർക്ക് കളറാണ്. ചുവന്ന റൗ ണ്ട് പൊട്ടാണ് കൂടുതൽ ചേരുന്നത്."

പിന്നെ എന്റെ ചുരുണ്ട മുടിയും കയ്യിലെ കുപ്പിവളയും രാജു വേട്ടന് വലിയ ഇഷ്ടമാണ്. അങ്ങനെയിരിക്കുമ്പോഴാണ് ഗോപിയേ ട്ടന്റെ ഒരു ഫ്രണ്ട് ഞങ്ങൾ രണ്ടുപേരെയും ഹോട്ടലിൽ വച്ചു ഭക്ഷണം കഴിക്കുന്നത് കണ്ടത്. അയാൾ ആ വിവരം അന്നുതന്നെ ഏട്ടനെ അറിയിച്ചു. അച്ഛന്റെ സ്വഭാവം തന്നെയാണ് ഏട്ടന്റേയും. പെട്ടെന്ന് എടുത്തു ചാടില്ല. അതുകൊണ്ടുതന്നെ വീട്ടിൽ മറ്റാരും ഈ വിവരം അറിഞ്ഞില്ല.

ഏട്ടനെന്നോട് സമാധാനപരമായി കാര്യമന്വേഷിച്ചു. ഞാൻ എല്ലാം പറഞ്ഞു.

"നമ്മളും രാജശേഖരന്റെ വീട്ടുകാരും തമ്മിൽ സാമ്പത്തികന്തര മുണ്ട്. ഒരിക്കലും ഇത് നടക്കില്ല. നീ നന്നായി പഠിക്കുന്നതാണ്, അതിൽ ശ്രദ്ധിക്കൂ. ഒരുപാട് കഷ്ടപ്പെട്ടാണ് അച്ഛൻ നിന്നെ പഠിപ്പി ക്കുന്നത് എന്ന ഓർമ്മ വേണം. പ്രണയം കാരണം നിന്റെ ഭാവിയും പഠിപ്പും ഇല്ലാതാക്കരുത്. ഇനി നിങ്ങൾ തമ്മിൽ കണ്ടു എന്നറി ഞ്ഞാൽ ഞാൻ അച്ഛനെ അറിയിക്കും."

ഏട്ടന്റെ വാക്കുകൾക്ക് ഞാൻ ഒട്ടും വില കൽപ്പിച്ചില്ല. രാജുവേട്ടൻ മാത്രമായിരുന്നു എന്റെ ലോകം. ഞങ്ങളുടെ കൂടിക്കാഴ്ച പഴയതുപോലെ തുടർന്നു, ടൗണിലെ ഹോട്ടലിലും കൂൾബാറിലും വല്ലപ്പോഴും സിനിമാതിയേറ്ററിലുമായി. ഐസ്ക്രീം, ഫലൂദ, ബിരിയാണി, പൊറോട്ട... ഇതൊക്കെ രാജുവേട്ടൻ വാങ്ങി തന്നിട്ടാണ് ആദ്യമായി ഞാൻ കഴിച്ചത്.

ടൗണിലെ ഞങ്ങളുടെ ഇടയ്ക്കിടെയുള്ള കൂടിക്കാഴ്ച നാട്ടിൽ സ്വകാര്യസംഭാഷണമായി. കാതുകളിൽ നിന്നും കാതുകളിലേക്ക് അത് പകർന്നു. പിന്നെ വൈകാതെ അച്ഛന്റേയും വീട്ടിലുള്ളവരുടേയും ചെവിയിലെത്തി. അമ്മ എന്നെ ഒരുപാട് വഴക്ക് പറഞ്ഞു. അച്ഛമ്മ അടുത്തിരുത്തി ഉപദേശിച്ചു. അതൊന്നും ഞാൻ കാര്യമാക്കിയില്ല. പക്ഷേ അച്ഛന് നല്ല ക്ഷമയാണ്. വഴക്ക് പറഞ്ഞില്ല.

"അച്ഛന്റെ ആകെ സമ്പാദ്യം നിങ്ങൾ മക്കളും അഭിമാനവുമാണ്. മോളായി അത് ഇല്ലാതാക്കരുത്. വെറുതെ നാട്ടുകാരെക്കൊണ്ട് മോശം പറയിക്കരുത്. നമുക്കത് നാണക്കേട് ഉണ്ടാക്കും എന്നല്ലാതെ ഈ ബന്ധം ഒരിക്കലും നടക്കില്ല. അബ്ദുമുക്കിലെ അമ്പാടിയിലെ നാരായണൻ വക്കീലിന്റെ മോളെ മോനാണ് ഈ രാജശേഖരൻ. ആ കവലയിലെ ഭൂരിപക്ഷം കടകളും അവരുടേതാണ്. ജോലി കൊണ്ടും പഠിപ്പുകൊണ്ടും സാമ്പത്തികം കൊണ്ടും അവരോടൊപ്പം നിൽക്കാൻ നമുക്കാവില്ല.

വക്കീൽ ഒരു നല്ല മനുഷ്യനായിരുന്നു. ആളുകളെ സഹായിക്കും. അത്യാവശ്യം കരുണയും ദയവുമൊക്കെയുണ്ടായിരുന്നു. പണ്ട് അബ്ദുള്ള എന്നയാൾ വക്കീലിന്റെ കവലയിലുള്ള ചെറിയ കടമുറിയിലാണ് ചായക്കട നടത്തിയത്. മുറിയോട് ചേർന്ന് ഓലമേഞ്ഞ ഒരു ഷെഡ്ഡിൽ ബെഞ്ചും ഡസ്കുമിട്ട് ആളുകൾക്ക് ചായ കുടിക്കാനുള്ള സൗകര്യമൊരുക്കി.

കട്ടൻചായ, ബെല്ലക്കാപ്പി, കൊള്ളിക്കിഴങ്ങ്, ചക്കരക്കിഴങ്ങ്, അവിൽ, ചെറുപയർ, ബാർലി ബിസ്കറ്റ്, ചൂടുകാലത്ത് സംഭാരം എന്നിവയെല്ലാം അവിടെ കച്ചവടം ചെയ്തിരുന്നു. ആരോഗ്യം വളരെ മോശമായ അബ്ദുവിനെ വാടകയില്ലാതെ കട നടത്താനുള്ള സൗകര്യം ചെയ്തുകൊടുത്തത് വക്കീലാണ്. പക്ഷേ വക്കീലിന്റെ മരണശേഷം മക്കൾ അബ്ദുവിനോട് യാതൊരു ദയയും കാണിക്കാതെ, കടയിൽനിന്നും ഇറക്കി വിട്ടു. ജീവിക്കാൻ മറ്റു മാർഗ്ഗമില്ലാതെ ആ പാവം മനുഷ്യൻ അവരോട് യാചിച്ചു.

"ഞാൻ വാടക തന്നു കട നടത്തിക്കോളാം" എന്ന് പറഞ്ഞത് അവർ സമ്മതിച്ചില്ല.

ആ പാവത്തിന്റെ കണ്ണീരിന് അവരൊരു വിലയും കൊടുത്തില്ല. നാട്ടുകാർ ഇടപെട്ട് അബ്ദുവിനുവേണ്ടി സംസാരിച്ചു. പക്ഷേ അവർ കൂട്ടാക്കിയില്ല. അങ്ങനെ ജീവിക്കാൻ വഴിയില്ലാത്ത അബ്ദുവും കുടുംബവും പിന്നെ എവിടെ പോയെന്ന് ആർക്കുമറിയില്ല. ഇന്ന് പണത്തിൽ മതിമറന്നാണ് വക്കീലിന്റെ മക്കൾ ജീവിക്കുന്നത്. സ്നേഹവും ബന്ധവും പണത്തിനു മുന്നിൽ അവർക്ക് ഒന്നുമല്ല. അതുകൊണ്ട് എന്റെ മോൾ ഇത് മറക്കണം. നിന്നിൽ അച്ഛൻ ഒരുപാട് പ്രതീക്ഷയുണ്ട്. പെൺകുട്ടികളെ കൂടുതൽ പഠിപ്പിക്കേണ്ട, അതും ഇത്ര ദൂരെ എന്ന് പലരും എന്നോട് പറഞ്ഞിട്ടും അച്ഛൻനിന്നെ പഠിപ്പിക്കുന്നത് മോളോടുള്ള വിശ്വാസവും നിന്റെ ഭാവിയേയും ഓർത്താണ്.''

ഇത് പറയുമ്പോൾ അച്ഛന്റെ തൊണ്ടയിടറിയിരുന്നു. ഈ വാക്കുകൾ രാജുവേട്ടനോടുള്ള സ്നേഹത്തിനു മുന്നിൽ എനിക്ക് കാഞ്ഞിരക്കായയായി. അയാളുടെ സ്നേഹത്തെ ഞാൻ വിശ്വസിച്ചു, അച്ഛന്റെ വാക്കിനെയല്ല.

''ആമീ, ഇന്ന് ഈ അബ്ദുമുക്ക് എന്ന പേര് ഒരു വിവാദത്തിൽപ്പെട്ടിരിക്കുകയാണ്. നമ്മുടെ നാട്ടിലെ കാര്യങ്ങളൊക്കെ ഒരുപാട് മാറിത്തുടങ്ങിയില്ലേ. വർഗീയ ഫാസിസ്റ്റുകൾ ഭരണത്തിൽ എത്തിയ ശേഷം മാനുഷികമൂല്യത്തേക്കാൾ മതത്തിന് പ്രാധാന്യം കൊടുക്കുന്നു. ജനങ്ങളുടെ നിത്യജീവിതത്തെ സുഗമമാക്കുന്നതിനേക്കാൾ ഇവർക്ക് മറ്റു പലതിനുമാണ് താല്പര്യം. കുടിവെള്ളക്ഷാമം, മാലിന്യപ്രശ്നം, വന്യജീവികളുടെ ആക്രമണം ഇതൊക്കെ അവിടെയുണ്ട്. പക്ഷേ അധികാരത്തിൽ കയറാനായി സ്ഥാനാർത്ഥിയായി മത്സരിക്കുന്നവർ ജയിച്ചു കഴിഞ്ഞാൽ ചില സ്വാർത്ഥതാത്പര്യത്തിനുവേണ്ടി സ്ഥലത്തിന്റെ പേര് മാറ്റലും ക്ഷേത്രനിർമ്മാണത്തിനും പ്രതിമ ഉണ്ടാക്കുന്നതിനുമൊക്കെയാണ് മുൻതൂക്കം കൊടുക്കുന്നത്.

അബ്ദുമുക്കിന്റെ അടുത്ത് പണ്ട് ഒരു ഭദ്രകാളി ക്ഷേത്രമുണ്ടായിരുന്നുപോലും. അതിനടുത്തെ വെള്ളക്കുഴിയിൽ നിന്നും ഒരു കാളി വിഗ്രഹം കിട്ടി. അവിടെത്തെ പ്രായമുള്ളവർക്കൊക്കെ ആ വെള്ളക്കുഴിയറിയാം. ആ ഭാഗം പണ്ട് വയലായിരുന്നു. കൃഷി ആവശ്യത്തിന് വേണ്ടി വെള്ളമെടുക്കുന്ന കുഴിയായിരുന്നു അത്. ആ വയലൊക്കെ നികത്തി ആളുകൾ ഫ്ളാറ്റും റിസോർട്ടുമാക്കി. വെള്ളക്കുഴി മണ്ണിടിഞ്ഞ് തൂർന്ന അവസ്ഥയിലുമാണ്. ആരെങ്കിലും പണ്ട് മോഷ്ടിച്ച വിഗ്രഹം കുഴിയിലുപേക്ഷിച്ചതാണോ? ക്ഷേത്രം പണിയുന്നതിനായി മനപ്പൂർവം വിഗ്രഹം അവിടെ കൊണ്ടുവച്ചതാണോ എന്നറിയില്ല. ഇപ്പോൾ അഞ്ചാറു വർഷമായി അവിടെ ക്ഷേത്രത്തിന്റെ പണി നടക്കുന്നുണ്ട്. ക്ഷേത്രക്കമ്മിറ്റിയുടെ പണപ്പിരിവ് കേമമായി നടക്കുന്നുണ്ട്. ക്ഷേത്രനിർമ്മാണം പക്ഷേ എങ്ങുമെത്തിയില്ല. അവരുടെ

ഇപ്പോഴത്തെ പ്രധാന ആവശ്യം അബ്ദുമുക്കിന്റെ പേര് മാറ്റി കാളി നഗർ ആക്കണം എന്നാ.''.

''പേര് മാറ്റിയാൽ ആ സ്ഥലം പുതിയ പേരിൽ അറിയപ്പെടണമെന്നില്ല. ഒരു കഥയുണ്ട്. ഉണക്കൻ എന്ന് പേരുള്ള പാവപ്പെട്ട ഒരു കർഷകൻ. അയാളുടെ മകൻ പിന്നീട് വിദേശത്ത് പോയി ധാരാളം പണം സമ്പാദിച്ചു. അച്ഛന്റെ പേര് ഉണക്കൻ എന്നായതിൽ പോരായ്മ തോന്നിയ മകൻ നാട്ടുകാരെ മൊത്തം ക്ഷണിച്ച്, പന്തലൊക്കെ കെട്ടി, സദ്യ കൊടുത്ത് അച്ഛന് പാൽ കൊടുത്തുകൊണ്ട് രാമകൃഷ്ണൻ എന്ന് പുനർനാമകരണം ചെയ്തു. എന്നിട്ടോ! സദ്യ കഴിഞ്ഞു പോകുന്നവരൊക്കെ ഉണക്കാ പോയി വരട്ടെ.''

അനാമിക ചിരിച്ചുകൊണ്ടു പറഞ്ഞു

ആകാശത്ത് നക്ഷത്രങ്ങൾ മറഞ്ഞു. കടലിൽ നിന്ന് തണുത്ത കാറ്റ് വീശുന്നു.

''ആന്റി, ബാക്കികൂടി പറയൂ.''

''പ്രണയം എല്ലാരും അറിഞ്ഞ സ്ഥിതിക്ക് എന്നിലെ ഭയം പൂർണമായും വിട്ടുപോയി. പിന്നീട് ഞങ്ങളുടെ കൂടിക്കാഴ്ചകൾ പഴയതിനേക്കാൾ കൂടുതലായി. ആ ന്യൂസ് വീട്ടിൽ വന്നു. ഞാനതൊന്നും ശ്രദ്ധിച്ചില്ല.

''ഇനി നിർമ്മലയെ കോളേജിലേക്കയയ്ക്കണ്ട.''

അച്ഛമ്മയും അമ്മവീട്ടുകാരും പറഞ്ഞു. പക്ഷേ ഗോപിയേട്ടനും അച്ഛനും അത് സമ്മതിച്ചില്ല.

ഇനി മൂന്നുമാസം കൂടി കഴിഞ്ഞാൽ ഫൈനൽ എക്സാം ആയി. ടൗണിലെ പ്രൈവറ്റ് കോളേജിൽ ഇംഗ്ലീഷ് ലെക്ചറർ ആയി ജോലി ചെയ്യുന്നുണ്ട്. അന്ന് കോളേജ് ലക്ചറർ ആവാൻ പിജി മാത്രം മതി. ഏട്ടൻ പഠിച്ച കോളേജിൽ തന്നെ വേക്കൻസിയുണ്ട്, പക്ഷേ പൈസ കൊടുക്കണം. അത്രയും തുക അച്ഛന്റെ കയ്യിലില്ല.'' ഞാൻ ടെസ്റ്റ് എഴുതി അല്പം വൈകിയാലും ഏതെങ്കിലും ഗവൺമെന്റ് കോളേജിൽ തന്നെ ജോലി വാങ്ങും എന്നാണ് ഏട്ടൻ പറയാറ്.

എന്നെ കോളേജിൽ കൊണ്ടുപോകുന്നതും തിരിച്ചുകൊണ്ടുവരുന്നതും ഏട്ടൻ ഏറ്റെടുത്തു. ഗോപിയേട്ടന് എന്തെങ്കിലും തിരക്ക് വന്നാൽ അനിലോ ഹരിയോ കൂടെ വരും. എനിക്ക് രാജുവേട്ടനെ കാണാൻ കഴിയാതെയായി. വീട്ടിലേക്ക് എഴുത്ത് എഴുതുന്നത് നിർത്തി. കോളേജ് അഡ്രസ്സിലേക്ക് എഴുതാൻ തുടങ്ങി. രണ്ടുമാസം കഴിഞ്ഞപ്പോൾ സ്റ്റഡി ലീവ് ആയി. ഞാൻ രാജുവേട്ടനോട് കല്യാണക്കാര്യം പറഞ്ഞു.

''എന്റെ വീട്ടുകാരുടെ സമ്മതത്തോടെ ഈ കല്യാണം ഒരിക്കലും നടക്കില്ല. നമ്മൾ തമ്മിലുള്ള സാമ്പത്തിക അന്തരമല്ല അതിനു കാരണം.

അച്ഛന്റെ അനിയത്തി ദാക്ഷായണിയുടെ ഇളയ മോളുമായുള്ള എന്റെ കല്യാണം, അച്ഛമ്മ മരിക്കുന്നതിനു മുന്നേ തീരുമാനിച്ചതാണ്. പക്ഷേ ഞാൻ നിന്നെ അല്ലാതെ മറ്റാരെയും കല്യാണം കഴിക്കില്ല. നിമ്മിക്ക് എപ്പോൾ വേണമെങ്കിലും എന്റെ കൂടെ ഇറങ്ങി വരാം.''

മറ്റൊരു ബന്ധം ഉറപ്പിച്ച കാര്യം അതുവരെ എന്നോട് പറഞ്ഞിരുന്നില്ല. അതെനിക്ക് വലിയ ഷോക്കായിരുന്നു. രാജുവേട്ടനെ ഒരിക്കലും മറക്കാനാവില്ല. ആ സ്ഥാനത്ത് മറ്റൊരാളെ സങ്കൽപ്പിക്കാനും കഴിയില്ല. നല്ല രീതിയിൽ ഈ കല്യാണം നടക്കില്ലെന്ന് അറിഞ്ഞപ്പോൾ ഞാനാകെ തളർന്നു. സ്റ്റഡി ലീവ് ആയതോടെ ഞങ്ങളുടെ കമ്മ്യൂണിക്കേഷൻ ഇല്ലാതായി. എക്സാം തുടങ്ങിയപ്പോൾ ഹരിയോ അനിലോ എന്നോടൊപ്പം വന്നുകൊണ്ടിരുന്നു.

ഒരു ദിവസം വീട്ടിലേക്ക് എനിക്കൊരു എഴുത്തു വന്നു. ഫ്രം അഡ്രസ്സ് ശശി. ഹാൻഡ് റൈറ്റിംഗ് രാജുവേട്ടന്റെയാണോ? സംശയം. ഞാൻ ആകാംക്ഷയോടെ എഴുത്ത് പൊട്ടിച്ചു. അതിൽ കൂടുതൽ ഒന്നും എഴുതിയിരുന്നത് ഇങ്ങനെ:

''ഈ വരുന്ന ഇരുപത്തിമൂന്നിന് നിന്റെ വൈവ എക്സാം ആണെന്നറിഞ്ഞു, അന്ന് നീ എന്റെ കൂടെ വരണം. കോളേജിന്റെ പിറകിലെ റോഡിൽ കാറുമായി ഞാൻ കാത്തു നിൽക്കും. ശേഷം നേരിൽ പറയാം.''

തമ്മിൽ കാണാതിരുന്ന ഈ ചുരുങ്ങിയ ദിവസങ്ങൾ കൊണ്ട് ഞാൻ തിരിച്ചറിഞ്ഞു. എനിക്ക് ഒരിക്കലും ഇയാളെ പിരിഞ്ഞു നിൽക്കാനാവില്ലെന്ന്. അത്രയ്ക്ക് അന്ധമായിരുന്നു എനിക്ക് രാജുവേട്ടനോടുള്ള പ്രണയം.

ഇരുപത്തിമൂന്നാം തീയതി അച്ഛനാണ് കോളേജിൽ എന്നോടൊപ്പം വന്നത്.

''എന്റെ കുട്ടിക്ക് നല്ലത് വരും. നന്നായി പരീക്ഷയെഴുതി വാ. അച്ഛനീ ഗെയ്റ്റിനു പുറത്തുള്ള ഹോട്ടലിലിരിക്കാം.''

എക്സാം കഴിഞ്ഞ് പുറത്തിറങ്ങിയ ശേഷം ഞാൻ വരാന്തയിൽ ഇരുന്നു. കോളേജ് ഗെയ്റ്റിന്റെ മുൻവശത്ത് അച്ഛൻ കാത്തിരിക്കുന്നു. പിറകിൽ എന്നെയും കാത്ത് രാജുവേട്ടനും. കത്ത് കിട്ടിയ അന്നു മുതൽ ഈ ഇരുപത്തിമൂന്നാം തിയതി ആവാൻ ഞാൻ കാത്തിരിക്കുകയായിരുന്നു. ദിവസങ്ങൾ പെട്ടെന്ന് കടന്നു പോകാൻ സൂര്യനെ കല്ലെറിഞ്ഞ് ഓടിക്കാൻ തോന്നി. രാജുവേട്ടനെ കാണാനുള്ള ത്വര എന്നിൽ അധികരിച്ചു കൊണ്ടേയിരുന്നു. ഈയൊരു ദിവസം മിസ്സായാൽ ചിലപ്പോൾ എനിക്ക് എന്നെന്നേക്കുമായി രാജുവേട്ടനെ നഷ്ടപ്പെട്ടു എന്നു വരും. അത് ഓർക്കാൻ പോലും സാധിക്കില്ല. ഞാൻ കോളേജിന്റെ പിറകുവശത്തേക്ക് നടന്നു.''

എട്ട്

ഇത്രയും പറഞ്ഞു കഴിഞ്ഞപ്പോൾ നിർമ്മല തളർന്നു കിതയ്ക്കാൻ തുടങ്ങി. അനാമിക മിഴിച്ചിരുന്നു. സംസാരിച്ച് ഇരുന്ന അവർ പരിസരം മറന്നു. ബീച്ച് നിശ്ശബ്ദമായി.

അനാമിക മൊബൈൽ എടുത്ത് നോക്കി 12.15.

''സമയം ഒരുപാട് വൈകി. ഇവിടെ 12 മണിവരെ മാത്രമേ ഇരിക്കാൻ സമ്മതിക്കൂ. പൊലീസോ മുനിസിപ്പാലിറ്റിയോ ചെക്കിങ്ങിനു വന്നാൽ ഫൈൻ കിട്ടും. നോമ്പ് സമയമായതുകൊണ്ട് പുലർച്ചെ വരെ ഹോട്ടലുണ്ട്. എന്തെങ്കിലും ഭക്ഷണം കഴിച്ചിട്ട് നമുക്ക് ഫ്ളാറ്റിലേക്ക് പോകാം.''

ഇരുവരും വണ്ടി പാർക്ക് ചെയ്തിടത്തേക്ക് നടന്നു. അവിടെ അനാമികയുടെ ഫോർഡ് മാത്രമേയുള്ളൂ. വണ്ടിയിൽ കയറി സ്റ്റാർട്ട് ചെയ്തു.

''മോളെ ആമി, ഇത്രയും വൈകിയ സ്ഥിതിക്ക് ലൈറ്റായിട്ട് എന്തേലും മതി കഴിക്കാൻ.''

''എന്താ വേണ്ടതെന്ന് ആന്റി പറയൂ. അതിനനുസരിച്ചുള്ള ഹോട്ടലിൽ പോകാം.''

''എനിക്കൊരു ഷവർമ മതി.''

''ഇവിടെത്തന്നെ നല്ലൊരു റസ്റ്റോറന്റുണ്ട്. റബ്ബാഷ് ''

''നല്ല ഷവർമയാണ്. ഏട്ടൻ പറഞ്ഞറിയാം.''

അപ്പോഴേക്കും അവർ റബ്ബാഷിന്റെ മുന്നിലെത്തി. വണ്ടി കണ്ടപ്പോഴേക്കും അക്രം ഓടിവന്നു. അനാമിക ഗ്ലാസ് താഴ്ത്തി ചിരിച്ചുകൊണ്ട് ചോദിച്ചു.

''അക്രം സുഖം തന്നെയല്ലേ, സിക്സർ അടിച്ചോ?''

''അങ്ങനെ പോകുന്നു താത്താ. സിക്സർ പോയിട്ട് ഒരു റണ്ണ് പോലും എടുക്കാൻ ആവുന്നില്ല.''

''ഒരു സ്പൈസി ഷവർമ, ഒരു ഫലൂദ, രണ്ടും പാർസൽ. ഒരു ഫ്രഷ് മിൽക്ക്, രണ്ട് സ്ട്രോങ്ങ് ചായ വലിയ ഗ്ലാസ്.''

''ഞാനൊരു ചായ കുടിക്കാൻ ആഗ്രഹിച്ചിരുന്നു. മോള് അത് മനസ്സിലാക്കി. ഇന്നത്തെ എന്റെ ഭക്ഷണം സുലൈമാനിയും ബിസ്കറ്റുമായിരുന്നു വേറൊന്നും കഴിക്കാൻ തോന്നിയില്ല. ഈ പയ്യൻ മോൾടെ നാട്ടുകാരനാണോ?''

''മലപ്പുറംകാരനാ, ബീച്ചിൽ വരുമ്പോൾ ഞാൻ ഇവിടെയും വരാറുണ്ട്. ഇവിടത്തെ ഫലൂദ നല്ല ടേസ്റ്റിയാണ്. നമ്മൾ വിചാരിച്ചത് പോലെയല്ല ആന്റി, ഈ പ്രവാസലോകത്ത് വരുന്ന ഓരോരുത്തർക്കും അവരുടേതായ ഓരോരോ കഥകളുണ്ട്. അക്രത്തിനെ എനിക്ക് ഏഴെട്ട് വർഷത്തെ പരിചയമുണ്ട്. ആദ്യം ഇവൻ കരുതിയത് ഞാനൊരു ബോംബെക്കാരി ആണെന്നാ. മലയാളിയാണെന്നറിഞ്ഞപ്പോൾ, അവന് ഒരുപാട് സന്തോഷമായി. അങ്ങനെയാ എന്നെ താത്താന്നു വിളിച്ചു തുടങ്ങിയത്. അക്രം എന്ന പേര് കേട്ട് ഞാൻ തമാശയ്ക്ക് ചോദിച്ചു: ''ഫേമസ് ആയ പാക്കിസ്ഥാൻ ക്രിക്കറ്ററുടെ പേരാണ് നിന്റേത്. നീയും ക്രിക്കറ്റ് കളിക്കുമോ?'' അവൻ പറഞ്ഞ മറുപടി എന്നെ വല്ലാതെ വിഷമിപ്പിച്ചു. ''കളിക്കും താത്ത. ഇപ്പോഴും കളിച്ചുകൊണ്ടിരിക്കുന്നു. ഗ്രൗണ്ടിൽ അല്ല ജീവിതത്തിൽ. രാജ്യത്തിന് വേണ്ടിയല്ല, കുടുംബത്തിനുവേണ്ടി. ബോൾ വേസ്റ്റ് റൺ ഒന്നും കിട്ടുന്നില്ല.''

''അന്ന് ഞാൻ അവനോട് ഇങ്ങനെ പറഞ്ഞാശ്വസിപ്പിച്ചു, ജീവിതം ഒരു ടൂർണമെന്റാണ്. ഒരു ദിവസം നീയും സിക്സർ അടിക്കും. പ്രതീക്ഷയോടെ കളിക്ക്.''

അപ്പോഴേക്കും ഓർഡറുമായി അക്രം എത്തി.

''ആരാ താത്ത ഇത് പുതിയ ആളാ?''

''ഞാൻ പഴയ ആളാ ഇപ്പം പുതിയ ആളായി വീണ്ടും വന്നു.'' നിർമല ചിരിച്ചുകൊണ്ട് പറഞ്ഞു. ചിരിച്ചുകൊണ്ട് അവൻ തലയാട്ടി.

''ആന്റി, ഇപ്പോൾ തന്നെ കഴിച്ചോളൂ. ചൂടാറേണ്ട. എനിക്ക് മെഡിസിൻ കഴിക്കാതെ ഫുഡ് കഴിക്കാൻ പറ്റില്ല. ഇറങ്ങാൻ നേരത്ത് ഞാനത് മറന്നു.''

അവർ വീട്ടിലേക്ക് തിരിച്ചു.

''മോൾക്ക് ഷുഗർ ഇല്ലേ? പിന്നെ എന്തിനാ ഈ സ്വീറ്റ് കഴിക്കുന്നത്?''

''മെഡിസിനും കഴിച്ചിട്ട് ഫുഡ് എന്തിനാ കൺട്രോൾ ചെയ്യുന്നത്. ഞാൻ ഇഷ്ടപ്പെട്ട ഭക്ഷണമെല്ലാം കഴിക്കും. ഇഷ്ടഭക്ഷണം ഒന്നും കഴിക്കാതെ 80-90 വരെയൊക്കെ ജീവിച്ചിട്ടെന്താ കാര്യം.

നോക്കാൻ ആരുമില്ലതാനും. ആ പ്രായത്തിൽ ഒന്നും ചെയ്യാനും പറ്റില്ല. എന്തായാലും ഒരു ദിവസം മരിക്കും. അതുകൊണ്ട് ഇഷ്ട മുള്ളതൊക്കെ കഴിക്കാമെന്ന് വിചാരിച്ചു. ഏട്ടൻ കാണാതെയും ഇവിടെ ഇല്ലാത്തപ്പോഴുമാണ് ഞാൻ ഇതൊക്കെ കഴിക്കുന്നത്. മധുരം കഴിക്കാൻ ഏട്ടൻ സമ്മതിക്കില്ല.

''മോളേ, നന്ദൻ എവിടെ പോയി?''

''നാട്ടിൽ പോയിരിക്കുകയാ, ഫ്രണ്ടിന്റെ മോളെ എൻഗേജ് മെന്റിന്. ഞാൻ പോയില്ല. എന്നെയും വിളിച്ചിരുന്നു. ഞാൻ സാധാ രണ ഏട്ടനോടൊപ്പം നാട്ടിൽ പോകാറില്ല. ഞങ്ങൾ രണ്ടിൽ ആരെ ങ്കിലും ഒരാൾ ഇവിടെ വേണം. എന്നാൽ മാത്രമേ കമ്പനിക്കാര്യങ്ങൾ നടക്കൂ. ഇപ്പോൾ ലീവാണ് പക്ഷേ ഞാൻ പോയില്ല. ഇന്ത്യ മുഴു വനും ഏട്ടന്റെ ബന്ധുക്കൾ വ്യാപിച്ചു കിടക്കുന്നു. ഇവിടെ നിന്നും പോയാൽ എല്ലാ സ്ഥലവും സന്ദർശിക്കും. അവിടുത്തെ ബന്ധുക്കൾ തമ്മിൽ കാണാറു പോയിട്ട് ഫോൺ കമ്മ്യൂണിക്കേഷൻ പോലുമില്ല. വല്ലപ്പോഴും വിശേഷ ദിവസങ്ങളിൽ ഒരു വാട്സ്ആപ്പ് മെസ്സേജ് അയയ്ക്കും. അതും ഫോർവേഡ് മെസ്സേജ്. പക്ഷേ ഇവിടുന്ന് ഞങ്ങൾ പോയാൽ എല്ലാവരെയും കാണാൻ പോകണം. അല്ലാത്ത പക്ഷം പരാതിയായി, പരിഭവമായി. ചിലപ്പോൾ വിരോധവും. അഞ്ചോ പത്തോ ദിവസം നാട്ടിൽ പോയാൽ, വെളിച്ചപ്പാടിനെപോലെ എല്ലാ വീടും കയറിയിറങ്ങാൻ എനിക്ക് പറ്റില്ല.''

ഇതുകേട്ട നിർമ്മല നന്നായി ചിരിച്ചു.

''ആന്റിക്കറിയോ ഈ വെളിച്ചപ്പാടിനെ? ഇതുവരെ കഥ പറഞ്ഞത് ആന്റി അല്ലേ. ഇനി ഞാൻ പറയാം.

വടക്കേ മലബാറിലെ ഒരാഘോഷമാണ് പൂരം. മീനമാസത്തിലെ കാർത്തിക നാൾ മുതൽ പൂരം നാൾ വരെയാണ് ഇത് നടക്കാറ്. നമ്മുടെ രാജ്യത്തിന് ഒരു പ്രത്യേകതയുണ്ട്. ചെറിയ ചെറിയ ആഘോഷ ങ്ങൾ പോലും ഓരോരോ സ്ഥലങ്ങളിലും വളരെ വ്യത്യസ്തമായാ ണ് കൊണ്ടാടുന്നത്. അതുപോലെ വ്യത്യസ്തമാണ് ഇതും. സവർ ണർക്ക് ഒമ്പത് ദിവസവും അവർണ്ണർ ഏഴു ദിവസവുമാണ് ഇതു കൊണ്ടാടുന്നത്. ഈഴവ സമുദായമാണ് ഇത് നന്നായി ആഘോ ഷിക്കുന്നത്. പക്ഷേ ജാതി വേർതിരിവ് ഈ ആഘോഷത്തിനില്ല. ഇതിന്റെ ഐതിഹ്യം കാമദേവനുമായി ബന്ധപ്പെട്ടാണ്.

ആദ്യ രണ്ടുദിവസം കിണറിനകത്ത് ചെമ്പകപ്പൂ ഇടും. പിന്നെ യുള്ള അഞ്ചുദിവസം ചാണകം കൊണ്ട് കാമദേവന്റെ രൂപമുണ്ടാക്കി പാലയിലയിൽ വച്ച് ചുറ്റും ചെമ്പകപ്പൂക്കളിട്ട് ചെമ്പകപ്പൂവിന്റെ കുടകുത്തി ചന്ദനവും ഭസ്മവും തൊടുവിച്ച് പ്രാർത്ഥിക്കും. എട്ടാ മത്തെ ദിവസം മൺകാമനെയുണ്ടാക്കും. കുന്നിക്കുരുകൊണ്ട് കണ്ണും

പച്ചരി കൊണ്ട് പല്ലും വെച്ചുകൊടുക്കും. രൂപത്തെ പൂവിട്ട് പ്രാർത്ഥിക്കും. ഒമ്പതാം ദിവസം ഉപ്പിടാത്ത ഉണക്കലരിച്ചോറ് ഉച്ചയ്ക്കും സന്ധ്യയ്ക്ക് ഉപ്പിടാത്ത അരിമാവുകൊണ്ട് ശർക്കരയും തേങ്ങയും ചേർത്ത് പ്ലാവിലയിൽ അടയുമുണ്ടാകും. നിവേദിക്കും. പിന്നെ എല്ലാം ഒരു മുറത്തിൽ വാരി വീട്ടിലുള്ള സ്ത്രീകൾ ചേർന്ന് നില വിളക്കും കിണ്ടിയും തളികയുമൊക്കെ എടുത്ത് പ്ലാവിന്റെയോ തെങ്ങിന്റെയോ ഏതെങ്കിലും ഒരു മരച്ചോട്ടിൽ കൊണ്ടുവെയ്ക്കും.

കാമാദേവാ അടുത്തവർഷം...
നേരത്തെ കാലത്തെ വരണേ കാമാ

എന്ന പാട്ടും പാടും. ഒരു അടയും ഒരു തുണിയിൽ കുറച്ച് ഉണങ്ങലരിയും കെട്ടി യാത്രയ്ക്കിടയിൽ കാമന് കഴിക്കാൻ കൊടുത്തയയ്ക്കും.

ഇത് പെൺകുട്ടികളുമായി ബന്ധപ്പെട്ട ആഘോഷമാണ്. അവർക്കാണ് ഒരു കുടുംബം നല്ല രീതിയിൽ കൊണ്ടുപോകാൻ കഴിയുന്നത്. കുട്ടിക്കാലം മുതലേ ആ ഒരു ചിന്തയും ഉത്തരവാദിത്ത ബോധവും ഉണ്ടാവാൻ ഈ ഒമ്പത് ദിവസവും കാമനുമായി ബന്ധപ്പെട്ട എല്ലാ കാര്യങ്ങളും ആൺകുട്ടികളുടെ സഹായത്തോടെ പെൺകുട്ടികളാണ് ചെയ്യുന്നത്.

കാമദേവനെ നന്നായി പ്രീതിപ്പെടുത്തിയാൽ നല്ല സ്വാഭാവമുള്ള, സ്നേഹസമ്പന്നനായ ഭർത്താവിനെ ലഭിക്കും എന്നാണ് വിശ്വാസം. കാമന് പ്രസാദമായി കൊടുക്കുന്ന ഭക്ഷണസാധനമെല്ലാം ആൺകുട്ടികൾക്ക് മാത്രമേ കഴിക്കാവൂ.

പൂരാഘോഷം നടക്കുന്ന ഈ ദിവസങ്ങളിൽ അടുത്തുള്ള സമുദായക്കാരുടെ കാവുകളിൽനിന്നും ചുവന്ന മുണ്ടും പട്ടും ചുറ്റി ചെമ്പകപ്പൂമാലയും ഇട്ട് വാളും പിടിച്ച് വെളിച്ചപ്പാട് വരും. അയാളോടൊപ്പം വിളക്ക് തോരണം ചാർത്തിയ കുടകളും പീപ്പിയും ചെണ്ടയും ആയി കുറേ പേർ അകമ്പടിയായുണ്ടാവും. ജാതിമതഭേദം നോക്കാതെ ഈ ഏഴു ദിവസത്തിനുള്ളിൽ ആ നാട്ടിലെ എല്ലാ വീടുകളിലും അവർ കയറിയിറങ്ങും. എല്ലാവരും സന്തോഷത്തോടെ സ്വീകരിക്കും.

കാവിലെ ദേവീസങ്കല്പം ഭദ്രകാളിയാണ്. പണ്ട് കാലങ്ങളിൽ മഹാമാരി വരാതിരിക്കാൻ ഈ ദേവിയെ പ്രാർത്ഥിക്കും. പുരാവൃത്തവുമായി ബന്ധപ്പെട്ടാണ് പൂരക്കളി നടത്തുന്നത്.

യുവാക്കളാണ് ഇത് കളിക്കുന്നത്.

ഗോവിന്ദാ, പോകാം വീട്ടിലേക്ക് നാം

കൂരിരുട്ടുകൂടും മുമ്പേ വീട്ടിലെത്തേണ്ടേ

രാമാ നോക്കുവിൻ മാവിന്മേൽ മാങ്ങ.

കേമമായി പഴുത്തു നിൽക്കുന്നതെത്ര ഭംഗിയിൽ...

രണ്ട് വിഭാഗങ്ങൾ തമ്മിൽ പാട്ട് രൂപത്തിലുള്ള ചോദ്യോത്തരമായാണ് ഈ കളി.''

അനാമിക ആഘോഷത്തെക്കുറിച്ച് പറഞ്ഞത് നിർമ്മലയ്ക്ക് വളരെ ഇഷ്ടമായി. ഓരോരോ ആചാരങ്ങൾ.

കാർ അൽമറി ബിൽഡിങ്ങിന്റെ മുന്നിൽ അനാമിക നിർത്തി.

''ആന്റി, ഞാൻ ഒറ്റയ്ക്കാണെങ്കിൽ വീട്ടിൽ ഭക്ഷണമുണ്ടാക്കാറില്ല. നാളെ മുതൽ നമുക്ക് പുറത്തുപോയി കഴിക്കാം. ആന്റി ഭക്ഷണം കഴിക്കാതിരിക്കുന്നതിന്റെ കാരണം എനിക്കറിയാം. നാളെ ഞായറാഴ്ചയാണ്. ഹോട്ടലിൽ നല്ല തിരക്ക് കാണും. 7.15ന് റെഡിയായ്ക്കോളൂ. 7.30ന് വീനസ് ഹോട്ടൽ നമുക്ക് പോയി തുറക്കാം.''

''മോളേ, ആലീസ് വരുന്നതുവരെ മാത്രമേ എനിക്കിവിടെ താമസിക്കാൻ പറ്റൂ. മറ്റൊരു സ്ഥലം അതിനു മുന്നേ മോളെനിക്ക് കണ്ടെത്തിത്തരണം. വണ്ടിയില്ല, നിനക്ക് അറിയാലോ. അതുകൊണ്ട് ട്രാൻസ്പോർട്ട് സൗകര്യമുള്ളിടത്ത് കിട്ടിയാൽ നന്ന്. മോളെ ഫ്ളാറ്റ് ടു ബെഡ്റൂം അല്ലേ?''

അനാമിക ഓർത്തു, കാലം തിരിച്ചടിക്കും എന്ന് പറഞ്ഞു കേട്ടിട്ടുണ്ട്, ഇപ്പോൾ കൺമുന്നിൽ കാണുന്നു. അന്നിവർ പറഞ്ഞതൊന്നും എനിക്ക് മറക്കാൻ കഴിഞ്ഞിട്ടില്ല ഇതുവരെ. പക്ഷേ ഇവരുടെ മുഖത്ത് നോക്കി ഇപ്പോ എനിക്കൊന്നും പറയാനാകില്ല. ഒരാൾ തളർന്നിരിക്കുമ്പോൾ വേദനിപ്പിക്കുന്നത് ശരിയല്ല. മറുപടി പറയാതെ നോക്കിയിരിക്കുന്ന അനാമികയോട് നിർമ്മല പറഞ്ഞു.

''മോളെ, നീ നോ പറയരുത്. എനിക്ക് മറ്റൊരു മാർഗ്ഗമില്ല.''

ആന്റിയുടെ ശരീരം മാത്രമല്ല മനസ്സും തളർന്നിരിക്കുന്നു.

''എല്ലാത്തിനും വഴി ഉണ്ടാക്കാം. ഇനിയും നമ്മുടെ മുന്നിൽ ദിവസങ്ങൾ ഇല്ലേ. പരിഹരിക്കാൻ പറ്റാത്ത പ്രശ്നങ്ങളൊന്നുമില്ല. എന്റെ പപ്പ എപ്പോഴും പറയാറുണ്ട്, കുതിര ഒരിക്കലും ഉറങ്ങുമ്പോൾ കിടക്കാറില്ല, കിടന്നാൽ തളർന്നു എന്നാണ് അർത്ഥമെന്ന്. കുതിരയെ പോലെയാവണം മനുഷ്യമനസ്സ്. ശരീരം തളർന്നാലും മനസ്സിനെ തളരാൻ അനുവദിക്കരുത്. ഗുഡ് നൈറ്റ്, ആന്റി.''

വണ്ടിയിറങ്ങി ബിൽഡിങ്ങിലേക്ക് കയറി പോകുന്ന നിർമ്മലയെ കണ്ണിൽ നിന്ന് മറയുന്നതുവരെ അനാമിക നോക്കിനിന്നു.

ഒമ്പത്

വീനസ് ഹോട്ടലിന്റെ ടേബിളിൽ നിർമ്മലയ്ക്ക് അഭിമുഖമായി അനാമിക ഇരുന്നു. അവിടത്തെ ടിവിയിൽ ഒരു കന്നഡ ന്യൂസ് ചാനലിൽ ന്യൂസ് വീക്ക് പ്ലേ ചെയ്തുകൊണ്ടിരിക്കുന്നു.

'ഗാസയിൽ ഇസ്രായേലിന്റെ അതിക്രമം, നിരപരാധികളായ കുഞ്ഞുങ്ങളും സ്ത്രീകളും കൊല്ലപ്പെടുന്നു.'

മനസ്സാക്ഷിയുള്ള ഏതൊരാൾക്കും കണ്ടിരിക്കാനാവാത്ത വാർത്തകൾ.

'ഇന്ത്യൻ പ്രധാനമന്ത്രി, രാജസ്ഥാനിലും ഛത്തീസ്ഗഡിലും നടത്തിയ വിവാദ പ്രസംഗം മുതിർന്ന ഭരണകക്ഷി നേതാക്കൾ മതത്തേയും ദൈവത്തേയും അമ്പലങ്ങളെയും കൂട്ടുപിടിച്ച് വോട്ടു നേടാൻ ശ്രമിക്കുന്നു.'

'പ്രധാനമന്ത്രിയുടെ അലിഘട്ട് പ്രസംഗത്തിൽ ന്യൂനപക്ഷപ്രീണനമാണ്. ഇന്ത്യയുടെ പാരമ്പര്യം, നാനാത്വത്തിലെ ഏകത്വം, മതസൗഹാർദം ഇവയൊക്കെ ഫാസിസ്റ്റുകളുടെ ഭരണം ഈ രീതിയിൽ മുന്നോട്ടു പോയാൽ ചരിത്രം മാത്രമാകും. സർ സൈദ് അഹമ്മദ് ഖാൻ പറഞ്ഞതുപോലെ ഹിന്ദുമതവും മുസ്ലീം മതവും ഒരു കന്യകയുടെ രണ്ട് കണ്ണുകളാണ്. ഒന്ന് ഇല്ലാതാക്കാൻ ശ്രമിച്ചാൽ മറ്റേതിന് വേദനിക്കും.'

ഇതെല്ലാം കണ്ടുകൊണ്ടിരിക്കുന്നതിനിടയിൽ ഓർഡർ എടുക്കാനായി വെയിറ്റർ വന്നു.

"വൺ പ്ലെയ്റ്റ് ഇഡലി, മസാല ദോശ, ഫസ്റ്റ് ബിസിനീർ (ചൂടു വെള്ളം)"

ഓർഡർ എടുത്ത് വെയിറ്റർ പോയപ്പോൾ നിർമ്മല ചോദിച്ചു.

"ആമിക്ക് കന്നഡ അറിയാല്ലേ?"

"അത്യാവശ്യമറിയാ, കുട്ടിക്കാലം ഞാൻ ബാംഗ്ലൂരിലായിരുന്നു. അച്ഛന് ഡിഫൻസിൽ ആയിരുന്നില്ലേ ജോലി. ഏട്ടന് നന്നായി കന്നട

അറിയാം. പഠിച്ചതൊക്കെ അവിടെയാ. ഞാൻ പഠിച്ചത് നാട്ടിൽ തന്നെയാ. വെക്കേഷനിൽ മാത്രമേ ഞങ്ങൾ ബാംഗ്ലൂർ പോകാറുള്ളൂ. അമ്മ ഒറ്റ മോളാണ്. വീട്ടിൽ പിന്നെയുള്ളത് നാല് ആൺമക്കളാണ്. മോളെ എന്നും കണ്ടുകൊണ്ടിരിക്കാൻ അടുത്തു തന്നെയാണ് കല്യാണം കഴിപ്പിച്ച് കൊടുത്തത്. അതുകൊണ്ട് അമ്മ വീട് വിട്ട് അധികനാൾ ദൂരെ നിൽക്കില്ല. മോളെ എന്നും കണ്ടുകൊണ്ടിരിക്കാനായി, താമസിക്കുന്ന വീടിന്റെ മുന്നിൽ തന്നെ അമ്മയ്ക്ക് വീട് വെക്കാൻ സ്ഥലവും കൊടുത്തു. പക്ഷേ വീട് പൂർത്തിയാകുന്നതിനു മുന്നേ തന്നെ അമ്മയുടെ അച്ഛൻ മരിച്ചു. അധികം വൈകാതെ അമ്മയും. അച്ഛനും അമ്മയും ഇല്ലാതായപ്പോൾ, മക്കൾ അഞ്ചുപേരും ക്രമേണ അകന്നു. നേരത്തെ വല്ലപ്പോഴെങ്കിലും അങ്ങോട്ടുമിങ്ങോട്ടും പോയി വരുമായിരുന്നു. കൊറോണ വന്നതോടെ അതും ഇല്ലാതായി ഇപ്പോൾ വല്ലപ്പോഴും ഫോണിൽ വിളിച്ചാലായി.''

''മോളെ, നിങ്ങളുടേത് പ്രണയവിവാഹമായിരുന്നോ?''

''അല്ല ആന്റീ, പക്ഷേ ഏട്ടനെ എനിക്ക് നേരത്തേ അറിയാമായിരുന്നു. ഞാൻ പിജി പഠിച്ചത് മദ്രാസിലാണ്. കോളേജ് ഹോസ്റ്റലിൽ ആയിരുന്നില്ല താമസിച്ചത്. ഞാനും കുറച്ച് ഫ്രണ്ട്സും അവിടുത്തെ യൂണിവേഴ്സിറ്റി സെന്ററിൽ ആണ് താമസിച്ചത്. അതുകൊണ്ടുതന്നെ ഹോസ്റ്റലിലെ ഒരു നിയന്ത്രണങ്ങളും അവിടെയില്ല. എന്നും വൈകീട്ട് മുതൽ രാത്രി വരെ സിറ്റിയൊക്കെ കറങ്ങി നടക്കും. ഭൂരിപക്ഷം സിറ്റിക്കും ഒരു സെന്റർ കാണും. അത് ചുറ്റിയാണ് ബസ്സ് പോകുന്നത്. അവിടെ വഴി അറിയില്ലെങ്കിലും ഒരു പ്രശ്നവുമില്ല. അണ്ണാ സ്ക്വയറിലെത്തിയാൽ മതി. അവിടെനിന്ന് എവിടേയ്ക്കും പോകാനുള്ള ബസ്സും കിട്ടും. ലീവുള്ള ദിവസങ്ങളിൽ ഞങ്ങൾ രാവിലെ തന്നെ മറീന ബീച്ചിൽ പോകും. അത് ബംഗാൾ ഉൾക്കടലാണ്. സൂര്യോദയം മാത്രമേ കാണൂ. അസ്തമയം കാണില്ല. അവിടെ എനിക്ക് തമിഴ് സുഹൃത്തുക്കളാണ് കൂടുതലും. എന്റെ ഫ്രണ്ട് ആയ വിമൽ രാജും കാർത്തിക്കും വിജയ് ഫാൻസ് ആണ്. ശ്രീവല്ലിക്കും സുബ്രതയ്ക്കും സിനിമ ഭ്രാന്ത് കുറച്ചു കൂടുതലാ.

മറീന ബീച്ചിന്റെ തൊട്ടടുത്തായി ഒരു ഓപ്പൺ തിയേറ്റർ ഉണ്ട്. പ്രാർത്ഥന തിയറ്റർ. എല്ലാ വീക്കെന്റിലും സന്ധ്യയ്ക്ക് അവിടെ പോയി സിനിമ കാണും. ഹിന്ദി സിനിമ വല്ലപ്പോഴുമേയുള്ളൂ. തമിഴും മലയാളവും എപ്പോഴുമുണ്ടാകും. തിയറ്ററിനടുത്തുള്ള സായി റെസ്റ്റോറന്റിൽ നിന്നും ഭക്ഷണം കഴിക്കും. അതിന്റെ അടുത്ത് തന്നെയായി നല്ലൊരു ജ്യൂസ് കടയുമുണ്ട്. ഞങ്ങളെപ്പോലെ തന്നെ തിയറ്ററിലെ

സ്ഥിരം സന്ദർശകരാണ് ഏട്ടനും രണ്ടു ഫ്രണ്ട്സും. എല്ലാ വീക്കെന്റിലും ഞങ്ങൾ തമ്മിൽ കാണും. ഒരു ദിവസം ഞങ്ങൾ പരിചയപ്പെട്ടു. അപ്പോഴാ മലയാളിയാണെന്ന് മനസ്സിലായത്. പക്ഷേ ആന്ധ്ര മലയാളി. മലയാളം സംസാരിക്കാനേ അറിയൂ. അന്യനാട്ടിൽ വച്ച് ഒരു മലയാളിയെ കണ്ടപ്പോൾ സന്തോഷമായി. അങ്ങനെ ഞങ്ങൾ സുഹൃത്തുക്കളായി. കോഴ്സ് കഴിഞ്ഞ് മടങ്ങി വന്നപ്പോൾ ഞങ്ങളുടെ സൗഹൃദവും ഇല്ലാതായി. അന്ന് മൊബൈലും സോഷ്യൽ മീഡിയയും ഇല്ലല്ലോ. ലാൻഡ് നമ്പറും അഡ്രസ്സുമൊക്കെ വാങ്ങിയിരുന്നു. പക്ഷേ പിന്നീട് വിളിക്കുകയോ കത്തയയ്ക്കുകയോ ചെയ്തില്ല. കേരള മാട്രിമോണിയിൽ ഏട്ടന്റെ വീട്ടുകാരാണ് എന്റെ പ്രൊഫൈൽ കണ്ട് താൽപര്യം അറിയിച്ചത്. ഫോട്ടോയും ഫാമിലി ഡീറ്റെയിൽസും കണ്ടപ്പോൾ ഞങ്ങൾക്ക് തമ്മിലറിയാമെന്ന് മനസ്സിലായി.

ഒന്നരവർഷത്തോളമുള്ള പരിചയം ഒരുമിച്ചു മുന്നോട്ടു പോകാനാവുമെന്ന് കരുതി. രണ്ടുപേരുടേയും ഇഷ്ടങ്ങൾ വ്യത്യസ്തമാണ്. പക്ഷേ പരസ്പരം തടസ്സം പറയാതിരുന്നാൽ മുന്നോട്ടുപോകാമല്ലോ. ഒരുമിച്ച് ഒഴുകുന്നുണ്ട്, പക്ഷേ ഇതുവരെ കൂടിച്ചേർന്നിട്ടില്ല.

''മാഡം, ടി ഓർ കോഫി.''

''ആന്റി, പുറത്തു നല്ല ചായ കിട്ടുന്നൊരു ഷോപ്പുണ്ട്. ഇവിടുത്തെ ചായയും കോഫിയും വിലക്കൂടുതലാണെന്നേയുള്ളൂ അത്ര പോരാ.''

ഭക്ഷണം കഴിച്ച് ഇരുവരും ഹോട്ടലിൽ നിന്നും പുറത്തിറങ്ങി. മമ്മൂ ഷോപ്പിന്റെ മുന്നിൽ കാർ നിർത്തി.

''ഏക് ഫ്രഷ് മിൽക്ക് ടി സ്ട്രോങ്ങ് ബഡാ ഗ്ലാസ് ഏക് മൗണ്ടൻ ഡ്യൂ.''

ഓർഡർ വെയിറ്റ് ചെയ്തിരിക്കുമ്പോഴാ ഒരാൾ ഭക്ഷണം കഴിക്കാനായി പൈസ വേണമെന്ന് പറഞ്ഞു വന്നത്.

''യാചകർക്ക് പൈസ കൊടുക്കുന്നത് ഇവിടെ നിയമവിരുദ്ധമാണ്. പൊലീസ് കണ്ടാൽ എനിക്ക് ഫൈനും നിങ്ങളെ പിടിച്ചു കൊണ്ടു പോവുകയും ചെയ്യും.''

അയാൾ പിന്നെയും കൈ നീട്ടിക്കൊണ്ട് ഭക്ഷണം കഴിക്കാൻ ആണെന്ന് പറഞ്ഞു. ഓർഡറുമായി ഡെലിവറി ബോയ് വന്നു.

അവന്റെ കയ്യിൽ പൈസ കൊടുത്ത് ''ഇയാൾക്ക് വിശക്കുന്നതിന് എന്തെങ്കിലും ഭക്ഷണം കൊടുത്തിട്ട് ബാലൻസ് ക്യാഷ് അയാളുടെ കയ്യിൽ കൊടുത്തേക്കൂ.''

ഇതും പറഞ്ഞുകൊണ്ട് അനാമിക വണ്ടി തിരിച്ചു.

''ആന്റി ഇനി നമുക്ക് ദുബായ് മാളിലേക്ക് പോകാം അവിടെയൊക്കെ കറങ്ങാം.''

വണ്ടി നേരെ ദുബായ് മാളിലേക്ക്.

''റമദാൻ ആയതുകൊണ്ട് രാത്രി വളരെ വൈകിയാണ് അടയ്ക്കുന്നത്. തുറക്കാൻ രാവിലെ പത്തുമണിയാകും. അതുകൊണ്ട് നമുക്ക് പതുക്കെ പോകാം.''

''മോളേ, ഞാൻ ഇന്നലെ പറഞ്ഞില്ലേ എന്റെ താമസക്കാര്യം, അതിനെക്കുറിച്ച് ഒന്നും പറഞ്ഞില്ല.''

കുറച്ചുനേരത്തേക്ക് അനാമിക മൗനമായിരുന്നു. പിന്നെ സാവകാശം മറുപടി പറഞ്ഞു.

''ആന്റീ, പറയുന്നതുകൊണ്ട് വിഷമിക്കരുത്. എന്റെ കൂടെ താമസിക്കാൻ പറ്റില്ല. അത് നമ്മൾ തമ്മിലുള്ള റിലേഷൻ ഇല്ലാതാക്കും. മറ്റേ ബെഡ്റൂം എന്റെ പുസ്തകങ്ങൾ സൂക്ഷിക്കുന്നതിനാണ്. ഞങ്ങൾ രാവിലെ പോയാൽ രാത്രിയെ തിരിച്ചുവരൂ. മൂന്നാമതൊരാൾ ഞങ്ങളോടൊപ്പം ശരിയാവില്ല. നല്ലൊരു സ്ഥലം ഞാൻ എത്രയും പെട്ടെന്ന് ആന്റിക്ക് കണ്ടെത്തി തരാം.''

ആ മറുപടി നിർമ്മല പ്രതീക്ഷിച്ചില്ല. അവരുടെ മുഖം മ്ലാനമായി. കുറെ നേരം ഇരുവരും ഒന്നും സംസാരിച്ചില്ല. അതിനുശേഷം നിർമ്മല പറഞ്ഞു.

''ആരുമില്ലാതെ, അനാഥരായലുള്ള വേദനയേക്കാൾ എല്ലാവരും ഉണ്ടായിട്ടും അനാഥയെപോലെ ജീവിക്കേണ്ടി വരുന്നതാണ് കൂടുതൽ വേദനാജനകം.''

അനാമിക ഒന്നും മിണ്ടിയില്ല.

പത്ത്

അല്ലാതീം പാർക്കിന്റെ പുൽത്തകിടിയിൽ നിർമ്മലയും അനാമികയും കാലും നീട്ടി വെച്ചിരുന്നു. അവർ താമസിക്കുന്ന സ്ഥലത്ത് നിന്ന് നടന്നുവരേണ്ട ദൂരമേയുള്ളൂ പാർക്കിലേക്ക്. തറാവീഹ് നമസ്കാരം നടക്കുന്ന സമയമാണ്. പള്ളിയിൽനിന്ന് പ്രാർത്ഥന ഉച്ചത്തിൽ കേൾക്കുന്നു. അർത്ഥം അറിഞ്ഞില്ലെങ്കിലും കേട്ടിരിക്കാൻ മനസ്സിന് നല്ല സുഖം.

ഇരുവരും ഒന്നും സംസാരിച്ചില്ല. ചിൽഡ്രൻസ് പാർക്കിൽ കുട്ടികൾ കളിക്കുന്ന ശബ്ദം കേൾക്കാം. റബ്ബർ ട്രാക്കിൽകൂടി ജോഗിങ്ങിനും ഈവനിംഗ് വാക്കിങ്ങിനും വരുന്നവരും ചുമ്മാ നേരം കളയാൻ ഇരിക്കുന്ന വരും ധാരാളം. ബോട്ട് സവാരിക്ക് വന്നവരേയും കൊണ്ട് പാർക്ക് സജീവം. പല നിറത്തിലുള്ള ഡെക്കറേഷൻ ബൾബ് കൊണ്ട് അവിടെ മുഴുവൻ അലങ്കരിച്ചിട്ടുണ്ട്. പാർക്കിന്റെ ഭംഗി ഒന്നുകൂടി കൂടിയിട്ടുണ്ട്.

''പകലൊക്കെ മാളിലായതുകൊണ്ട് കാര്യമായൊന്നും സംസാരിക്കാൻ കഴിഞ്ഞില്ല. ഇന്നലെ രാത്രി പറഞ്ഞതിനുശേഷം പിന്നീടെന്ത് സംഭവിച്ചു? നടന്ന സംഭവമാണെങ്കിലും ആന്റി പറയുമ്പോൾ കഥ പോലെ തോന്നുന്നു.''

''ഇന്ന് ഇത് കഥയാണ് മോളേ, അന്ന് അത് ജീവിതവും. വയനാട്ടിലെ രാജുവേട്ടന്റെ വീട്ടിലേക്കാണ് എന്നെ കൊണ്ടുപോയത്. അവിടെ അവർക്ക് വലിയ തോട്ടവും കൃഷിയുമൊക്കെയുണ്ട്. അതിലൊരു ഫാം ഹൗസും. ബ്രിട്ടിഷ് സ്റ്റൈലിലുള്ള ഒരു പഴയ വീട് ആയിരുന്നു. ചുറ്റും ഗ്ലാസ് വിൻഡോസ്. നിലം ചിപ്സ് ഇട്ടത്. ഇലക്ട്രിക് കണക്ഷനുമുണ്ട്. നല്ലൊരു വീടാണ്. ആദ്യമായാണ് അതുപോലൊരു വീട് ഞാൻ കാണുന്നത്. രാജുവേട്ടൻ തോട്ടത്തിലെ കാര്യങ്ങളൊക്കെ നോക്കാൻ വരുമ്പോൾ അവിടെയാ താമസിക്കാറ്. വീടിനു ചുറ്റും നിറയെ പൂച്ചെടികളാണ്. ഇതൊക്കെ നോക്കാനായി ഒരു ജോലിക്കാരനുമുണ്ട്. സുൽത്താൻ ബത്തേരിക്കടുത്തായാണ്

തോട്ടം. ഞങ്ങൾ അവിടെ എത്തുമ്പോൾ തന്നെ ഏകദേശം നാലു മണിയായി. കോളേജിന്റെ പിറകിൽ നിന്നും സ്റ്റാർട്ട് ചെയ്ത കാർ പിന്നെ ആ വീട്ടിലെത്തിയിട്ടാണ് സ്റ്റോപ്പ് ചെയ്തത്. അതുകൊണ്ടു തന്നെ നല്ല ദാഹവും വിശപ്പും ഉണ്ട്. രാജുവേട്ടൻ പറഞ്ഞത് പ്രകാരം ജോലിക്കാരൻ അടുത്തുള്ള ഹോട്ടലിൽ നിന്നും ഭക്ഷണം എത്തിച്ചു തന്നു. അത് കഴിച്ചു ഫ്രഷ് ആയതിനുശേഷം അച്ഛനെക്കുറിച്ച് മാത്ര മായി ചിന്ത. ഉള്ളിൽ ചെറിയ ഭയവും ആശങ്കയും തോന്നി.

രാജുവേട്ടൻ എന്നെ സമാധാനിപ്പിച്ചു എല്ലാം ശരിയാകും. അയാൾ കല്യാണത്തിനുവേണ്ട ഒരുക്കങ്ങളൊക്കെ അവിടെ ചെയ്തിരുന്നു. എനിക്കുവേണ്ടി വാങ്ങിച്ച പുതിയ വസ്ത്രങ്ങളും താലിമാലയും കാണിച്ചുതന്നു. അത് കണ്ടപ്പോൾ മനസ്സിന് അല്പം ആശ്വാസം തോന്നി.

“ഇന്ന് വെള്ളിയാഴ്ച. ശനിയും ഞായറും കഴിഞ്ഞ് തിങ്കളാഴ്ച മാത്രമേ നല്ല ദിവസം ഉള്ളൂ, അന്നാണ് നമ്മുടെ കല്യാണം.”

ഞാനൊന്നും പറഞ്ഞില്ല. ചെറിയൊരു ആശങ്ക തോന്നിയെ ങ്കിലും രാജുവേട്ടന്റെ സ്നേഹത്തിനു മുന്നിൽ അതെല്ലാം മറന്നു. വീട്ടുകാരെപ്പറ്റി ആലോചിച്ചിരുന്ന എന്റെ വിഷമം മാറ്റാൻ അയാ ളെന്നേയും കൊണ്ട് തോട്ടത്തിൽ ചുറ്റി നടന്നു.

വർഷകാലമായില്ലെങ്കിലും അവിടെ അത്യാവശ്യം മഴ പെയ്തി രുന്നു. നല്ല തണുപ്പും. സന്ധ്യ ആയതോടെ കോടയും ഇറങ്ങി. പ്രകൃതിയുടെ എല്ലാ സൗന്ദര്യവും അവിടെയുണ്ട്. തോട്ടത്തിൽ പെട്ടെന്ന് തന്നെ ഇരുട്ട് വീണു. ഞങ്ങൾ ഫാം ഹൗസിലേക്ക് മടങ്ങി. എന്റെ മുഖത്തെ വിഷമം കണ്ടിട്ടാവണം രാജുവേട്ടൻ പറഞ്ഞു.

“തിങ്കളാഴ്ചവരെ നിമ്മി ഒന്ന് കാത്തിരിക്കൂ. കല്യാണത്തിന് ശേഷം നമുക്ക് അച്ഛനെ പോയി കാണാം. എന്റെ വീട്ടുകാരേയും ഞാൻ ക്രമേണ പറഞ്ഞ് മനസ്സിലാക്കിക്കൊള്ളാം. നമുക്കൊരുമി ക്കാൻ ഇതേ മാർഗ്ഗമുള്ളൂ. എല്ലാം നല്ലതിനാണ്.”

സന്ധ്യയ്ക്ക് മുറ്റത്തെ പൂന്തോട്ടത്തിൽ വിരിഞ്ഞ മുല്ലപ്പൂവി ന്റേയും പനിനീർചെമ്പകത്തിന്റേയും അവിടെയാകെ പടർന്ന സുഗ ന്ധവും നല്ല തണുപ്പും രാജുവേട്ടന്റെ സ്നേഹവും കൂടിയായപ്പോൾ, ഞാൻ എന്നെതന്നെ മറന്നു. ആ വീട്ടിൽ എനിക്കൊരു ബുദ്ധിമുട്ടു മുണ്ടായിട്ടില്ല. ജോലിക്കാരൻ സമയത്തിന് ഭക്ഷണം എത്തിച്ചു തരും. പകലൊക്കെ രാജുവേട്ടൻ കാറിൽ കൊണ്ടുപോയി അവിടെ യൊക്കെ ചുറ്റിക്കറങ്ങി കാണിക്കും. അങ്ങനെ രണ്ട് ദിവസം രണ്ട് നിമിഷം പോലെ കടന്നുപോയി.

തിങ്കളാഴ്ച അതിരാവിലെ എഴുന്നേറ്റ്, കുളിച്ച് കല്യാണത്തിന് വാങ്ങിയ മഞ്ഞപ്പട്ടുസാരിയുടുത്തു. രാജുവേട്ടന് ഏറ്റവും ഇഷ്ടപ്പെട്ട

നിറം ആണത്. പൂവെല്ലാം ചൂടി റെഡിയായി. അയാൾ നേരത്തെ തന്നെ റെഡിയായി. ജോലിക്കാരൻ ബ്രേക്ക് ഫാസ്റ്റ് കൊണ്ടുവന്നെങ്കിലും എനിക്ക് കഴിക്കാൻ തോന്നിയില്ല. വിശപ്പില്ല. മനസ്സിന് പറഞ്ഞറിയിക്കാനാവാത്ത എന്തോ ഒരു ടെൻഷൻ. അയാൾ പതിവിലും കൂടുതൽ സന്തോഷവാനായിരുന്നു. ഒമ്പതുമണിവരെ രാഹുകാലമായതുകൊണ്ട് അതിനുശേഷമേ വീട്ടിൽ നിന്ന് ഇറങ്ങാൻ പറ്റൂ. അമ്പലത്തിലേക്ക് അവിടെനിന്ന് അധികം ദൂരമില്ല. ഒമ്പത് മണിയാവാനായി ഞാൻ ക്ലോക്കും നോക്കിയിരുന്നു. രാജുവേട്ടൻ ഭക്ഷണമൊക്കെ കഴിച്ച് പത്രം വായിക്കാൻ തുടങ്ങി.

പെട്ടെന്ന് ഒരു വാഹനത്തിന്റെ ശബ്ദം കേട്ട് നോക്കിയപ്പോൾ മുറ്റത്തേക്കൊരു ജീപ്പ് വരുന്നു. ഞെട്ടലോടെ ഞാൻ നോക്കിയപ്പോൾ ജീപ്പിൽ നിന്നും രണ്ടുപേർ ഇറങ്ങി. പിറകെ തന്നെ ഒരു പൊലീസ് ഉദ്യോഗസ്ഥനും വനിതാ പൊലീസും. ഭയന്നു ഞാൻ അകത്തേക്കോടി. രാജുവേട്ടൻ എന്റെ പിറകെ വന്നു. ഭയന്നു നിൽക്കുന്ന എന്നോട് പറഞ്ഞു.

''അതെന്റെ ചെറിയ മാമനും ചേച്ചിയുടെ ഭർത്താവ് സുധേട്ടനുമാണ്. അവർ പൊലീസിനേയും കൂട്ടി വന്നിരിക്കുകയാ. നമ്മൾ ഇവിടെയുള്ള വിവരം അവരെങ്ങനെയോ അറിഞ്ഞിരിക്കുന്നു. കൂട്ടിക്കൊണ്ടു പോകാൻ വന്നതാവും. ഇനി എന്താ ചെയ്യാ, കല്യാണം?''

അപ്പോഴേക്കും വനിതാ പൊലീസ് അകത്തെത്തി. ഞാൻ പേടിച്ചു കരയാൻ തുടങ്ങി.

''വാടീ, ജീപ്പിലേക്ക്'' എന്നു പറഞ്ഞ് അവരെന്റെ കയ്യിൽ പിടിച്ചു വലിച്ചു. ഞാനുറക്കെ കരഞ്ഞുകൊണ്ട് രാജുവേട്ടനെ നോക്കി. പക്ഷേ അയാൾ എന്നെ ശ്രദ്ധിച്ചില്ല. അളിയനോടും അമ്മാവനോടും എന്തൊക്കെയോ ശബ്ദം കുറച്ച് സംസാരിക്കുന്നു. എനിക്കൊന്നും വ്യക്തമായില്ല.

രാജുവേട്ടാ... എന്ന് ഞാൻ വിളിക്കുന്നുണ്ടെങ്കിലും ആരും ആ വിളി കേട്ടില്ല. വനിതാ പൊലീസ് എന്റെ കൈപിടിച്ച് വലിച്ച് ജീപ്പിനടുത്തേക്ക് കൊണ്ടുപോയി. ഞാൻ വണ്ടിയിൽ കയറാൻ കൂട്ടാക്കാതെ രാജുവേട്ടാന്ന്, ഉറക്കെ വിളിച്ചു കരഞ്ഞു.

ഇതുകേട്ട് അയാൾ പുറത്തേക്ക് വന്ന് എന്നോട് പറഞ്ഞു.

''നിമ്മി, ജീപ്പിൽ കയറൂ. ഞാൻ ഇവരോടൊപ്പം പിറകെ കാറിൽ വരാം.''

അപ്പോഴേക്കും അവർ എന്നെ പിടിച്ചു ജീപ്പിൽ കയറ്റി. കൂടെ മോളോട് എനിക്ക് പറയാനാവാത്ത കുറേ ചീത്തയും പറഞ്ഞ് വനിതാപൊലീസ്. ജീപ്പ് സ്റ്റാർട്ട് ചെയ്തു, പിറകെ അയാളുടെ

കാറും. ഇടയ്ക്കിടെയുള്ള വനിതാ പൊലീസിന്റെ കേട്ടാൽ അറയ്ക്കുന്ന തെറിവിളിയും.

''വായടയ്ക്കെടീ, കരച്ചിൽ നിർത്തെടീ, നീയൊക്കെ എന്ത് കരുതി എന്നൊക്കെ. ജീപ്പ് പോലീസ് സ്റ്റേഷനിലെത്തി, പിറകെ കാറും. വനിതാ പൊലീസ് എന്നെ ജീപ്പിൽ നിന്നും പിടിച്ചിറക്കി എസ് ഐ യുടെ റൂമിലേക്ക് കൊണ്ടുപോയി. ഒറ്റനോട്ടത്തിൽ ഞാൻ കണ്ടു, അവിടെ തല കുമ്പിട്ടിരിക്കുന്ന അച്ഛനും സങ്കടത്തോടെ എന്നെ നോക്കുന്ന ഏട്ടനും. അവരാണ് പൊലീസിൽ കംപ്ലെയിന്റ് കൊടുത്തതെന്ന് കരുതി. എനിക്ക് അവരോട് ദേഷ്യം തോന്നി. എസ് ഐ അച്ഛൻ പഠിപ്പിച്ച സ്റ്റുഡന്റ് ആയിരുന്നു. അതുകൊണ്ടു തന്നെ നല്ല രീതിയിലാണ് ഞങ്ങളോട് സംസാരിച്ചത്.

എസ് ഐ അച്ഛന്റെ കയ്യിൽ പിടിച്ചു പറഞ്ഞു.

''മാഷ് മോളെ കൂട്ടി പൊയ്ക്കോളൂ, കേസൊന്നുമില്ല. അവരൊക്കെ വലിയ ആൾക്കാരാ, പിന്നീട് നിങ്ങൾ പുറത്തു നിന്ന് ആരെ കൊണ്ടെങ്കിലും സംസാരിപ്പിച്ച് നല്ലൊരു തീരുമാനമെടുക്കൂ.''

അച്ഛൻ എഴുന്നേറ്റുനിന്ന് കണ്ണുനീർ വാർത്തതല്ലാതെ ഒരക്ഷരം മിണ്ടിയില്ല. കരയുന്ന അച്ഛനെ അന്ന് ആദ്യമായാണ് ഞാൻ കണ്ടത്. പക്ഷേ അതൊന്നും എന്നെ ഒട്ടും സങ്കടപ്പെടുത്തിയില്ല. പോകാം എന്ന് പറഞ്ഞ് ഏട്ടനെന്റെ കയ്യിൽ പിടിച്ചു നടന്നു. പിറകെ അച്ഛനും.

പുറത്ത് രാജുവേട്ടനും ബന്ധുക്കളും മറ്റ് രണ്ടുമൂന്നു പൊലീസുകാരും സംസാരിച്ചുകൊണ്ട് മാറിനിൽക്കുന്നു.

രാജുവേട്ടാന്ന് ഞാൻ വിളിച്ചപ്പോൾ എന്നെ നോക്കി കണ്ണ് ചിമ്മിക്കൊണ്ട് സാരമില്ലെന്ന അർത്ഥത്തിൽ ചിരിച്ചുകൊണ്ട് തലയാട്ടി. അപ്പോഴും അയാളിലെനിക്കുള്ള വിശ്വാസം നഷ്ടപ്പെട്ടിരുന്നില്ല. അച്ഛന്റെയും ഏട്ടന്റെയും കൂടെ വീട്ടിലേക്കുള്ള യാത്രയിലും മനസ്സ് നിറയെ രാജുവേട്ടൻ മാത്രമായിരുന്നു.

എന്റെ മുഖം കണ്ടിട്ടാവണം പോകുന്ന വഴിക്ക് ഏട്ടൻ പറഞ്ഞു ''പൊലീസിന് കംപ്ലെന്റ് കൊടുത്തത് രാജശേഖരന്റെ ആൾക്കാരാണ്, ഞങ്ങളല്ല.''

അനാമിക അമ്പരന്ന് നിർമ്മലയെ നോക്കി.

പതിനൊന്ന്

"**വീ**ടിനടുത്ത് ടാക്സി എത്തുമ്പോഴേക്കും ഏകദേശം മൂന്നു മണിയായി. ഉച്ചസമയവും അന്ന് നല്ല വെയിലായിരുന്നു. അധികം ആൾക്കാരൊന്നും വഴിയിലില്ല.

വീട്ടിൽ ചെന്ന് കയറി. എല്ലാവരും ഞങ്ങളെ പ്രതീക്ഷിച്ചിരിക്കുകയാണ്. എന്നെ കണ്ടയുടൻ അമ്മ ഓടി വന്ന് എന്നെ വലിച്ച് അകത്തേക്ക് കൊണ്ടുപോയി. ഒരുപാട് തല്ലി. ഞാൻ എതിർത്തൊന്നും പറയാതെ മിണ്ടാതെ നിന്ന് ആ അടി മുഴുവൻ കൊണ്ടു.

അച്ഛമ്മ കരഞ്ഞുകൊണ്ട് കുറെ വഴക്ക് പറഞ്ഞു. ഉപദേശിക്കുകയല്ലാതെ വഴക്കു പറയുന്നത് ആദ്യമാണ്. ഞാൻ ദേഷ്യത്തോടെ അച്ഛമ്മയെ നോക്കിയതല്ലാതെ മറുപടിയൊന്നും പറഞ്ഞില്ല. പുറമേയുള്ള ആരും കാണാതിരിക്കാൻ വേണ്ടിയാണ് ടാക്സി വിളിച്ചു വന്നത്, പക്ഷേ പത്രം മാധവിയേച്ചി അതറിഞ്ഞു. ഞങ്ങളെത്തി അരമണിക്കൂർ ആവുമ്പോഴേക്കും മാധവിയേച്ചി വീട്ടിലെത്തി.

"നിർമ്മല വന്നു അല്ലേ, മാഷും ഗോപിയും ടാക്സിയിൽ വരുന്നത് എന്റെ മോൻ പീടികയുടെ അടുത്തുനിന്ന് കണ്ടു. കൂടെ ഒരു പെൺകുട്ടിയും ഉണ്ടായിരുന്നു. ഓടുന്നതിനിടയിൽ കണ്ടതുകൊണ്ട് ആരാന്ന് മനസ്സിലായില്ല. അത് അറിയാനാ ഞാൻ ഇങ്ങോട്ട് വന്നത്."

"മണവാട്ടിയുടെ വേഷത്തിൽ നാട്ടുകാർ കണ്ടിട്ട് പിന്നെയും നാണം കെടേണ്ടെന്ന് കരുതിയാ ഇല്ലാത്ത പൈസയും കൊടുത്ത് ടാക്സി പിടിച്ചു വന്നത്. പക്ഷേ മാധവിയേച്ചീന്റെ മോന്റെ കണ്ണ് സാറ്റലൈറ്റണ്. ഇനിയിപ്പം ഇവരു മതി നാട്ടില് മുഴുവൻ നോട്ടീസടിച്ചിറക്കാൻ. ഈ പെണ്ണുങ്ങളെ പേരിന്റെ കൂടെ പത്രമെന്ന് ചേർത്തത് ആരോ അറിഞ്ഞുകൊണ്ടുതന്നെയാ."

അതും പറഞ്ഞു ഏട്ടനെന്നെ നോക്കി പല്ലിറുമ്മി. ഹരിയും അനിലും എന്നെ നോക്കുന്നതുതന്നെ ദേഷ്യത്തോടെയാണ്. അരുന്ധതി സങ്കടത്തോടെ എന്റടുത്ത് വന്നിരുന്നു. പക്ഷേ അതൊന്നും

ഞാൻ ശ്രദ്ധിച്ചതേയില്ല. സന്ധ്യയാകുമ്പോഴേക്കും ഞാനെത്തിയ വിവരം ബന്ധുക്കളൊക്കെയറിഞ്ഞു. ചിലരൊക്കെ വീട്ടിൽ വന്നു കാര്യങ്ങളന്വേഷിച്ചു. ആരൊക്കെയോ എന്നെ കാണാൻ അകത്തേക്ക് വന്നു. ഞാനാർക്കും മുഖം കൊടുക്കാതെ കമിഴ്ന്നു കിടന്നു. വീടിനുള്ളിലാകെ മൂകത നിറഞ്ഞു.

വന്നവർ സംസാരിക്കുന്നതുപോലും വളരെ പതുക്കെയാണ്. രാത്രിയിൽ അച്ഛമ്മ ഭക്ഷണം കഴിക്കാൻ വിളിച്ചെങ്കിലും ഞാൻ പോയില്ല. ആരും നിർബന്ധിച്ചതുമില്ല. കുറേ സമയം കഴിഞ്ഞപ്പോൾ വീട്ടിലെ വിളക്കൊക്കെ അണഞ്ഞു. ഞാൻ പതുക്കെ എഴുന്നേറ്റു സാരി മാറ്റി തലയിലെ വാടിയ മുല്ലപ്പൂക്കൾ അഴിച്ചെടുത്തു, കുറച്ചു നേരം അവ കയ്യിൽ പിടിച്ചു. അതിന്റെ അപ്പോഴും സുഗന്ധം നഷ്ടപ്പെട്ടിരുന്നില്ല.

മനസ്സിന് വല്ലാത്തൊരു വേദന. ഞാൻ കണ്ട സ്വപ്നങ്ങൾക്ക് ഈ പൂവിന്റെ ആയുസ്സേ ഉണ്ടായിരുന്നുള്ളൂ? ജനലിലൂടെ ഞാനാ പൂമാല വലിച്ചെറിഞ്ഞു സാരി കയ്യിൽ തന്നെ പിടിച്ചു. ഇത് രാജുവേട്ടൻ എനിക്ക് വേണ്ടി ഇഷ്ടത്തോടെ സെലക്ട് ചെയ്തു വാങ്ങിത്തന്നതല്ലേ. ഇതിലയാളുടെ വിരൽ സ്പർശമുണ്ടാകും. സാരി ഞാൻ നെഞ്ചോടു ചേർത്തു. പിന്നെ അതൊരു കവറിൽ ഇട്ടു പെട്ടിക്കടിയിൽ വെച്ചു.

രാജുവേട്ടനോടൊപ്പമുള്ള ആ നിമിഷങ്ങൾ എന്റെയുള്ളിൽ കടന്നു വന്നു. കണ്ണ് നിറഞ്ഞൊഴുകി. ഞാൻ കിടന്നു. അയാളുടെ മുഖം മനസ്സിൽ നിന്നും മായുന്നില്ല. അന്ന് ഞാൻ കാര്യമായി ഭക്ഷണമൊന്നും കഴിച്ചില്ല. പിന്നെ യാത്രാക്ഷീണവും ടെൻഷനും കാരണം ഉറങ്ങിപ്പോയതറിഞ്ഞില്ല. അരുന്ധതി വിളിച്ചാണ് ഉറക്കമുണർന്നത്. അപ്പോഴേക്കും നന്നേ പുലർന്നിരുന്നു.

ഞാൻ വീടു വിട്ടു പോയശേഷം പുറമേയുള്ളവരുടെ ചോദ്യങ്ങൾക്ക് ഉത്തരം പറയാനാവാതെയും നാണക്കേടുകൊണ്ടും ആരും പുറത്തിറങ്ങിയിരുന്നില്ല. ഒരു ദിവസം ഗോപിയേട്ടന്റെ ഉറക്കെയുള്ള ശബ്ദം കേട്ടു.

''നിങ്ങൾ എത്ര കാലം ഇങ്ങനെ നാട്ടുകാരെ പേടിച്ച് അകത്തിരിക്കും?''

ഞാൻ എന്തായാലും കോളേജിൽ പോകാൻതന്നെ തീരുമാനിച്ചു. എന്തെങ്കിലും ആവശ്യം ഉണ്ടെങ്കിൽ ഹരിയും അനിലും പുറത്തു പോകണം. സ്കൂളിൽ അഡ്മിഷൻ നടക്കുന്ന സമയമല്ലേ, അച്ഛനും സ്കൂളിൽ പോകണം. ആളുകളെന്തെങ്കിലുമൊക്കെ പറയും. കുറച്ചു ദിവസം. പിന്നെ അവർക്ക് മറ്റെന്തെങ്കിലും കിട്ടിയാൽ അതിന്റെ പുറകെ പോകും. ഇത് മറക്കും. ഇതൊക്കെയാണ് ഞാൻ ആലോചിച്ചത്.

അപ്പോഴാണ് അച്ഛന്റെ പതിഞ്ഞ വാക്കുകൾ കേട്ടത്.

''എന്റെ കുഞ്ഞിനെ തിരിച്ചേൽപ്പിച്ചില്ലോ. കൊന്ന് കൊക്കയിൽ തള്ളിയില്ലല്ലോ. അതും അതിനപ്പുറവും ചെയ്യാൻ മടിക്കാത്ത കൂട്ടരാണവർ.''

ഞാനാരോടും സംസാരിക്കാതെ മുറിയിലിരിക്കും. വീട്ടുകാർ നാണം കെട്ടതോ നാട്ടുകാർ പറയുന്നതോ ഒന്നും എനിക്ക് പ്രശ്നമായിരുന്നില്ല. എന്റെ സങ്കടം മുഴുവൻ രാജുവേട്ടനെക്കുറിച്ചോർത്താണ്. ആദ്യമായി അയാളെ കണ്ടതും നോക്കാനും ചിരിക്കാനും തുടങ്ങിയതും കത്തെഴുതുന്നതും ആരും അറിയാതെയുള്ള കൂടിക്കാഴ്ചകളും ആ സംസാരവും ഒടുവിൽ കൂടെയുള്ള രണ്ടു ദിവസങ്ങളും. എല്ലാം ശരിയാവും, വിഷമിക്കേണ്ട എന്ന് പറഞ്ഞ് ആശ്വസിപ്പിച്ചതും പൊലീസ് സ്റ്റേഷനിൽ വച്ച് കണ്ണുകൊണ്ട് യാത്ര പറഞ്ഞതും എന്റെ മനസ്സിലൂടെ കടന്നുപൊയ്ക്കൊണ്ടിരുന്നു. ഇതെല്ലാം അയാളും ഓർമ്മിക്കുന്നുണ്ടാവില്ലേ. വീട്ടുകാരെ സമ്മതിപ്പിച്ചോ അല്ലാതെയോ രാജുവേട്ടനെന്നെ കല്യാണം കഴിക്കും. ഒരിക്കലും എന്നെ ഉപേക്ഷിക്കില്ല. കൂടെയുള്ള ദിവസങ്ങളിൽ എന്നോട് കാണിച്ച കരുതലും സ്നേഹവും മാത്രം മതി അതിനെനിക്കുള്ള ഉറപ്പ്.

തമ്മിൽ കാണാനോ എഴുതാനോ പറ്റാത്ത സമയങ്ങളിൽ ആരുമറിയാതെ കോളേജിൽ കാണാൻ വന്നതും എക്സാം സമയത്ത് വൈവ ഡേറ്റ് കണ്ടെത്തി ശശി എന്ന പേരിൽ കത്തെഴുതിയതും എന്നോടുള്ള സ്നേഹം കൊണ്ടല്ലേ. ഞാനില്ലാതെ ജീവിക്കാനാവില്ലെന്ന് പലപ്പോഴും പറഞ്ഞിട്ടുണ്ട്. ശശിയുടെയോ ജയന്റെയോ പേരിൽ എനിക്ക് കത്തെഴുതും. അല്ലെങ്കിലൊരു ദിവസം വീട്ടുകാരെ കൂട്ടിവരും. ഞാൻ പ്രതീക്ഷയോടെ കാത്തിരുന്ന ദിവസങ്ങൾ. ചിലപ്പോഴെനിക്ക് സങ്കടം വരും. കഴിഞ്ഞ കാര്യങ്ങളോർത്ത്. മറ്റു ചിലപ്പോൾ ചിരിയും ദേഷ്യവുമൊക്കെ വരും. ചില രാത്രികളിൽ രാജുവേട്ടനെ ഓർമ്മ വരുമ്പോൾ ഉറക്കം നഷ്ടപ്പെടും. അപ്പോൾ ഞാൻ ആരും കാണാതെ പഴയ കത്തൊക്കെയെടുത്തു വായിക്കും. ജനൽ പാളികളിലൂടെ മുറിയിലേക്കൊഴുകുന്ന നിലാവെളിച്ചം നോക്കിയും ജനലിലൂടെ ആകാശത്തുദിച്ചു നിൽക്കുന്ന ചന്ദ്രനെ നോക്കിയും ഉറക്കം വരാത്ത പല രാത്രികൾ കഴിച്ചുകൂട്ടി.

രാജുവേട്ടന്റെ എഴുത്തും പ്രതീക്ഷിച്ച് എന്നും ഞാൻ പോസ്റ്റുമാനെ കാത്തിരിക്കും. രാഘവേട്ടൻ കത്തുമായി വരുന്ന സമയം പത്തര പതിനൊന്ന് മണിക്കാണ്. എന്നും കാലത്തെ ജോലിയൊക്കെ കഴിഞ്ഞ് കുളിച്ച് റെഡിയായി എഴുത്തും പ്രതീക്ഷിച്ച് മാതൃഭൂമി പത്രവും വായിച്ചിറയിത്തിരിക്കും.

രാഘവേട്ടൻ കത്ത് വീട്ടിൽ കൊണ്ട് തരില്ല. പണ്ട് വീട്ടിലേക്ക് കയറാൻ ഗെയ്റ്റിനു പകരം കല്ലുകൊണ്ട് പടികെട്ടി വെക്കും. ഇതിന് ഞങ്ങളുടെ നാട്ടിൽ കണ്ടി എന്നാണ് പാറയുന്നത്.

രാഘവേട്ടൻ കണ്ടിക്കടുത്തു നിന്നും വിളിക്കും. പെട്ടെന്ന് ഓടി പോയാൽ കത്ത് കയ്യിൽ തരും. അല്ലെങ്കിൽ അവിടെ വച്ചിട്ട് പോകും. ആൾക്ക് എപ്പോഴും നല്ല തിരക്കാണ്. എഴുത്തും വായനയുമറിയാത്തവർക്ക് കത്ത് വായിച്ചു കൊടുക്കുന്നതും മറുപടി എഴുതിക്കൊടുക്കുന്നതും രാഘവേട്ടനാണ്.

ഏതൊക്കെ വീടുകളിൽ ആർക്കൊക്കെ ആരുടെയൊക്കെ കത്ത് വരാറുണ്ടെന്ന് അയാൾക്കറിയാം. സുഹൃത്തുക്കളുടെ കത്ത് കൃത്യമായി എന്നെ തേടി വന്നു. ഫ്രം അഡ്രസ്സ് ശശിയോ ജയനോ എന്ന് കണ്ടാൽ ഞാൻ പ്രതീക്ഷയോടെ പൊട്ടിച്ചു വായിക്കും. പക്ഷേ രാജുവേട്ടന്റെ കത്ത് മാത്രം എന്നെ തേടി വന്നില്ല.

ഒരിക്കൽ എഴുത്തു വാങ്ങാൻ പോയപ്പോൾ രാഘവേട്ടൻ ചോദിച്ചു, ''നിർമ്മല കാത്തിരിക്കുന്ന ആൾ ഇപ്പോൾ കത്തെഴുതാറില്ല അല്ലേ.''

അത് കേട്ട് ഞാൻ ഞെട്ടി. ഞങ്ങളുടെ റോഡിലേക്ക് കടന്നു പോകുമ്പോൾ രാജുവേട്ടൻ വീട്ടുകാരെ കൂട്ടി വരുന്നതാണെന്ന് കരുതി ആകാംക്ഷയോടെ നോക്കും. പക്ഷേ അതൊന്നും അവരായിരുന്നില്ല.

ആ വർഷം മിഥുനത്തിലും കർക്കടകത്തിലും പ്രതീക്ഷിച്ചതിലും കൂടുതൽ മഴ പെയ്തു. കാർമേഘങ്ങൾ ആകാശത്തെ മൂടിയപ്പോൾ ആ ഇരുട്ട് എന്റെ മനസ്സിനെയും ബാധിച്ചു. ഇറയത്തിരുന്നും അകത്തെ ജനലിലൂടെയും ഞാൻ മഴയെ നോക്കിയിരിക്കും. അമ്മ എന്നെ വല്ലപ്പോഴും വഴക്ക് പറയും എന്നതല്ലാതെ വീട് പതുക്കെ പതുക്കെ ശാന്തമായി. രാജുവേട്ടനുവേണ്ടി ഞാൻ പ്രാർത്ഥിക്കാത്ത ദൈവങ്ങളില്ല.

ചിങ്ങം വന്നു, മഴ പുറകോട്ടുപോയി. ആകാശം തെളിഞ്ഞു. എന്റെ മനസ്സിന് ഉന്മേഷവും പ്രതീക്ഷയും കടന്നു വന്നു. മുറ്റത്തെയും തൊടിയിലെയും ചെടികളൊക്കെ പൂത്തു തളിർത്തു, ഓണത്തിനെ വരവേൽക്കാൻ. എന്നും ഞാൻ പൂക്കൾ പറിച്ച് മുറ്റത്തും പടിഞ്ഞാറ്റകത്തും (പൂജാമുറി) പൂക്കളമിടും.

ഞങ്ങളുടെ നാട്ടിൽ ഓണം കഴിഞ്ഞാലും പൂവിടും മകം വരെ. സാധാരണ പൂക്കളോടൊപ്പം 'ചേതിക്കാത്ത' എന്ന ഇല പോലുള്ള ഒരു പൂവും പറിച്ചിടണം. അത് കിളയുടെ (മണ്ണുകൊണ്ടുള്ള മതിൽ) മുകളിൽ മുളച്ചുണ്ടാകുന്നതാണ്. ഇത് ശ്രീദേവിഅമ്മയുടെ

സങ്കല്പമാണ്. ദേവിയെ ചേതിയമ്മയെന്നും ഇടുന്ന ആ പൂവിനെ ചേതിക്കാത്ത് എന്നും പറയും. ഇത് പെൺകുട്ടികളുടെ ഐശ്വര്യത്തിന് വേണ്ടിയുള്ള ആഘോഷമാണ്. തിരുവോണം കഴിഞ്ഞ് പതിനാറാം നാളായ മകത്തിന്റെ തലേന്ന് മുറ്റത്തും പടിഞ്ഞാറ്റകത്തും അടുക്കളയിലും രാത്രിയിൽ കളം വരയ്ക്കും. ആനയുടെ പുറത്ത് ദേവി വീട്ടിലേക്ക് വരുന്നതായി ഞങ്ങൾ വിശ്വസിക്കുന്നു. അതുകൊണ്ടാണ് ആനച്ചിത്രങ്ങൾ വീട്ടിൽ മുഴുവൻ വരച്ചിടുന്നത്. നാല് ആനക്കാൽ മുറ്റത്തും അതിനുശേഷം ദേവിയുടെ കാലും ആനച്ചങ്ങലയും വീടു മൊത്തം വരയ്ക്കും. അരിമാവിൽ മഞ്ഞൾ ചേർത്താണ് ഈ കളം വരയ്ക്കുന്നത്. പലതരത്തിലുള്ള പച്ചക്കറിയുടെ ഇലകൾ ഉപ്പിടാതെ കറി വെക്കും. ഉണങ്ങലരി കൊണ്ട് ചോറു വെച്ച് ദേവിക്ക് പ്രസാദം വെക്കും. ഉച്ചയ്ക്ക് സദ്യയും. ദൈവങ്ങൾക്ക് വെയ്ക്കുന്ന ഒരു പ്രസാദങ്ങൾക്കും ഉപ്പ് ചേർക്കാറില്ല. അതെന്തുകൊണ്ടാണെന്ന് ഈ പ്രായത്തിലും എനിക്കറിയില്ല.''

ചിരിച്ചുകൊണ്ട് അനാമിക പറഞ്ഞു: ''ഞാൻ പറഞ്ഞു തരാം ആന്റി. ഭക്തരുടെ സങ്കടങ്ങളും ആവശ്യങ്ങളുമൊക്കെ ദൈവങ്ങളോടല്ലേ പറയാറ്. അതൊക്കെ കേട്ട് നേരത്തെത്തന്നെ ദൈവത്തിന് പ്രഷർ വന്നു കാണണം. അതായിരിക്കാം ഉപ്പിനോടുള്ള വിരോധം.''

നിർമ്മല ചിരിച്ചുകൊണ്ട് തുടർന്നു. ''ഞാൻ വളരെ ഭക്തിയോടെ എന്നും പൂക്കൾ പറിച്ച് ദേവിയോട് പ്രാർത്ഥിക്കും. അന്നും ഞാൻ പതിവുപോലെ ചേതിക്കാത്തും തൊടിയിൽ നിന്നും കോളാമ്പിപ്പൂവും ശംഖുപുഷ്പവും ചെമ്പരത്തിയും പറിച്ച് മുറ്റത്തും പടിഞ്ഞാറ്റകത്തും പൂക്കളമിട്ടു. ഏകദേശം രാവിലെ പത്തര ആയിക്കാണും പത്രവുമായി ഞാൻ രാഘവേട്ടനെയും കാത്ത് ഇറയത്തിരുന്നു.

ഇന്ദിരാഗാന്ധി വീണ്ടും പ്രധാനമന്ത്രിയായ വർഷം. എനിക്ക് രാഷ്ട്രീയത്തെപ്പറ്റി അധികം അറിവില്ല. അതുകൊണ്ടുതന്നെ നാടിന്റെ സ്ഥിതിയറിയാൻ വേണ്ടി മാത്രം പത്രത്തിന്റെ ഫ്രണ്ട് പേജ് ഒന്നോടിച്ചു വായിക്കും. ഉൾപേജാണ് കൂടുതൽ ശ്രദ്ധയോടെ വായിക്കുക. വായനയ്ക്കിടയിൽ പത്രത്തിലെയൊരു ഫോട്ടോ കണ്ണിലുടക്കി രാജുവേട്ടൻ - ഞാൻ മന്ത്രിച്ചു. ഒരാളെപ്പോലെ ഏഴാള് കാണും. ഞാൻ വീണ്ടും ആ ഫോട്ടോ നോക്കി. അതെ, രാജുവേട്ടൻതന്നെ. കണ്ണിൽ ഇരുട്ട് കയറി. പിന്നെ ഒന്നും ഓർമ്മയില്ല.''

അനാമികയ്ക്ക് സങ്കടം തോന്നി. അൽപ്പസമയത്തിനുശേഷം നിർമ്മല കഥ തുടർന്നു.

പന്ത്രണ്ട്

"കണ്ണ് തുറന്നപ്പോൾ ഞാൻ ഹോസ്പിറ്റലിൽ ആയിരുന്നു. കരഞ്ഞു കലങ്ങിയ കണ്ണുമായി അച്ഛമ്മ ഡ്രിപ്പിട്ട എന്റെ കൈപിടിച്ച് അടുത്തിരിക്കുന്നു. മൂന്നു ദിവസത്തോളം എനിക്ക് ബോധമില്ലാ യിരുന്നുവത്രെ. അബോധത്തിൽനിന്ന് ഉണർന്നെങ്കിലും സമനില വീണ്ടെടുക്കാൻ പിന്നെയും കുറെ സമയമെടുത്തു. പത്രത്തിൽ കണ്ട വാർത്തയിൽ നിന്നും പുറത്തു വരാൻ എനിക്ക് കഴിഞ്ഞിരുന്നില്ല. മനസ്സിന് താങ്ങാൻ കഴിയുന്നതിനപ്പുറം ആയിരുന്നു ആ വാർത്ത.

ഇങ്ങനെ സംഭവിക്കുമെന്ന് സ്വപ്നത്തിൽ പോലും കരുതിയ തല്ല. ഞാൻ ഉറക്കെ കരയാൻ തുടങ്ങി. എഴുന്നേറ്റോടാൻ ശ്രമിച്ചു. അച്ഛമ്മയും അനിലും എന്നെ പിടിച്ചുവെച്ചു. ബോധം മറയുകയും തിരിച്ചുവരികയും ചെയ്തു. ഉണരുമ്പോഴൊക്കെ ഞാൻ ബഹളം വയ്ക്കും. എഴുന്നേറ്റ് ഓടിപ്പോയി എന്തെങ്കിലും കടുംകൈ ചെയ്യും എന്ന് പേടിച്ച് ക്യാമ്പോസിൻ ഇഞ്ചക്ഷൻ തന്നാണ് എന്നെ ഉറക്കി യിരുന്നത്. രാത്രിയിൽ ഏട്ടനും അച്ഛനും അച്ഛമ്മയും എന്നെ ആശ്വ സിപ്പിക്കാൻ ശ്രമിച്ചെങ്കിലും അതൊന്നും ഫലം കണ്ടില്ല.

ഒരാഴ്ച കഴിഞ്ഞപ്പോൾ ഉറക്കെ കരയുന്നതും ബഹളം വെക്കു ന്നതും എല്ലാം പതുക്കെ നിലച്ചു. എന്നാൽ മനസ്സിന്റെ നിയന്ത്രണം അപ്പോഴും തിരികെയെത്തിയില്ല. ഒന്നും മിണ്ടാതെ ആലോചിച്ചി രിക്കും. ഇടയ്ക്കിടെ ശബ്ദമില്ലാതെ കരയും. ഭക്ഷണം കഴിക്കുകയോ കുളിക്കുകയോ ചെയ്യാതെ ആശുപത്രിക്കുള്ളിൽ ഞാൻ ഒരു മാസം കഴിഞ്ഞു.

ഒടുവിൽ ഡോക്ടർ പറഞ്ഞു, "മരുന്നുകൾ കൊണ്ട് ചെയ്യാവുന്ന തൊക്കെ ചെയ്തു കഴിഞ്ഞു. മനസ്സിന് തട്ടിയ ആഘാതം ക്രമേണ ശരിയായിക്കോളും. അതിന് നല്ലത് വീടാണ്. നന്നായി നിങ്ങൾ ശ്രദ്ധിക്കണം. ഈ ഒരു മാനസികാവസ്ഥയിൽ എന്തെങ്കിലും ബുദ്ധി മോശം കാണിക്കാനുള്ള സാധ്യതയും കൂടുതലാണ്. നിങ്ങൾ ഡിസ് ചാർജ് ആയിക്കോളൂ."

ആശുപത്രി ബില്ല് അച്ഛന് താങ്ങാവുന്നതിലുമപ്പുറമായിരുന്നു. വീട്ടിലെത്തിയശേഷവും ഞാൻ ഇതേ സ്ഥിതി തുടർന്നു. നിർബ ന്ധിച്ചാൽ വല്ലപ്പോഴും ഭക്ഷണം കഴിക്കും. ദിവസങ്ങളോളം കുളി ക്കാറില്ല. എന്നോട് ആരെങ്കിലും സംസാരിച്ചാൽ മറുപടി പറയില്ല. വല്ലപ്പോഴും ഒന്ന് മൂളും. നാട്ടുകാർക്കും ബന്ധുക്കൾക്കും പറഞ്ഞു ചിരിക്കാൻ ഒരു വിഷയം കൂടിയായി. അച്ഛന്റെ ആൾക്കാർ എന്നെയും അമ്മ വീട്ടുകാർ അച്ഛനെയും കുറ്റപ്പെടുത്തി.

''പെൺകുട്ടികൾ പ്രായമായാൽ പെട്ടെന്ന് കല്യാണമാണ് കഴിച്ചു കൊടുക്കേണ്ടത്. പഠിപ്പിക്കാൻ പറഞ്ഞയച്ചാൽ ഇങ്ങനെയൊക്കെ സംഭവിക്കും.''

ഒരു ദിവസം അച്ഛൻ എന്റെ അടുത്ത് വന്നു.

''അന്നത്തെ സംഭവത്തിനുശേഷം ഞാൻ നിന്നോട് കാര്യമായി ഒന്നും സംസാരിച്ചിട്ടില്ല. മക്കളെ സ്നേഹിച്ചു പോയി എന്ന തെറ്റേ അച്ഛൻ ചെയ്തിട്ടുള്ളൂ. അതിന് നീ ഇങ്ങനെ എന്നെ ശിക്ഷിക്കരുത്. വാക്കുകൾ കൊണ്ടുപോലും എന്റെ മോൾ വേദനിക്കരുതെന്ന് കരുതിയാണ് ഒന്നും പറയാതിരുന്നത്. ഞാൻ പറയുന്നത് എന്റെ മോൾ അനുസരിക്ക്. നീ പഴയതുപോലെയാകു, കഴിഞ്ഞതെല്ലാം മറക്കാൻ ശ്രമിക്കണം. ഒരുപാട് തവണ അച്ഛൻ പറഞ്ഞതല്ലേ, ആ ബന്ധം നമുക്ക് ശരിയാവില്ലെന്ന് ഇങ്ങനെയൊക്കെയേ സംഭവിക്കൂ എന്ന് ഞാൻ മുൻകൂട്ടി കണ്ടിരുന്നു. ഇനി ഞാൻ മോളോട് എല്ലാം തുറന്നു പറയാ. അന്നത്തെ സംഭവത്തിനുശേഷം കുറച്ചു ദിവസം കഴിഞ്ഞ് ഞാൻ സ്റ്റേഷനിലെ എസ്ഐ ആയ പ്രദീപ് മുഖാന്തിരം രാജശേഖരന്റെ ആളുകളുമായി നിങ്ങളുടെ കാര്യം സംസാരിച്ചു. അവർക്ക് പണം തന്നെയാണ് മുഖ്യം അത് അവർ തുറന്നു പറഞ്ഞു.

''നിർമ്മല നന്നായി പഠിക്കുന്ന കുട്ടിയാണ്. നല്ലൊരു ജോലി ഉറപ്പായും കിട്ടും. മാഷിന് പണത്തിന് മാത്രമേ കുറവുള്ളു. കാര്യ ങ്ങൾ ഇത്രത്തോളം എത്തിയ സ്ഥിതിക്ക് ഒരു പെൺകുട്ടിയുടെ ഭാവിയെയും മാഷിന്റെ കുടുംബത്തിന്റെ അഭിമാനത്തെയും കരുതി നിങ്ങൾ ഈ ബന്ധം നടത്തി കൊടുക്കണം.'' പ്രദീപ് പറഞ്ഞു.

ഇത്രയൊക്കെ പ്രദീപ് പറഞ്ഞിട്ടും അവരുടെ തീരുമാനം മാറ്റി യില്ല. രാജശേഖരന്റെ അമ്മാവൻ ഇങ്ങനെ പറഞ്ഞതാണ് കൂടുതൽ സങ്കടം. ''മാഷിന്റെ കുടുംബവുമായി ഒരുതരത്തിലുള്ള ബന്ധ ത്തിനും ഞങ്ങൾക്ക് താത്പര്യമില്ല. പെൺകുട്ടിയുടെ പഠിപ്പി നൊന്നും ഞങ്ങൾ പ്രാധാന്യം കൊടുക്കുന്നില്ല. വീട്ടിലെ സ്ത്രീകളെ ജോലിക്ക് പറഞ്ഞയച്ച് ജീവിക്കേണ്ട ഗതികേട് ഞങ്ങളെ കുടുംബ ത്തിനില്ല.''

അതിനുശേഷം പ്രദീപ് രാജശേഖരനെയും കണ്ടു സംസാരിച്ചിരുന്നു.

''കഴിഞ്ഞതെല്ലാം നിർമലയോട് മറക്കാൻ പറയണം. എന്നാൽ ആവുന്ന സഹായങ്ങളൊക്കെ ഞാൻ ചെയ്തു. മാഷിന്റെ മോൾക്ക് ഇനിയും നല്ലൊരു ഭാവിയുണ്ട്.''

അച്ഛൻ ഒരു ദീർഘനിശ്വാസത്തിന് ശേഷം വീണ്ടും തുടർന്നു. ''ഭർത്താവ് മരിച്ച സ്ത്രീകളെന്താ ജീവിക്കുന്നില്ലേ. മൂന്നുദിവസമല്ലേ എന്റെ മോൾ അവന്റെ കൂടെ കഴിഞ്ഞുള്ളൂ. അത് മറക്കാൻ ശ്രമിക്കണം. ഇനിയും അച്ഛനെ സങ്കടപ്പെടുത്തല്ലേ.''

എന്റെ കൈകൾ കൂട്ടിപ്പിടിച്ചുകൊണ്ട് അച്ഛൻ പറഞ്ഞു.

ഞാൻ മറുപടി പറഞ്ഞില്ല. കരഞ്ഞതുമില്ല. അച്ഛനെ തന്നെ നോക്കിയിരുന്നു.

എന്റെ തലയിൽ തടവികൊണ്ട് ചോദിച്ചു. ''മോൾ ഒന്നും പറഞ്ഞില്ലല്ലോ? ഞാൻ പറഞ്ഞത് അനുസരിക്കില്ലേ? എല്ലാം മറക്കില്ലേ?'' തലയാട്ടിയതല്ലാതെ ഞാൻ ഒന്നും പറഞ്ഞില്ല. അന്നത്തെ അച്ഛന്റെ നിസ്സഹായാവസ്ഥ പൂർണ്ണമായും ഞാൻ മനസ്സിലാക്കിയില്ല. പക്ഷേ ഇന്നത് മനസ്സിലാക്കുന്നു.''

നിർമ്മല നന്നായി കിതച്ചു കുറച്ചു സമയം ഒന്നും സംസാരിച്ചില്ല. അനാമികയും ആ സങ്കടത്തിൽ ചേർന്നു. നിർമ്മല തുടർന്നു.

''അച്ഛനോട് സമ്മതിച്ചെങ്കിലും രാജുവേട്ടൻ അത്ര പെട്ടെന്നൊന്നും എന്റെ മനസ്സിൽ നിന്ന് മാഞ്ഞു പോവില്ല. ഞങ്ങൾ പ്രണയിച്ചത് അഞ്ചുവർഷം. അതിനിടയിൽ കൊച്ചു കൊച്ചു പിണക്കങ്ങളും പരിഭവങ്ങളും ഉണ്ടായിട്ടുണ്ടെങ്കിലും അത് ഞങ്ങളെ കൂടുതൽ അടുപ്പിച്ചതേയുണ്ടായിരുന്നുള്ളൂ. പത്രത്തിൽ കണ്ട വാർത്ത ഇപ്പോഴും വിശ്വസിക്കാനാവാതെ കൺമുന്നിൽ തന്നെയുണ്ട്.

'രാജശേഖരൻ വെഡ്സ് സുധ.'

ദാക്ഷായണി ഇളയമ്മയുടെ ചെറിയ മകൾ സുധയുമായി രാജുവേട്ടന്റെ കല്യാണം അച്ഛമ്മ കുട്ടിക്കാലത്ത് തീരുമാനിച്ചതാണ്. പക്ഷേ അവളെ രാജുവേട്ടന് ഇഷ്ടമല്ല.

''അവൾ ഒട്ടും എനിക്ക് മേച്ചാവില്ല. എന്റെ സങ്കല്പത്തിലുള്ള രൂപമല്ല സുധയ്ക്ക്. കാണാൻ നിർമലയോളം സൗന്ദര്യവുമില്ല.'' അന്ന് രാജുവേട്ടൻ പറഞ്ഞതാണിത്. പിന്നെ ഇതെങ്ങനെ സംഭവിച്ചു. പ്രദീപ് സാർ സംസാരിച്ചപ്പോൾ രാജുവേട്ടൻ എന്താ പറഞ്ഞതെന്ന് അച്ഛൻ എന്നോട് പറഞ്ഞതുമില്ല. രാജുവേട്ടന് എന്നോടുള്ള സ്നേഹം ആത്മാർത്ഥതയുള്ളതായിരുന്നില്ലെന്ന് മനസ്സിലായി.

കഴിഞ്ഞുപോയ ഓരോ കാര്യങ്ങളും ഓർമയിൽ കടന്നുവന്നു. വയനാട്ടിൽ രാജുവേട്ടനോടൊപ്പം ഉള്ള നിമിഷങ്ങൾ. ഇപ്പോൾ ആ സ്ഥാനത്ത് പുകയാണെന്ന് ഓർക്കുമ്പോൾ ഞാൻ ആകെ തളർന്നു പോകും.

കഴിഞ്ഞതൊക്കെ മറക്കാൻവേണ്ടി മനസ്സിനെ ഞാൻ പല വഴിക്ക് തിരിച്ചുവിട്ടെങ്കിലും ഒടുവിൽ ചെന്നെത്തുന്നത് രാജുവേട്ടനിൽ തന്നെയായിരിക്കും.

എന്റെ മനസ്സ് വായിച്ചറിഞ്ഞതുപോലെ ഒരു ദിവസം ഗോപിയേട്ടൻ കുറെ പുസ്തകങ്ങളുമായി അടുത്തുവന്ന് ''പഠിക്കുന്ന പുസ്തകങ്ങളല്ലാതെ മറ്റുള്ളവ വായിക്കുന്ന ശീലം നിനക്കില്ലെന്നറിയാം. പക്ഷേ ഇന്നത്തെ സാഹചര്യത്തിൽ ഈ പുസ്തകങ്ങൾ നിനക്ക് ഒരുപാട് സഹായമാകും. ഇവയെല്ലാം നീ വായിക്കണം, മനപ്രയാസം മാറാനും മറ്റ് ആവശ്യമില്ലാത്ത ചിന്തകൾ മനസ്സിൽ നിന്ന് കളയാനും വായന നല്ല മാർഗമാണ്. എന്റെ നിമ്മിക്കുട്ടി വെറുതെ വായിച്ചാൽ പോരാ. ഉൾക്കൊണ്ടു വായിക്കണം. അതിനുശേഷം ഇഷ്ടപ്പെട്ടതും അല്ലാത്തതുമായ ഭാഗങ്ങൾ ഏട്ടനോട് ഡിസ്കസ് ചെയ്യണം.''

വായന എന്നെ ഒരുപാട് മാറ്റിയെടുത്തു. മനസ്സിന് നല്ലൊരു ആശ്വാസം കിട്ടിയതായി തോന്നി. കൂടുതൽ പുസ്തകങ്ങൾ വായിച്ച് അതിലെ കാര്യങ്ങൾ മനസ്സിലാക്കി ഏട്ടനോട് ഡിസ്കസ് ചെയ്യുന്നതിലൂടെ മനസ്സിൽ പുസ്തകങ്ങൾ മാത്രമായി കൂട്ട്. രാജുവേട്ടന്റെ ഓർമ്മകൾ പതുക്കെ മനസ്സിൽ നിന്നൊഴിയാൻ തുടങ്ങി. അയാളോടുള്ള സ്നേഹം എനിക്ക് ദേഷ്യമോ വാശിയോ ആയി തോന്നിത്തുടങ്ങി. മുമ്പ് രാജുവേട്ടനെ സ്വന്തമാക്കാനുള്ള പ്രാർത്ഥനയായിരുന്നു. അതിപ്പോൾ അയാൾക്കെതിരായാണ്. എന്നോട് ഈ കാണിച്ചതിനൊക്കെ ഈശ്വരൻ അയാളെ വെറുതെ വിടരുതെന്നായി. ഞാൻ പ്രാർത്ഥിക്കുന്ന ദൈവത്തിന് ശക്തിയുണ്ടെങ്കിൽ രാജുവേട്ടന് ശിക്ഷ കൊടുക്കണം എന്നായി .

രാവിലെയെഴുന്നേറ്റ് കുളിക്കാനും അത്യാവശ്യ വീട്ടുകാര്യങ്ങളിൽ സഹായിക്കാനും തുടങ്ങി. എന്നാൽ പുറത്തിറങ്ങുകയോ ആരോടും അധികം സംസാരിക്കുകയോ ചെയ്തില്ല. ഒഴിവു സമയങ്ങളിലൊക്കെ വീട്ടിനകത്തിരുന്ന് എന്തെങ്കിലും വായിക്കും. എന്നിലെ ഈ മാറ്റം വീട്ടുകാരിലും സന്തോഷമുണ്ടാക്കി. അങ്ങനെയിരിക്കെ പുതുവർഷമായി. പിജി റിസൾട്ട് ജനുവരിയിലാണ് വരുന്നത്.

ഒരു ദിവസം ഹരി പത്രവുമായി എന്റെ അടുത്തു വന്നു പറഞ്ഞു.

''കുഞ്ഞേച്ചി എംഎസ്സി റിസൾട്ട് വന്നു. കോളേജിൽ നിന്ന് മാർക്ക് ഷീറ്റ് കിട്ടും.'' അവനെ നോക്കി ചിരിച്ചു. ഗോപിയേട്ടൻ പറഞ്ഞു.

‘‘ഞാൻ വരാം കൂടെ മാർക്ക് ഷീറ്റ് വാങ്ങാൻ.’’

‘‘ഏട്ടൻ തനിച്ചു പോയി വാങ്ങിക്കാൻ പറ്റുമോയെന്ന് നോക്കൂ. എനിക്ക് പുറത്തിറങ്ങി കോളേജിൽ പോകാനൊന്നുമാകില്ല.’’

‘‘നിന്റെ മാർക്ക് ഷീറ്റ് നിനക്കേ കിട്ടൂ. ഞാൻ പോയി എച്ച് ഓ ഡിയോട് സംസാരിച്ചു നോക്കാം.’’

അന്ന് ഉച്ചയ്ക്ക് ഞാൻ തറയിൽ കട്ടിലും ചാരി കാലും നീട്ടിയിരുന്ന് പത്രം വായിക്കുകയായിരുന്നു. പെട്ടെന്നാണ് ഗോപിയേട്ടൻ ചിരിച്ചുകൊണ്ട് എന്റടുത്ത് വന്ന് കട്ടിലിലിരുന്ന് കയ്യെടുത്ത് തലയിൽ തടവിക്കൊണ്ടു പറഞ്ഞു.

‘‘അഞ്ചു മാർക്കിനാണ് ഏട്ടന്റെ നിമ്മിക്കുട്ടിക്ക് റാങ്കു മിസ്സായത് എച്ച് ഒ ഡി പറഞ്ഞത് മൂന്ന് റാങ്കിൽ ഒന്ന് നിർമ്മലയ്ക്ക് പ്രതീക്ഷിച്ചതാണെന്നാ. റാങ്ക് ഇല്ലെങ്കിലും കോളേജിൽ ടോപ്പ് മോള് തന്നെയാണ്. ഇനിയും പഠിക്കണം. അച്ഛൻ സ്കൂളിൽ നിന്നും വരട്ടെ.’’

വൈകിട്ട് അച്ഛൻ വന്നപ്പോൾ റിസൾട്ട് കാര്യം അമ്മ അറിയിച്ചു. നന്നായി എന്നല്ലാതെ കൂടുതലൊന്നും പറഞ്ഞില്ല. അന്ന് രാത്രി ഏട്ടൻ എന്റെ കാര്യം അച്ഛനോട് സംസാരിച്ചു.

‘‘നിർമ്മല നല്ല ബ്രൈറ്റാ, ഇനിയും പഠിപ്പിക്കണം എന്നാണ് കോളേജിലെ എച്ച് ഒ ഡി. പറഞ്ഞത്. അതുകൊണ്ട് അവളെ എം ഫിൽ നോ ബിഎഡിനോ നമുക്കയയ്ക്കാം. നല്ല മാർക്കുള്ളതുകൊണ്ട് ഇവിടെത്തന്നെ സെലക്ഷൻ കിട്ടും. പോയി വരാവുന്ന ദൂരമേയുള്ളൂ.’’

ഇത് കേട്ട അച്ഛമ്മ പറഞ്ഞു.

‘‘ഇനിയോളെ പഠിക്കാൻ പറഞ്ഞയയ്ക്കണ്ട. എവിടുന്നേലും ഒരു പയ്യനെ കണ്ടെത്തി കല്യാണം കഴിപ്പിക്ക്.’’

‘‘അമ്മ പറയുന്നതാ ശരി. ഇനി അവളെ പഠിപ്പിക്കേണ്ട. പഠിച്ചതൊക്കെ മതി.’’ അച്ഛമ്മയെ പിന്താങ്ങി അമ്മയും.

‘‘പഠിപ്പിന്റെ കാര്യത്തിൽ നിങ്ങൾ രണ്ടുപേരും അഭിപ്രായം പറയേണ്ട, അച്ഛൻ പറയട്ടെ.’’

‘‘ഞാൻ ഈ മാർച്ചിൽ റിട്ടയേർഡാവും. അതിനുശേഷം എന്റെ പെൻഷനേ കാണൂ ജീവിക്കാൻ. ഗോപിയുടെ ശമ്പളവും എന്റെ പെൻഷനും കൊണ്ട് വീട്ടുകാര്യം തന്നെ നടത്തിക്കൊണ്ടുപോകാൻ പ്രയാസമാകും. അരുന്ധതി ഈ വർഷം പത്താം ക്ലാസ്സാണ്. അവളും പഠിക്കാൻ മിടുക്കിയാ. ഗവൺമെന്റ് കോളേജിൽ അഡ്മിഷൻ കിട്ടും. പക്ഷേ കാലിനു വയ്യാത്ത എന്റെ കുട്ടിയെ എങ്ങനെ അത്രയും ദൂരം പറഞ്ഞയയ്ക്കും. അടുത്തുള്ള ഏതെങ്കിലും പ്രൈവറ്റ് കോളേജിൽ

ചേർക്കണം. അവിടെ ഫീസ് കൂടും. അരുന്ധതിയെ പഠിപ്പിക്കാതിരിക്കാനാവില്ല. അച്ഛന്റെ സമ്പാദ്യമായി മക്കൾക്ക് കൊടുക്കാൻ വിദ്യാഭ്യാസം മാത്രമേയുള്ളൂ. അച്ഛനും അമ്മയും ഉള്ള കാലം വരെ മാത്രമേ സഹോദരങ്ങൾ തമ്മിൽ അടുപ്പം കാണൂ.

ഞാനില്ലാത്ത കാലം വന്നാൽ എന്റെ മോള് നിങ്ങൾക്കാർക്കും ബാധ്യത ആകരുത്. എന്റെ കുട്ടി ജോലി ചെയ്തെങ്കിലും ജീവിക്കട്ടെ. ഒന്നുമില്ലാതെയും ആരുമില്ലാതെയും ആകുമ്പോൾ എന്റെ മോള്... അതോർക്കുമ്പോൾ തന്നെ എന്റെ ഹൃദയം തകരുകയാ. നന്നായി പഠിച്ചെങ്കി ഡിഗ്രി എത്തേണ്ടവനാ. പഠിപ്പ് കൂടി പോയതുകൊണ്ട് രണ്ടുമാസം കഴിഞ്ഞാൽ അനിൽ പ്രീഡിഗ്രി സെക്കൻഡിയറിലേക്കാ. അവനെയും പഠിപ്പിക്കണ്ടേ?

മാർച്ചിൽ ഹരി ഡിഗ്രി കഴിയും. നിങ്ങൾ രണ്ടാളെക്കാൾ നന്നായി പഠിക്കുന്നത് അവനാ. നിങ്ങളെ പി ജി ക്കയച്ച സ്ഥിതിക്ക് അവനേയും ചേർക്കണ്ടേ? ഇതെല്ലാം അച്ഛൻ കൂട്ടിയാൽ കൂടില്ല.'' പെട്ടെന്നാണ് ഹരി പറഞ്ഞത്

''വല്ല്യേട്ടനും കുഞ്ഞേച്ചിയും പിജി കഴിഞ്ഞില്ലേ. എനിക്ക് ടീച്ചിങ് ഇഷ്ടമല്ല. എക്സാം കഴിഞ്ഞാലുടൻ ഞാൻ വാസുവേട്ടന്റെ മര കമ്പനിയിൽ കണക്കെഴുതാൻ പോകും. വീട്ടിൽ നിന്ന് തന്നെ പഠിച്ചിട്ട് ടെസ്റ്റ് എഴുതി ബാങ്കിലോ എൽ ഐ സി ലോ ജോലിക്ക് ശ്രമിക്കാം. എനിക്ക് അതാണ് താത്പര്യം.''

കുറച്ചുനേരം ആരും ഒന്നും മിണ്ടിയില്ല. ഗോപിയേട്ടൻ പറഞ്ഞു ''എന്ത് കഷ്ടപ്പെട്ടിട്ടായാലും നിർമ്മലയെ ഞാൻ പഠിപ്പിച്ചോളാം. പുറത്തിറങ്ങി ആളുകളുമായി ഇടപഴകേണ്ടത് ഇപ്പോഴവൾക്ക് അത്യാവശ്യമാണ്. കല്യാണമൊക്കെ എടുത്തു ചാടി തീരുമാനിക്കേണ്ടതല്ല.''

ഇത് കേട്ട് അച്ഛൻ ''നാട്ടുകാരെ പിന്നെയും സഹിക്കാം, നിന്റെ അമ്മവീട്ടുകാരോട് ഉത്തരം പറയാനെനിക്കാവില്ല. അതുകൊണ്ട് നിർമ്മലയുടെ കാര്യത്തിൽ കല്യാണത്തിന് തന്നെ മുൻതൂക്കം കൊടുക്കാം. റിട്ടയേർഡ് ആവുമ്പോൾ എനിക്ക് കുറച്ചു പൈസ കിട്ടും. അതുകൊണ്ട് വീട് നന്നാക്കണം, നിലമൊക്കെ സിമന്റിടണം. അടുക്കള ഭാഗം പൊളിച്ചു നന്നാക്കി ചിമ്മിനിഅടുപ്പാക്കണം. ഞാൻ ഈ ഭാഗത്തുള്ള ആളുകളോടൊക്കെ സംസാരിച്ചുവെച്ചിട്ടുണ്ട്. എല്ലാരും സഹകരിക്കാൻ തയ്യാറാണ്. നമുക്കധികം ചെലവ് വരില്ല. ഈ പ്രദേശത്തേക്ക് ഇലക്ട്രിസിറ്റി കണക്ഷൻ കൊണ്ടുവരണം.'' സത്യത്തിൽ പഠിക്കാനോ കല്യാണത്തിനോ എനിക്ക് താല്പര്യമില്ല. എല്ലാം കേട്ടുകൊണ്ട് ഞാൻ മുറിയിൽ തന്നെയിരുന്നു.

ആ ദിവസം കൃത്യമായി ഓർക്കുന്നു. ജൂൺ 6 ഞായറാഴ്ച വൈകുന്നേരം. പുറത്ത് ചെറുതായി മഴ പെയ്യുന്നു. ജനലിലൂടെ മഴ നോക്കിനിൽക്കുകയാണ് ഞാൻ. പെട്ടെന്നാണ് അനിൽ വന്നു വിളിച്ചത്.

"കുഞ്ഞേച്ചിയെ അച്ഛൻ വിളിക്കുന്നു പുറത്തൊരാൾ കാണാൻ വന്നിരിക്കുന്നു."

ആരാ എന്ന അർത്ഥത്തിൽ ആകാംക്ഷയോടെ അവനെ നോക്കി.

"ചേച്ചിയെ ഡിഗ്രിക്ക് പഠിപ്പിച്ച സാറാണ്."

ഞാൻ അവനോടൊപ്പം ഇറയത്തേക്ക് നടന്നു. അവിടെ മുഹമ്മദ് സാർ അച്ഛനോട് സംസാരിച്ചിരിക്കുന്നു. എന്നെ കണ്ട് സാർ പറഞ്ഞു.

"ഞാൻ നിർമ്മലയെ കാണാനായിട്ടാണ് വന്നത്. ഇന്നലെ രവിയുടെ കല്യാണം ആയിരുന്നില്ലേ. നിന്റൊപ്പം പഠിച്ച എല്ലാവരെയും കണ്ടു. നിർമ്മലയെ കാണാത്തപ്പോൾ അവരോട് തിരക്കി. ആശയാണ് കാര്യങ്ങളൊക്കെ പറഞ്ഞത്."

സാറ് പറഞ്ഞപ്പോഴാണ് എനിക്കും ഓർമ്മ വന്നത് രവീന്ദ്രൻ സാറിന്റെയും ജയലക്ഷ്മിയുടെയും കല്യാണമായിരുന്നല്ലോ ഇന്നലെ. ജയ നേരിട്ട് വന്ന് ഇൻവിറ്റേഷൻ കാർഡ് തന്ന് ക്ഷണിച്ചതാണ്. ജൂൺ 5 എന്ന് മനസ്സിൽ ഓർത്തു വച്ചതുമാണ്. ഏട്ടനോട് പറഞ്ഞു ഒരു ടെലഗ്രാം ചെയ്യിക്കാൻ. പക്ഷേ എങ്ങനെയോ മറന്നു പോയി. "കഴിഞ്ഞതൊക്കെ കഴിഞ്ഞു. അതോർത്തു നിന്റെ ഭാവി കളയരുത്." സാർ ചിരിച്ചുകൊണ്ട് പറഞ്ഞു.

"ഞാനിപ്പോൾ വന്നത് നിന്നോടൊരു സഹായം ചോദിക്കാനാ. എതിരൊന്നും പറയരുത്. റിട്ടയേർഡായതിനുശേഷം വെറുതെയിരിക്കാൻ മടിച്ച് ഒരു പാരലൽ കോളേജ് സ്റ്റാർട്ട് ചെയ്തു. ഒരു മാത്സ് ടീച്ചറിനെ അന്വേഷിക്കുകയാണ്. ഇത്രയും നാൾ പഠിപ്പിച്ചയാൾ ജോലി കിട്ടിപ്പോയി. നാളെ മുതൽ നിർമ്മല വന്ന് ക്ലാസെടുക്കണം. നോ എന്ന് പറയരുത്. ഈ ഭാഗത്തെ രണ്ടു കുട്ടികൾ അവിടെ പഠിക്കുന്നുണ്ട്. നാളെ നിർമ്മലയെയും കൂട്ടി വരാൻ ഞാനവരോട് പറയാം."

ഒന്നും മിണ്ടാതെ ഞാൻ സാറിനെ നോക്കി നിന്നു. ഗോപിയേട്ടൻ പറഞ്ഞു. "അവൾ നാളെ തീർച്ചയായും വരും. എത്ര നാൾ എന്നു വച്ചാ പുറത്തിറങ്ങാതെ ഇതിനുള്ളിൽ തന്നെ ഇരിക്കുക. ഒരു മാറ്റം നമുക്ക് അത്യാവശ്യമാണ്."

അനാമിക നിർമ്മലയെതന്നെ നോക്കിയിരുന്നു. കഥ തുടരുകയാണല്ലോ.

പതിമ്മൂന്ന്

''എനിക്ക് ഒട്ടും താല്പര്യം തോന്നിയില്ല. പുറത്തിറങ്ങാനും ആളുകളെ അഭിമുഖീകരിക്കാനും എന്തോ ഒരു മടി. ഏട്ടനെ ദേഷ്യം പിടിപ്പിക്കേണ്ടെന്ന് കരുതി രാവിലെ ഒമ്പതാകുമ്പോഴേക്കും ഞാൻ റെഡിയായി. സാർ പറഞ്ഞതുപോലെ അവിടെ പഠിക്കുന്ന ലതയും ബീനയും എന്റെ വീട്ടിൽ വന്നു. മനസ്സില്ലാമനസ്സോടെ ഞാനവരോടൊപ്പം കോളേജിലേക്ക് ഇറങ്ങി.

ഒരു വർഷത്തിനുശേഷമാണ് വീട്ടിൽ നിന്നും പുറത്തിറങ്ങുന്നത്. വഴി എനിക്ക് അപരിചിതമായി തോന്നി. വഴിയിലൂടെ പോകുന്നവരൊക്കെ എന്നെ ശ്രദ്ധിക്കുന്നതായും തോന്നി.

ചിലർ ചോദിച്ചു ''നിർമ്മല, എങ്ങോട്ടാ.''

''ടീച്ചർ കോളേജിലേക്കാ.''കുട്ടികളാണ് മറുപടി പറഞ്ഞത്.

ഞങ്ങൾ ബസ്സ്റ്റോപ്പിലെത്തി. ആളുകളുടെ കണ്ണുകൾ എന്റെ നേർക്കായിരുന്നു. കാല് വിറയ്ക്കുന്നത് പോലെയോ തലകറങ്ങുന്നതുപോലെയോ തോന്നി. ചുറ്റും ശ്രദ്ധിക്കാതെ വെയിറ്റിംഗ് ഷെഡിന്റെ തൂണും ചാരി ഞാൻ നിന്നു.

ബസ് വന്നപ്പോൾ, ടീച്ചറെ ബസ് എത്തി എന്ന് കുട്ടികൾ പറഞ്ഞു. ഇടയ്ക്കിടെയുള്ള അവരുടെ ടീച്ചറേ എന്ന വിളി എന്നിൽ പുതിയൊരു ഉന്മേഷം നൽകി.

മുഹമ്മദ് സാറിന്റെ മുന്നിൽ എന്നെ കൊണ്ടാക്കിയതിനു ശേഷമാണ് ബീനയും ലതയും ക്ലാസിലേക്ക് പോയത്. എന്റെ വരവും പ്രതീക്ഷിച്ചിരുന്ന സാർ സന്തോഷത്തോടെ ഇരിക്കാൻ പറഞ്ഞു. മുഖത്തെ വെപ്രാളം കണ്ടിട്ടാവണം സാർ സാവകാശം പറഞ്ഞു. ''നിർമ്മല വിഷമിക്കേണ്ട. ഭയപ്പെടാനൊന്നുമില്ല.''

അദ്ദേഹം കുറച്ച് പേപ്പറുകൾ എന്റെ മുന്നിൽ വച്ചു.

''ഇതാണ് സിലബസ്. എല്ലാം നിർമ്മലയ്ക്ക് അറിയാവുന്നത് തന്നെയാണ്. എന്തെങ്കിലും സംശയം ഉണ്ടെങ്കിൽ എന്നോട്

ചോദിച്ചാൽ മതി. ഇന്ന് ഫസ്റ്റ് അവർ ക്ലാസിൽ പോകേണ്ട. ഇതൊക്കെയൊന്ന് വായിച്ചു നോക്കി മനസ്സിലാക്കൂ. ഒരു ധൈര്യം വരട്ടെ.''

പിന്നീട് സാർ തന്നെയാണ് ക്ലാസിലേക്ക് കൂട്ടിക്കൊണ്ടുപോയി കുട്ടികൾക്ക് എന്നെ പരിചയപ്പെടുത്തിയത്.

''ഇത് മിസ് നിർമ്മല, നിങ്ങളുടെ പുതിയ മാത്സ് ടീച്ചർ. പത്താം ക്ലാസ് മുതൽ എംഎസ് സി വരെ ഫസ്റ്റ് ആണ് ടീച്ചർ. അഞ്ച് മാർക്കിനാണ് എം എസ് സിക്ക് റാങ്ക് നഷ്ടപ്പെട്ടത്. നിർമ്മല പറഞ്ഞുതരുന്നത് നന്നായി പഠിച്ചാൽ നിങ്ങൾക്കും മിടുക്കരാകാം.''

അതും പറഞ്ഞുകൊണ്ട് സാർ പുറത്തേക്കിറങ്ങി. ഏകദേശം 50 കുട്ടികളുണ്ട് ക്ലാസ്സിൽ. 100 കണ്ണുകളാണ് എന്നെ നോക്കിയിരിക്കുന്നത്. എനിക്ക് ശ്വാസംമുട്ടുന്നതുപോലെ തോന്നി. തൊട്ടടുത്ത നിമിഷം മനസ്സിലേക്ക് ധൈര്യം ആർജ്ജിച്ചെടുത്ത് ഞാൻ ഓരോ കുട്ടികളെയായി പരിചയപ്പെടാൻ തുടങ്ങി.

ഫസ്റ്റ് പിരീയഡ് കഴിഞ്ഞപ്പോഴേക്കും മനസ്സുകൊണ്ട് ഞാനൊരു ടീച്ചറായി കഴിഞ്ഞു. എനിക്കത് ചെയ്യാൻ പറ്റും എന്നൊരാത്മവിശ്വാസം കിട്ടി. രണ്ടാഴ്ച നന്നായി കടന്നു പോയി. ഞാനും കുറേയൊക്കെ മാറി. കുട്ടികളെ പഠിപ്പിക്കാൻ പോകുന്ന വിവരം നാട്ടിൽ മുഴുവനറിഞ്ഞു.

''ഈയൊരു സ്വഭാവം വെച്ച് ഇവൾ കുട്ടികളെ പഠിപ്പിച്ചാൽ എങ്ങനെ ശരിയാകും?''

ഇത്തരത്തിലുള്ള കുറ്റപ്പെടുത്തലുകൾ എന്നെ മാനസികമായി തളർത്തി. എന്നെക്കുറിച്ചുള്ള പരാതി സാറിന്റെ അടുത്ത് പാരന്റ്സ് എത്തിച്ചു.

''ഇവരാണ് പഠിപ്പിക്കുന്നതെങ്കിൽ നാളെ മുതൽ ഞങ്ങൾ കുട്ടികളെ ഇങ്ങോട്ടയയ്ക്കില്ല'' അവർ പറഞ്ഞു. ഞാൻ പിന്നെ കോളേജിൽ പോകാൻ മടിച്ചു.

''ആളുകൾ പലതും പറയും. നീ ധൈര്യമായി പോകണം. മുഹമ്മദ് സാർ വരേണ്ട എന്ന് പറയുന്നതുവരെ.''

ഗോപിയേട്ടൻ ധൈര്യം തന്നു. പക്ഷേ എന്റെ പേരിലുള്ള പരാതിയെപ്പറ്റി സർ എന്നെ അറിയിച്ചതേയില്ല പകരം കുട്ടികളുടെ രക്ഷിതാക്കളോടിങ്ങനെ പറഞ്ഞു.

''നിർമ്മല ആരാണെന്ന് നിങ്ങൾ നോക്കേണ്ട. കുട്ടികളെ എന്ത് പഠിപ്പിക്കുന്ന എന്ന് നോക്കിയാൽ മതി. രണ്ടാഴ്ച കഴിഞ്ഞ് പരീക്ഷയുടെ ടെസ്റ്റ് റിസൾട്ട് കണ്ടാൽ, നിങ്ങൾക്ക് തന്നെ നിർമ്മലയുടെ അറിവും

കഴിവും മനസ്സിലാവും. അവൾ ഒരു നല്ല ടീച്ചർ അല്ലെങ്കിൽ ഞാൻ തന്നെ പറഞ്ഞുവിടും.''

കുട്ടികളുടെ മാർക്കും കോളേജിന്റെ വിജയശതമാനവും ആ വർഷം വർദ്ധിച്ചു. അടുത്തവർഷം നിർമ്മല ടീച്ചർ പഠിപ്പിക്കുന്ന കോളേജിലേക്ക് ദൂരം നോക്കാതെ കുട്ടികളെ അയയ്ക്കാൻ രക്ഷിതാക്കൾ തയ്യാറായി. കോളേജിന്റെ അഡ്മിഷനും വർദ്ധിച്ചു.

ഞാൻ മൊത്തത്തിൽ ആളാകെ മാറി. രാവിലെ മുതൽ വൈകീട്ടുവരെ ക്ലാസ്സ്. തിരിച്ചു വീട്ടിൽ എത്തിയാൽ കോളേജിലെ കാര്യങ്ങളും വീട്ടുകാര്യങ്ങളുമായി നല്ല തിരക്ക്. എന്റെ ഹാർഡ് വർക്കിന് നല്ല പ്രതിഫലവും മാഷ് തന്നു. പക്ഷേ ആമി, ആദ്യത്തെ ശമ്പളവുമായി ഞാൻ അച്ഛന്റെ മുന്നിൽ ചെന്ന് കയ്യിൽ കൊടുത്തപ്പോൾ ''എനിക്കിത് തരേണ്ട, മോളിത് അമ്മയുടെ കയ്യിൽ കൊടുത്താൽ മതി. മോളെക്കുറിച്ചുള്ള അച്ഛന്റെ സ്വപ്നങ്ങൾ ഇതല്ലായിരുന്നു.'' ആ വാക്കുകൾ എന്നെ ഒരുപാട് ചിന്തിപ്പിക്കുകയും വേദനിപ്പിക്കുകയും ചെയ്തു.

അച്ഛന്റെ പെൻഷനും കുറച്ചെങ്കിലും ഞങ്ങൾ മൂന്നു മക്കളുടെ ശമ്പളവും പറമ്പിലെ കൃഷിയും കൂടിയായപ്പോൾ വീട്ടിലെ കാര്യങ്ങളൊക്കെ സുഗമമായി നടന്നുപോയി. വീട്ടുകാര്യങ്ങളെക്കുറിച്ചുള്ള അമ്മയുടെ വേവലാതി ഇല്ലാതായി. ആ മുഖത്ത് തെളിച്ചവും ചിരിയും കാണാൻ തുടങ്ങി.

അച്ഛന്റെ ലക്ഷ്യം എന്റെ കല്യാണം തന്നെയായിരുന്നു. എനിക്ക് പറ്റുന്ന ഒരാളിനെ കണ്ടുപിടിക്കാനായി ബ്രോക്കറെ ഏൽപ്പിച്ചു. കല്യാണം കഴിച്ച് മറ്റൊരാളോടൊപ്പം ജീവിക്കാനുള്ള മാനസികാവസ്ഥയിൽ അപ്പോഴും ഞാൻ എത്തിയിരുന്നില്ല. തടസ്സം പറയാൻ എനിക്ക് പേടിയാണ്. ധാരാളം കല്യാണാലോചനകൾ വന്നു. എല്ലാ അവധി ദിവസങ്ങളിലും രണ്ടും മൂന്നും ആളുകളുടെ മുന്നിൽ ഒരു പ്രദർശന വസ്തുവായി നിന്നു. ഒന്നും ശരിയായില്ല. വരുന്ന അന്വേഷണങ്ങളൊക്കെ മുടക്കാൻ നാട്ടിൽ ആൾ റെഡിയാണ്.

പത്രം മാധവിയേച്ചിയുടെയും മകന്റെയും കണ്ണിൽ പെടാതെ ഞങ്ങളുടെ നാട്ടിൽ ഒരു കാര്യവും നടക്കില്ല. ക്രമേണ പ്രൊപ്പോസൽസ് ഒന്നും വരാതെയായി. അച്ഛനും അമ്മയ്ക്കും അത് വലിയ സങ്കടമായി. റിട്ടയേർഡ് ജീവിതവും എന്റെ ഭാവിയെക്കുറിച്ചുള്ള ആകുലതയും കാരണം അച്ഛൻ ശരിക്കും തളർന്നു. കാഴ്ചയിൽ പെട്ടെന്ന് പ്രായം കൂടിയതുപോലെ തോന്നി. അമ്മ ഇപ്പോഴും പഴയ കാര്യങ്ങളൊക്കെ പറഞ്ഞു ഇടയ്ക്കിടെ കുറ്റപ്പെടുത്തും. ഗോപിയേട്ടനും ഹരിയും ജോലിക്കുവേണ്ടി അപ്ലിക്കേഷൻ അയയ്ക്കുമ്പോൾ, എനിക്കും അയയ്ക്കും. ഒരുപാട് ടെസ്റ്റുകളും ഞാൻ എഴുതി.

"നീ നന്നായി പഠിച്ച് പരീക്ഷ എഴുതണം. നല്ലൊരു ജോലി നിനക്കെന്തായാലും കിട്ടും. പ്രായത്തിന്റെ പക്വതക്കുറവ് കാരണം തെറ്റുപറ്റും. അത് തിരുത്തുമ്പോഴാണ് മനുഷ്യർ ആകുന്നത്. തെറ്റിൽ നിന്നും ശരിയിലേക്ക് പോണം, ശരിയിൽ നിന്നും തെറ്റിലേക്കല്ല."

എന്റെ മുഖം ചെറുതായൊന്നു വാടിയത് കണ്ടാൽ, ഏട്ടൻ ഇങ്ങനെ ഓരോന്ന് പറഞ്ഞു ആശ്വസിപ്പിക്കും.

ഞാൻ ഡിഗ്രിക്ക് പഠിച്ച കോളേജിന്റെ ഏതാണ്ട് അടുത്തു തന്നെയാ മുഹമ്മദ് സാറിന്റെ കോളേജും. രാജുവേട്ടനോട് ദേഷ്യവും വാശിയും പ്രതികാരവുമൊക്കെ തോന്നുന്നുണ്ടെങ്കിലും ബസ് പമ്പിനടുത്തുള്ള റോഡിലൂടെ കടന്നു പോകുമ്പോൾ ഞാനൊന്നു നോക്കി പോകാറുണ്ട്. ക്ലാസ്സ് കഴിഞ്ഞു മടങ്ങുമ്പോൾ ചിലപ്പോൾ ബസ് പമ്പിൽ കയറാറുമുണ്ട്. അപ്പോൾ ഞാൻ പമ്പിലെ കൗണ്ടറി ലേക്ക് നോക്കും. ഒരുതവണ അതിനുള്ളിൽ രാജുവേട്ടനെ കണ്ടു കാര്യമായി എന്തോ എഴുതിക്കൊണ്ടിരിക്കുന്നു.

തലയുയർത്തി നോക്കാത്തതുകൊണ്ട് എന്നെ കണ്ടുകാണില്ല. ഒരിക്കൽ സുജാത എന്നെ കാണാൻ കോളേജിൽ വന്നു. അവൾ കല്യാണം കഴിച്ച് ബോംബെയിലാണ്. ഞങ്ങൾ പണ്ട് സ്ഥിരമായി കോളേജിൽ പോയിരുന്ന ബസിന്റെ കണ്ടക്ടറെയാണ് അവൾ പ്രണ യിച്ചിരുന്നത്. ഫൈനൽ എക്സാം കഴിഞ്ഞായിരുന്നു അവളുടെ കല്യാണം. ലാസ്റ്റ് ക്ലാസ്സ് കഴിഞ്ഞ് മടങ്ങുമ്പോൾ ഡ്രൈവറുടെയും കണ്ടക്ടറുടെയും ക്ലീനറുടെയും പേര് എഴുതിയ ഒരു ഇൻവിറ്റേഷൻ കാർഡും കുറച്ച് ചോക്ലേറ്റും അവൾ കണ്ടക്ടറെ ഏൽപ്പിച്ചു. നീ ചെയ്തത് ശരിയായില്ലെന്ന് ഞങ്ങൾ പറഞ്ഞപ്പോൾ. അന്ന് സുജ പറഞ്ഞത് ഇങ്ങനെയാണ്.

"ജീവിതം തന്നെ ഒരു ബസ് യാത്രയാണ്. അപ്പോൾ കണ്ടക്ട റോടൊപ്പം യാത്ര ചെയ്താൽ കുണ്ടും കുഴിയുമുള്ള ഹൈവേ റോഡ് ആയിപ്പോകും ജീവിതം. ഞാൻ പകുതി വഴിക്ക് ഇറങ്ങി."

അത്ര ലാഘവത്തോടെയാണ് അവൾ ബന്ധങ്ങളെ കണ്ടത്. ഇ പ്പോൾ ഭർത്താവും കുഞ്ഞുമായി സന്തോഷത്തോടെ ജീവിക്കുന്നു. "ടൗണിൽ വെച്ച് ഗോപിയേട്ടനെ കണ്ടപ്പോഴാ നീ ഈ കോളേജിൽ ജോലി ചെയ്യുന്നതറിഞ്ഞത്. ആശയിൽ നിന്നും ജയയിൽ നിന്നു മൊക്കെ കുറേയൊക്കെ നിന്റെ കാര്യങ്ങൾ അറിഞ്ഞിരുന്നു. വിഷമി പ്പിക്കേണ്ടെന്നും പിന്നെ നിന്റെ സങ്കടം കാണാൻ കഴിയാഞ്ഞിട്ടു മാണ് നിനക്ക് കത്തെഴുതാതിരുന്നതും നാട്ടിൽ വന്നപ്പോൾ കാണാൻ വരാഞ്ഞതും. ഞാനൊരു കല്യാണത്തിന് പോയപ്പോൾ രാജുവേട്ടനേയും ഭാര്യയേയും കണ്ടിരുന്നു. എന്നോട് ചിരിച്ചു.

പക്ഷേ ഞാൻ പോയി സംസാരിച്ചില്ല. കുറെ കാലങ്ങൾക്കുശേഷം രാജുവേട്ടനെക്കുറിച്ച് കേട്ടപ്പോൾ ഞാനാകെ വല്ലാതായി. അയാൾ പോട്ടെ, അതിനേക്കാൾ നല്ലയാളെ നിനക്ക് കിട്ടും.''

അവൾ കൂളായി പറഞ്ഞു. മുഹമ്മദ് സാറിനെയും കണ്ട് എന്നോടും കുറെ സംസാരിച്ച് അവൾ തിരികെ പോയി.

മാസങ്ങൾക്കുശേഷം അച്ഛന്റെയൊരു സുഹൃത്ത് ഗൾഫിൽ ജോലി ചെയ്യുന്ന ഒരാളിന്റെ പ്രൊപ്പോസലുമായി വീട്ടിൽ വന്നു. വകയിൽ അയാളുടെയൊരു ബന്ധുവുമാണ്.

''മാഷിന് മോളെ ദുബായിലേക്കയയ്ക്കാൻ താല്പര്യമുണ്ടെങ്കിൽ അവരോട് ഇങ്ങോട്ട് വരാൻ പറയാം. കാര്യങ്ങളൊക്കെ ഞാൻ പറഞ്ഞിട്ടുണ്ട്. അവർക്ക് താൽപര്യമാണ്. കുറെ നാളായി ആ പയ്യൻ പെണ്ണന്വേഷിക്കുന്നു. ഒന്നും ശരിയായില്ല. അവൻ അടുത്ത മാസം ലീവിന് വരും. അപ്പോൾ കല്യാണം നടത്തണം. ആ ഒരു തിരക്കിലാണ് വീട്ടുകാർ.''

''ഗോപാലൻ മാഷിന് അറിയുന്ന ആളല്ലേ. എനിക്കൊരു താല്പര്യക്കുറവുമില്ല. നിർമ്മലയെ കാണാൻ ഞായറാഴ്ച വരാൻ പറഞ്ഞോളൂ. എല്ലാം ഒത്തുവന്നാൽ കല്യാണം നമുക്ക് നടത്താം.''

ആ നവംബർ 27 ഞാനൊരിക്കലും മറക്കില്ല. ഗോപാലൻ മാഷ് പ്രൊപ്പോസലിന്റെ കാര്യം സംസാരിച്ചപ്പോൾതന്നെ അച്ഛൻ ഉഷാറായി. സാധാരണയിൽ നിന്നും വ്യത്യസ്തമായി ആ ഞായറാഴ്ച ഒരുക്കങ്ങൾ കൂടുതലായിരുന്നു. കല്യാണം മുടക്കികൾ ഇതും മുടക്കുമെന്ന ആശ്വാസത്തിലായിരുന്നു ഞാൻ. അതുകൊണ്ട് തന്നെ വീട്ടിലുള്ളവരുടെ സന്തോഷത്തിൽ ഞാനും കൂടി.

ഞായറാഴ്ച രാവിലെ പത്ത് മണി ആകുമ്പോഴേക്കും വലിയ ഒരു വണ്ടി നിറയെ പ്രഭാകരന്റെ ബന്ധുക്കളെത്തി. പ്രഭാകരന് അച്ഛനില്ല. അമ്മാവൻ, ഇളയച്ഛൻ, അമ്മായി അങ്ങനെ കുറച്ചു പേരും പിന്നെ ഗോപാലൻ മാഷും. വരാന്തയിൽ ഇരുന്ന് ആണുങ്ങൾ അച്ഛനോടും ഏട്ടനോടും അകത്തിരിക്കുന്ന പെണ്ണുങ്ങൾ ഞങ്ങളോടും പ്രഭാകരന്റെ ദുബായ് വിശേഷങ്ങൾ വാതോരാതെ പറഞ്ഞുകൊണ്ടിരുന്നു.

''അവന് അവിടെ സ്വന്തമായി ഫ്ളാറ്റും വണ്ടിയും ഒക്കെയുണ്ട് കല്യാണം കഴിഞ്ഞാൽ കൂടെ കൊണ്ടുപോകും. പണമല്ല പ്രധാനം, സൗന്ദര്യവും വിദ്യാഭ്യാസവും ഉള്ള പെൺകുട്ടിയെയാണ്. നിർമ്മല എംഎസ് സി കഴിഞ്ഞതുകൊണ്ട് ദുബായിൽ ഒരു ജോലി ശരിയാക്കാൻ അവനെ കൊണ്ടാകും. ഈ കല്യാണം നടത്തി തന്നാൽ

മാത്രം മതി. മാഷിന്റെ ഈ ആൺമക്കൾക്കും നല്ലൊരു ജോലി ശരിയാക്കാൻ അവന് പറ്റും.''

അവർ വലിയ സന്തോഷത്തോടെ ചായയും പലഹാരവും ഒക്കെ കഴിച്ചു. ഊണ് കഴിക്കാൻ നിർബന്ധിച്ചുവെങ്കിലും കഴിച്ചില്ല.

''നമ്മളിനി ബന്ധുക്കളെല്ലേ. എപ്പോ വേണമെങ്കിലും വന്ന് ഊണ് കഴിക്കാലോ. നിർമ്മലയുടെ ഒരു ഫോട്ടോ ഞങ്ങൾക്ക് വേണം. പ്രഭാകരന് അയയ്ക്കാനാ. കല്യാണം കഴിക്കാൻ പോകുന്ന പെണ്ണിനെ അവനൊന്ന് കാണട്ടെ. ഞങ്ങൾക്കൊക്കെ മാഷിനെയും മോളെയും വീട്ടുകാരെയും നന്നായി ബോധിച്ചു.''

അവർ സന്തോഷത്തോടെ മടങ്ങി. കല്യാണം നടക്കുമോ എന്ന ഭയം മനസ്സിനെ പിടികൂടി. മാധവിയേച്ചിയുടെ മകൻ ഇവരെ കാണണേയെന്ന് ഞാൻ പ്രാർത്ഥിച്ചു.

അന്ന് വീട്ടുകാരൊക്കെ വളരെ സന്തോഷത്തിലായിരുന്നു. കുറേ നാളുകൾക്കു ശേഷം അച്ഛൻ ചിരിക്കുന്നത് ഞാൻ കേട്ടു. രാത്രിയിൽ ഞങ്ങളെല്ലാം ഒരുമിച്ചിരുന്ന് ഭക്ഷണം കഴിച്ചു. അച്ഛൻ കുറേ തമാശകളും പഴയ കാര്യങ്ങളുമൊക്കെ പറഞ്ഞ് പതിവിലും വൈകിയാണ് ഉറങ്ങാൻ കിടന്നത്. അഞ്ചുമണിയുടെ അലാറം കേട്ട് ഞാൻ പതിവുപോലെ എഴുന്നേറ്റു കുളിച്ചു വരുമ്പോൾ അച്ഛമ്മ പൂജാമുറിയിൽ വിളക്ക് വെച്ച് വിഷ്ണു സഹസ്രനാമം ജപിക്കുന്നുണ്ടായിരുന്നു.

എല്ലാവർക്കും രാവിലെ പോകേണ്ടതുകൊണ്ട് അമ്മ അടുക്കളയിൽ നല്ല തിരക്കിലാണ്. ഞാൻ അമ്മയെ സഹായിക്കാനായി അടുക്കളയിലേക്ക് പോയി. ഏഴ് മണിയായിട്ടും അച്ഛൻ എഴുന്നേറ്റില്ല. സാധാരണ അച്ഛൻ നേരത്തെ എഴുന്നേറ്റ് പറമ്പിലൂടെ നടന്ന് വിളഞ്ഞ പച്ചക്കറികൾ പറിച്ച് തിരിച്ചുവരാനുള്ള സമയമായി. പക്ഷേ അന്ന് എഴുന്നേറ്റു കണ്ടില്ല.

തലേന്ന് രാത്രി വൈകി ഉറങ്ങിയതുകൊണ്ടാവണം ഞാൻ അച്ഛനെ വിളിക്കാൻ അകത്തേക്ക് പോയി. അച്ഛൻ ചുമരിനോട് ചെരിഞ്ഞു കിടക്കുകയാണ്.

''അച്ഛാ അച്ഛാ...''

ഞാൻ വിളിച്ചു. വിളി കേട്ടില്ല. എന്റെ ഉള്ളിൽ ഭയം നിറഞ്ഞു. അച്ഛാ, ഉച്ചത്തിലുള്ള എന്റെ വിളികേട്ട് വീട്ടിലുള്ളവരെല്ലാം ഓടി വന്നു. ഗോപിയേട്ടൻ വേഗം തന്നെ അച്ഛനെ പോയി തൊട്ടു നോക്കി. ചരിഞ്ഞുകിടന്ന അച്ഛനെ മലർത്തി കിടത്തി.

എന്റെ വിളി ഇനിയൊരിക്കലും അച്ഛൻ കേൾക്കില്ല. അച്ഛൻ ഇനി ഒരിക്കലും ഉണരില്ല. ആകസ്മികമായ അച്ഛന്റെ മരണം

ഞങ്ങളെല്ലാരേയും തളർത്തി. പെട്ടെന്നുള്ള അച്ഛന്റെ മരണത്തിന് കാരണക്കാരി ഞാനാണെന്ന് വന്നവരൊക്കെ പിറുപിറുക്കുന്നത് ഞാൻ കേട്ടു.

ബന്ധുക്കളാരും ദൂരെ നിന്നും വരാനില്ലാത്തതുകൊണ്ട് ചട ങ്ങൊക്കെ പെട്ടെന്ന് കഴിഞ്ഞു. ഞങ്ങളുടെ പറമ്പിന്റെ തെക്കേ അറ്റത്തു തന്നെയാണ് അച്ഛൻ ഉറങ്ങുന്നത്.

അന്ന് പ്രകൃതിപോലും ഞങ്ങളുടെ ദുഃഖത്തിൽ പങ്കുചേർന്നു. വെയിലിന് പോലും ശക്തി കുറവായിരുന്നു. സൂര്യപ്രകാശം മങ്ങി യിരുന്നു.''

അനാമികയ്ക്കും സങ്കടം വന്നു. എത്ര പ്രതീക്ഷകളാണ് പെട്ടെന്ന് തകരുന്നത്.

പതിന്നാല്

നിറഞ്ഞ കണ്ണുകളോടെ അകലെ നോക്കിയിരിക്കുന്ന നിർമ്മലയെ അനാമിക കുറച്ചു സമയം നോക്കി. നവംബർ 28 ആന്റിയുടെ അച്ഛൻ മരിച്ച ദിവസമാണെന്നറിയാം. അന്ന് ആന്റി ഓഫീസിൽ പോകില്ല. പകൽ ഭക്ഷണം കഴിക്കില്ല. പക്ഷികൾക്ക് ധാന്യങ്ങൾ കൊടുക്കും. ഓഫീസിൽ എല്ലാവർക്കും ഭക്ഷണമെത്തിക്കും. പായസം എനിക്കും തരാറുണ്ട്. ഇങ്ങനെ ചെയ്ത് ഞാനെന്റെ മനസ്സിനെ ആശ്വസിപ്പിക്കട്ടെ, എന്നാണ് ആന്റി പറയുക. ആന്റിയുടെ അച്ഛന്റെ മരണത്തിന് പിറകിൽ ഇത്ര വലിയൊരു സങ്കടം മറഞ്ഞു കിടക്കുന്നുണ്ടെന്ന് ഒരിക്കലും ഞാൻ അറിഞ്ഞില്ല.

നിർമ്മലയുടെ മനസ്സു മാറാനായി അനാമിക പറഞ്ഞു.

''പുല്ലിലിരുന്നിട്ട് കാലു വല്ലാതെ വേദനിക്കുന്നു ആന്റി, അവിടെ എവിടെയെങ്കിലുമുള്ള ബെഞ്ചിൽ പോയിരിക്കാം.''

അവൾ എഴുന്നേറ്റു, സാരിത്തുമ്പ് കൊണ്ട് കണ്ണു തുടച്ച് നിർമ്മലയും. ഒഴിഞ്ഞ ബെഞ്ചന്വേഷിച്ചു നടക്കുമ്പോൾ ഇരുവരും ഒന്നും സംസാരിച്ചില്ല.പാർക്കിന്റെ ഒരു വശത്ത് കുറെ ലെബനൻക്കാരും പലസ്തിൻകാരും വട്ടത്തിലിരുന്ന് ചിരിച്ചു സംസാരിച്ചു സുലൈമാനി കുടിക്കുന്നു. അതിനപ്പുറത്തായി കുറേ ഫിലിപ്പൈൻസുകാർ കൂടിയിരുന്ന് മധുരമായി പാട്ടുപാടുന്നു. എവിടെയോ കേട്ട് മറന്ന രാഗം പോലെ അനാമികയ്ക്ക് തോന്നി. കുറച്ച് അകലെയായി ഒരു ബെഞ്ചിൽ ഇരുവരുമിരുന്നു. ശ്രദ്ധിച്ചാൽ അവരുടെ പാട്ടു കേൾക്കാം.

നിർമ്മല അനാമികയോട് ചോദിച്ചു. ''മോൾ ഒന്നോർത്തു നോക്കിയേ, ഈ പാട്ട് കേൾക്കുമ്പോൾ എന്താണ് ഓർമ്മ വരുന്നത്?''

''നല്ല പരിചയമുണ്ട്, പറയാൻ പെട്ടെന്ന് പറ്റുന്നില്ല. ആന്റി തന്നെ പറയൂ''

''അയ്യപ്പന്റെ ഭജന പോലെയില്ലേ?''

"അതേ ആന്റി, എനിക്ക് പെട്ടെന്ന് പറയാൻ കിട്ടിയില്ല. അതു പോലെതന്നെയുണ്ട്. ഭജന കേട്ടിട്ടും നാട്ടിലെ അമ്പലത്തിൽ പോയിട്ടും വർഷങ്ങളായി. നാട്ടിൽ എന്റെ വീടിനടുത്ത് ഒരു ശിവ ക്ഷേത്രമുണ്ട്. അതിനോട് ചേർന്ന് തന്നെ ഒരു അയ്യപ്പന്റെ അമ്പ ലവും. മണ്ഡലകാലം മുതൽ മകരസംക്രമം വരെ എന്നും സന്ധ്യ മുതൽ രാത്രി വരെ അവിടെ ഉച്ചത്തിൽ ഭജനയുണ്ടാകും. നാട്ടിലെ കുട്ടികളെ ഒരുതരത്തിലും പഠിക്കാനനുവദിക്കില്ല. അത്ര ശബ്ദത്തി ലാണ് സ്പീക്കർ വയ്ക്കുന്നത്. അവിടത്തെ ഗുരുസ്വാമി ശബരിമല സീസൺ തുടങ്ങിയാൽ സാക്ഷാൽ അയ്യപ്പന്റെ ബാധ ഇല്ലാത്ത സമയത്ത് അയാൾക്ക് സ്വബോധം ഉണ്ടാവില്ല."

നിർമ്മല പറഞ്ഞു. "ഈ വർഷം മണ്ഡലകാലത്ത് ഞാൻ നാട്ടിൽ ഉണ്ടായിരുന്നു. ഇപ്പോഴും നാട്ടിലെ സ്ഥിതിയൊക്കെ അങ്ങനെ തന്നെയാ. എത്ര പേരാണ് ശബരിമലയ്ക്ക് പോയത്. ധാരാളം സ്ത്രീകളുമുണ്ട്. വർഷം കൂടുന്തോറും ശബരിമലയിൽ പോകുന്ന വരുടെ എണ്ണം കൂടുന്നു."

"ശബരിമലയിലെ യുവതീപ്രവേശനത്തിന്റെ ജഡ്ജ്മെന്റ് വന്നോ മോളേ, അതെന്തായി?"

"ഇതുവരെ വന്നില്ല ആന്റീ. അതിനി വരാനും പോകുന്നില്ല. ഭരണഘടന പ്രകാരം സ്ത്രീക്കും പുരുഷനും തുല്യതയുണ്ട്. ആ ജഡ്ജ്മെന്റ് ലോകരാജ്യങ്ങളൊക്കെ ഉറ്റുനോക്കുന്നതാണ്. പ്രവേ ശനം കൊടുത്തില്ലെങ്കിൽ ജനാധിപത്യത്തിന് അത് നാണക്കേടായി, പ്രവേശനം കൊടുത്താലോ അത് ആചാരലംഘനവും. അതിന്റെ പുകിലാണ് നാട്ടിൽ. വിശ്വാസം നല്ലതാണ് പക്ഷേ ആളുകൾക്കിട യിൽ സംശയമുണ്ടാക്കരുത്. ശബരിമല ഒഴിച്ചുള്ള എല്ലാ അയ്യപ്പ ക്ഷേത്രത്തിലും യുവതികൾക്ക് പ്രവേശനമുണ്ട്. ശബരിമലയിൽ മാത്രം യുവതികൾ പ്രവേശിച്ചാൽ അയ്യപ്പന്റെ ബ്രഹ്മചര്യം നഷ്ട പ്പെടും. അതിലും തമാശ തോന്നിയത് 50 വയസ്സ് കഴിഞ്ഞവർക്ക് പ്രവേശനമുണ്ട്. 41 ദിവസത്തെ തുടർച്ചയായ വ്രതമാണ് യുവതി കൾക്ക് തടസ്സുമെങ്കിൽ 50 വയസ്സ് പ്രായപരിധിയായി കണക്കാക്കാൻ പറ്റില്ല. മാലയിട്ടാൽ ചിലർ പറയും വിദേശമദ്യം കഴിച്ചുകൂടാ, പക്ഷേ തെങ്ങിൻ കള്ള് കുടിക്കാം. മാലയിട്ട് മദ്യപിക്കരുതെന്നേയുള്ളു, അതുകൊണ്ട് ഷാപ്പിന് പുറത്ത് മാലി ഊരി വച്ച് കള്ളുകുടിക്കുന്ന വരുമുണ്ട്. 41 ദിവസത്തെ വ്രതം നോൽക്കാതെ പോകുന്നവരുമില്ലേ? ഇതൊന്നും ആർക്കും പ്രശ്നമല്ല. പ്രശ്നം മുഴുവൻ യുവതികൾ ക്കാണ്."

''മോളേ ആമി, നമ്മുടെ ഏതു പുരാണത്തിലും ഇതിഹാസ ത്തിലും നോക്കിയാലും ഉത്തരം കിട്ടാത്ത ഒരുപാട് സംശയങ്ങളുണ്ട്. മുമ്പ് ഇതൊക്കെ പ്രായമുള്ളവർ മാത്രമേ വായിക്കാറുള്ളൂ. ഇപ്പോൾ കാര്യങ്ങൾ കുറേയൊക്കെ പുതിയ തലമുറയ്ക്കുമറിയാം. നമ്മുടെ പുരാണങ്ങളിൽ നടന്ന കാര്യങ്ങളൊക്കെ ന്യൂജനറേഷൻ ഫോളോ ചെയ്താൽ എന്താകും നാടിന്റെ അവസ്ഥ?''

''അച്ഛൻ മരിച്ച കാര്യം പറഞ്ഞപ്പോൾ ആന്റി നന്നായി ഇമോഷ ണൽ ആയി അല്ലേ? ഇപ്പോൾ ഒക്കെയായി. ഇനി അതിന്റെ ബാക്കി കൂടി പറയൂ.''

''അച്ഛന്റെ ആകസ്മികമായ മരണം വീട് മൊത്തത്തിൽ ശോക മൂകമായി. പുല തീരുന്നതിന് മുമ്പ് തന്നെ അച്ഛമ്മയെ തങ്കമണി ഇളയമ്മ (അച്ഛന്റെ ഇളയ അനിയത്തി)കൂട്ടിക്കൊണ്ടുപോയി. ആരും തടസ്സം പറഞ്ഞില്ല. അമ്മാവന്മാർ ഇടയ്ക്കിടെ വന്ന് വീട്ടുകാര്യങ്ങള ന്വേഷിക്കും. ഗോപിയേട്ടൻ കുടുംബനാഥനായി. അച്ഛൻ മരിച്ച സമ യത്തും പിന്നീടും പലതവണ പ്രഭാകരന്റെ ബന്ധുക്കൾ വന്നു. 41 ദിവസം കഴിഞ്ഞപ്പോൾ വളരെ ലളിതമായ ചടങ്ങിൽ അമ്മയും ബന്ധുക്കളും ചേർന്ന് എന്റെ കല്യാണം നടത്തി.

ഗോപാലൻ മാഷ് പറഞ്ഞ അറിവല്ലാതെ കൂടുതലൊന്നും പ്രഭാകരനെക്കുറിച്ചന്വേഷിച്ചില്ല. ജാതകവും ചേർന്നില്ല. അച്ഛനുള്ള സമയത്ത് വന്ന കല്യാണമല്ലേ. ഇപ്പോഴത്തെ ഞങ്ങളുടെ അവസ്ഥ കണ്ടിട്ടാവണം ആരും കല്യാണം മുടക്കാഞ്ഞത്. എനിക്കൊട്ടും ഇഷ്ടമല്ലായിരുന്നു. എന്നാലും എതിരൊന്നും പറഞ്ഞില്ല.

നമുക്ക് ഈ കല്യാണം തന്നെ നടത്താം. പുതിയ സ്ഥലത്ത് ജീവിക്കുമ്പോൾ എല്ലാം ശരിയാകുമെന്ന് അമ്മ പറഞ്ഞു. പ്രഭാക രന്റെ ഫോട്ടോ കണ്ടപ്പോൾ തന്നെ എന്റെ മനസ്സ് പറഞ്ഞു ഞങ്ങൾ തമ്മിൽ ഒരിക്കലും ചേരില്ലെന്ന്. ഹിന്ദു വിവാഹാചാര പ്രകാരം പെൺകുട്ടിയാണ് ആദ്യം വരണമാല്യം ചാർത്തുന്നത്. അതിനർത്ഥം എന്നെ നിർബന്ധിച്ചിട്ടില്ല പൂർണ്ണ സമ്മതത്തോടേയും ഇഷ്ടത്തോ ടേയും ആണ് നിങ്ങളെ ഭർത്താവായി സ്വീകരിക്കുന്നത് എന്നാ. പക്ഷേ എത്ര പെൺകുട്ടികൾ അങ്ങനെ കല്യാണം കഴിക്കുന്നുണ്ട് നമ്മുടെ നാട്ടിൽ.

വളരെ കുറച്ച് ആളുകളെ കല്യാണത്തിന് പങ്കെടുത്തിരുന്നുള്ളൂ വെങ്കിലും വന്നവരിലാരോ എന്റെ പഴയ കാര്യങ്ങളൊക്കെ പ്രഭാക രന്റെ അമ്മായിയെ അറിയിച്ചു. അത് പിന്നെ അയാളുടെ അമ്മയ റിഞ്ഞു. അങ്ങനെ ആദ്യദിവസം മുതൽ കുത്തുവാക്കുകൾ പറഞ്ഞ് അവരെന്നെ വേദനിപ്പിക്കാൻ തുടങ്ങി. ആദ്യരാത്രിതന്നെ എനിക്ക്

മനസ്സിലായി, അയാൾ ഒരു മദ്യപാനി ആണെന്ന്. ഒരുതരത്തിലും അയാളോട് പൊരുത്തപ്പെടാൻ എനിക്കായില്ല. പല ഓർമ്മകളും എന്നെ അസ്വസ്ഥയാക്കി. ജീവിതം മടുത്തു. അയാളോടൊപ്പമുള്ള ഓരോ നിമിഷവും ഞാൻ എന്നെതന്നെ ശപിച്ചു പകലൊക്കെ വലിയ കുഴപ്പക്കാരനല്ല. പക്ഷേ രാത്രിയിൽ അയാൾക്ക് സ്വബോധ മില്ല.

ഒരാഴ്ച കഴിഞ്ഞ് പ്രഭാകരൻ ദുബായിലേക്ക് തിരിച്ചുപോയി. പ്രഭാകരന്റെ അമ്മ എന്നെ കൂടുതൽ ശകാരിക്കാൻ തുടങ്ങി. കഴിഞ്ഞ കാര്യങ്ങൾ പറഞ്ഞ് എന്നെ പുറത്തിറങ്ങാൻ സമ്മതിക്കില്ല.

''എന്റെ മോൻ നിന്നെ എന്നെ ഏൽപ്പിച്ചിട്ട് പോയതാ. നീ വല്ല വരുടെ കൂടെ ഇറങ്ങിപ്പോയാൽ അവനോട് ഞാൻ എന്ത് ഉത്തരം പറയും?''

പ്രഭാകരൻ ആദ്യമായി എനിക്ക് അയച്ച എഴുത്ത് അമ്മ വായി ക്കാൻ തന്നില്ല. അതവർ അടുപ്പിലിട്ട് കത്തിച്ചു. ഒരു മാസം കഴിഞ്ഞ പ്പോൾ തപാൽ വഴി എനിക്കൊരു രജിസ്റ്റർ വന്നു. അതൊരു പാസ്പോർട്ടും വീസയും ടിക്കറ്റുമായിരുന്നു. മാർച്ച് ഏഴിനാണ് ടിക്കറ്റ്. ഈ വിവരം വച്ച് ഞാൻ ഗോപിയേട്ടന് കത്തെഴുതി. ഏട്ടൻ എന്നെ കൂട്ടിക്കൊണ്ടുപോവാനായി വന്നു.

പ്രഭാകരൻ പോയശേഷം ഞാൻ വീട്ടിലേക്കോ വീട്ടിന്ന് ഇങ്ങോട്ടോ ആരും വന്നിരുന്നില്ല. എന്റെ എല്ലാ വിവരങ്ങളും അറി ഞ്ഞെന്ന് പറഞ്ഞ് അയാളുടെ അമ്മ ഗോപിയേട്ടനെ കുറേ വഴക്ക് പറഞ്ഞു.

''ഇവൾ ദുബായിൽ പോയാൽ എന്റെ മോൻ കാവൽ ഇരിക്കേ ണ്ടിവരും. അവന് ജോലിക്ക് പോകേണ്ടതാ.''

ഏട്ടനൊന്നും മിണ്ടിയില്ല. എന്നെയും കൂട്ടി വീട്ടിലേക്ക് വന്നു. പ്രീഡിഗ്രി തോറ്റ് സപ്ലി എഴുതാനായി പഠിക്കുന്ന അനിൽ സ്വന്തം ഇഷ്ടത്തിന് പഠിപ്പു നിർത്തി. അരുന്ധതി പ്രീഡിഗ്രി പൂർത്തിയാക്കി. അവളും വീട്ടിലിരിക്കട്ടെ. കാലിന് സുഖമില്ലാത്ത കുട്ടിയെ പുറത്തി റക്കി നാട്ടുകാരുടെ പരിഹാസം വാങ്ങിക്കൂട്ടേണ്ട. അതായിരുന്നു വല്യമ്മാവന്റെ അഭിപ്രായം. അച്ഛനുള്ളപ്പോൾ പടി കയറി വരാത്ത മനുഷ്യനാണ്, ഇപ്പോൾ ഞങ്ങളുടെ വീട്ടിലെ കാര്യങ്ങൾ തീരുമാ നിക്കുന്നത്.

ദുബായിലേക്ക് വരുമ്പോഴുള്ള എല്ലാ കാര്യങ്ങളും വിശദമായി പ്രഭാകരൻ എനിക്കെഴുതിയിരുന്നു. മരിച്ച മനസ്സോടെ എല്ലാവ രോടും യാത്ര പറഞ്ഞ് ഞാൻ ഏട്ടനോടൊപ്പം വീട്ടിൽ നിന്നുമിറങ്ങി. തിരുവനന്തപുരം എയർപോർട്ടിൽ വച്ച് ഏട്ടനെന്നെ യാത്രയാക്കി.''

''ആന്റീ, ദുബായ് വിശേഷം നമുക്ക് നാളെ പറയാം. സമയം പത്തരയായി, ഇതിനടുത്തൊരു ഗുജറാത്തി അപ്പാപ്പന്റെ ഹോട്ടലുണ്ട്. ആന്റിക്ക് എന്താ കഴിക്കാൻ വേണ്ടത്?''

''ഉച്ചയ്ക്ക് നന്നായി കഴിച്ചില്ലേ മോളെ. രാത്രി എന്തേലും ലൈറ്റ് ആയി മതി, നല്ല ഒരു ചായ ആയാലും വേണ്ടില്ല.''

ആന്റിക്കൊരു പഞ്ചാബി സമൂസയും സ്ട്രോങ്ങ് മസാല ചായയും എനിക്കൊരു പ്ലേറ്റ് പാനിപൂരിയും ഓറഞ്ച് ജ്യൂസും വാങ്ങി. ''ഇവിടുന്ന് നടന്നു പോകാനാവില്ല. കുറച്ചു ദൂരമുണ്ട്. ആന്റി പാർക്കിന്റെ എൻട്രൻസിൽ വെയിറ്റ് ചെയ്യൂ. ഞാൻ പോയി വണ്ടിയെടുത്തു വരാം.''

നിർമ്മല പാർക്കിന്റെ എൻട്രൻസിലേക്ക് നടന്നു.

പതിനഞ്ച്

ഈന്തപ്പനയുടെ താഴെയായി നിറയെ പൂക്കളുള്ള ചെടികൾക്കടുത്തായി ഇട്ടിരിക്കുന്ന ബെഞ്ചിൽ നിർമ്മലയും അനാമികയും ഇരുന്നു. തൊട്ട് മുന്നിൽ തന്നെ പഴയ മോഡലുള്ള ഒരു പാലസുണ്ടാക്കിയിട്ടുണ്ട്. അതിന്റെ പിറകിലായി ക്രീക്ക്. പാലസിൽ നിറയെ ലൈറ്റുണ്ട്. അതിനകത്തും പുറത്തും ചുറ്റിക്കാണാൻ സന്ദർശകർക്ക് പ്രവേശനവുമുണ്ട്. പൊതുവേ ചൂടാണെങ്കിലും ക്രീക്കിന്റെ അടുത്തായതുകൊണ്ടാവണം ഒരു ചെറിയ തണുപ്പ് ഫീൽ ചെയ്യുന്നുണ്ട്. തെളിഞ്ഞ ആകാശം. നിറയെ നക്ഷത്രങ്ങൾ.

''തിങ്കളാഴ്ചയായിരുന്നു കറുത്ത വാവ്. ഇന്നിപ്പോൾ വ്യാഴാഴ്ചയായി. അമാവാസി കഴിഞ്ഞ് ആദ്യമായി ചന്ദ്രനെ വ്യാഴാഴ്ച കണ്ടാൽ സാമ്പത്തികഭിവൃദ്ധിയുണ്ടാകും എന്നെന്റെ അച്ഛമ്മ പറയാറുണ്ട്. പക്ഷേ ഇന്ന് ചന്ദ്രനെ കാണുന്നില്ല.'' നിർമ്മല പറഞ്ഞു.

''ആന്റീ, ഇത് വടക്കാണ്. ചന്ദ്രനെ കാണണമെങ്കിൽ പടിഞ്ഞാറ് നോക്കണം. പെരുന്നാൾ ഇന്നലെ കഴിഞ്ഞു. ലീവ് ആയതുകൊണ്ടാകും പാർക്കിൽ നിറയെ ആളുകൾ, സാധാരണ അത്രയും ആളുകളെ ഇവിടെ കാണാറില്ല. രണ്ട് ദിവസം ആന്റിയില്ലാത്തതുകൊണ്ട് ഞാൻ പുറത്തൊന്നുമിറങ്ങിയില്ല. കുറെ വർഷങ്ങളായി ഞാനൊരു ആഘോഷവും നടത്താറില്ല. റാസൽഖൈമയിലെ ആന്റിയുടെ പെരുന്നാളൊക്കെ എങ്ങനെയുണ്ടായിരുന്നു?''

''ഞാൻ പെരുന്നാൾ ആഘോഷിക്കാനല്ല റാസൽഖൈമയിൽ പോയത്. ജമീലയും മക്കളും നിർബന്ധിച്ചു വിളിച്ചതുകൊണ്ടാ. അവർക്കൊരു സന്തോഷമായിക്കോട്ടെയെന്ന് കരുതി. മാത്രമല്ല അവള് വിളിച്ചാൽ എനിക്ക് നോ എന്ന് പറയാൻ പറ്റില്ല. റഷീദിന് അവിടെ വില്ലയാണ്. ജമീലിയുടെ മക്കൾ എല്ലാരും അന്ന് അവിടെയുണ്ടായിരുന്നു. അവർക്കിടയിലുള്ള സ്നേഹവും സന്തോഷവും ഐക്യവുമൊക്കെ കണ്ടാൽ തന്നെ, നമ്മുടെ മനസ്സിനൊരു സന്തോഷമാകും.''

''അൽനാഥ ടവറിൽ താമസിക്കുന്ന കാലം മുതൽ എനിക്ക് ജമീലയെ പരിചയമുണ്ട്. ഫ്ളാറ്റിലെ കുക്കിംഗും ക്ലീനിങ്ങും അവളാണ് ചെയ്തിരുന്നത്. നല്ല സ്നേഹവും വിശ്വസിക്കാൻ കൊള്ളാവുന്ന ആളുമാണ്. പോരാത്തതിന് മലയാളിയും. മക്കളെ പഠിപ്പിക്കാനും വളർത്താനും വേണ്ടിയാണ് അവളിവിടെ ജോലിക്ക് വന്നത്. പാർട്ടൈമായി ജമീല മൂന്നാലു വീടുകളിൽ ജോലി ചെയ്യും. കിട്ടുന്ന പൈസയൊന്നും നാട്ടിലെ ആവശ്യങ്ങൾക്ക് തികയില്ല. അവളുടെ സങ്കടവും കഷ്ടപ്പാടുമൊക്കെ എന്നും എന്നോട് പറയും. എന്നാൽ ആവുന്ന ഒരു സഹായമായിക്കോട്ടെയെന്ന് കരുതി, അന്ന് റഷീദിനെ പഠിപ്പിച്ചതും വിസിറ്റ് വീസയിൽ ഇവിടെ കൊണ്ടുവന്ന് ജോലിയാക്കിയതുമൊക്കെ ഞാനാണ്. അവൻ പിന്നെ കൂടപ്പിറപ്പിനെയൊക്കെ പഠിപ്പിച്ചു. ഇവിടെ കൊണ്ടുവന്ന് നല്ല നിലയിലാക്കി. പെങ്ങന്മാരെ കെട്ടിച്ചു, ഉമ്മയിനി വീട്ടുജോലി ചെയ്യേണ്ടെന്ന് പറഞ്ഞ് നാടിലേക്കയച്ചു. പക്ഷേ മക്കൾ എല്ലാ പെരുന്നാളിനും അവളെ ഇങ്ങോട്ടേക്ക് വിസിറ്റിനു കൊണ്ടുവരും.

നാട്ടിൽ പോയിട്ടും അവളും ഞാനുമായുള്ള ബന്ധം വിട്ടില്ല. ഞാൻ കഴിഞ്ഞ ഒരു വർഷത്തോളം നാട്ടിൽ ആയിരുന്നില്ലേ, കൃത്യമായി എന്റെ സുഖവിവരങ്ങളന്വേഷിച്ചതും സ്നേഹത്തോടെ എന്നോട് പെരുമാറിയതും ഞാൻ വയ്യാണ്ടിരുന്നപ്പോൾ ഒരു തുണയായി വന്നതും അവളുമാത്രമാണ്.''

''ആന്റിയുടെ ദുബായ് ജീവിതത്തെക്കുറിച്ച് പറയൂ. ഏകദേശം 80 കളുടെ തുടക്കത്തിലല്ലേ ഇവിടെയെത്തിയത്. അന്ന് ദുബായ് എങ്ങനെയായിരുന്നു?''

''ഞാൻ എത്തിയത് 99ലാണ്. അന്ന് ഇന്നിവിടെ കാണുന്ന ഈ ബിൽഡിങ്ങുകളൊന്നുമില്ല. ഷേക്ക് കോളനിയുണ്ട്, ട്രേഡ് സെന്ററും. ജുബലേലിയിൽ അലൂമിനിയം ഫാക്ടറിയും. അന്നും ക്രീക്കുണ്ട്, ബർദുബായീന്നു ദേരയിലേക്ക് അബ്ര വഴിയാണ് പോയിരുന്നത്. ബാക്കി ഇവിടെ മുഴുവൻ മരുഭൂമിയായിരുന്നു. പ്രഭാകരന്റെ വീട്ടുകാർ പറഞ്ഞത് പോലെ അയാൾക്കിവിടെ വൺ ബെഡ്റൂം ഫ്ളാറ്റ് ഉണ്ടായിരുന്നു ഷേക് കോളനിയിൽ. വാഷിംഗ് മെഷീൻ ഒഴിച്ച് മറ്റെല്ലാ ഇലക്ട്രോണിക് ഉപകരണങ്ങളും സ്വന്തം ഒരു കാറുമുണ്ട്. നാട്ടിലെ പോലെയല്ല ഇവിടെ കുറച്ചുകൂടി നല്ലതായിരുന്നു ആള്. വ്യാഴാഴ്ച രാത്രി മുതൽ വെള്ളിയാഴ്ച രാത്രി വരെ മദ്യപാനമുള്ളൂ. ബാക്കി ദിവസങ്ങളിലില്ല. രാവിലെ പ്രഭാകരൻ ജോലിക്ക് പോയാൽ രാത്രിയെ തിരിച്ചുവരൂ. പകൽ മുഴുവൻ ഞാൻ ഒറ്റയ്ക്ക് ഫ്ളാറ്റിൽ നല്ല മടുപ്പായിരുന്നു. രാവിലെ ഒരു ചായ കുടിച്ചു ജോലിക്ക് പോയാൽ

രാത്രിയെ അയാൾ ഭക്ഷണത്തിനുള്ളൂ. ഫ്ളാറ്റിൽ കാര്യമായ ജോലിയില്ല. ടൈം പാസിന് എന്തെങ്കിലും വായിച്ചിരിക്കാമെന്ന് കരുതിയാൽ അക്ഷരമെഴുതിയ ഒരു പേപ്പർ പോലും അതിനുള്ളിലില്ല. ഇവിടെ അയാൾക്ക് ധാരാളം ഫ്രണ്ട്സും റിലേറ്റിവ്സുമുണ്ട്. ചേച്ചിയും ഏട്ടനും അവരുടെ ഫാമിലിയും അബുദാബിയിലാണ്. വ്യാഴാഴ്ച രാത്രിയാകുമ്പോഴേക്കും ഭൂരിപക്ഷം സുഹൃത്തുക്കളും ഫ്ളാറ്റിൽ വരും. അതിൽ ചിലർ വെള്ളിയാഴ്ച രാത്രി തിരിച്ചു പോകും. മറ്റു ചിലർ ശനിയാഴ്ച രാവിലെയും. വ്യാഴാഴ്ച രാത്രി പൊട്ടിക്കാൻ തുടങ്ങുന്ന കുപ്പികൾ വെള്ളിയാഴ്ച രാത്രി വരെ പൊട്ടി ക്കൊണ്ടിരിക്കും. ചില ആഴ്ചകളിൽ ഏട്ടന്റേയും ചേച്ചിയുടേയും ഫാമിലികളുമുണ്ടാകും. അവരൊക്കെ കുപ്പിയുമായി വരുന്നത് കൊണ്ട് ആഴ്ചകളിൽ കുപ്പി കുറച്ചേറെ പൊട്ടും.

ആണുങ്ങളെല്ലാം ഹാളിലും പെണ്ണുങ്ങളെല്ലാം ബെഡ്റൂമിലും നിരത്തി ഷീറ്റ് വിരിക്കും. സ്ഥലം തികയാഞ്ഞിട്ട് ഹാളിലെ ഡൈ നിങ് ടേബിളിന്റെ അടിയിൽ വരെ കിടക്കാറുണ്ട്. വലിയൊരു പാത്രം നിറയെ ചോറും സാമ്പാറും ചില ആഴ്ചകളിൽ മീൻ അല്ലെങ്കിൽ ചിക്കൻ അത് മാറി മാറി. ഭക്ഷണം അവരവർ തോന്നുന്ന സമയത്ത് വിളമ്പി കഴിക്കും. അതിനൊരു നിയന്ത്രണവുമില്ല. വ്യാഴാഴ്ച രാത്രി വന്നവർക്ക് പുറമെ വെള്ളിയാഴ്ച പകലും കുറേ പേർ കയറിവരും. ചില ആഴ്ചകളിൽ ഞങ്ങൾ അവരുടെ ഫ്ളാറ്റിലേക്കു പോകും. ഈ ഒരു അന്തരീക്ഷവുമായി ഒരുതരത്തിലുമെനിക്ക് പൊരുത്തപ്പെടാൻ കഴിഞ്ഞില്ല.

പകൽ റൂമിൽ വെറുതെയിരിക്കുമ്പോൾ, പഴയ ഓർമ്മകൾ ഓരോന്നായി മനസ്സിൽ കടന്നു വരും. അതൊക്കെ ഓർത്ത് ഞാൻ കരയും. പ്രഭാകരൻ ഓഫീസ് വിട്ട് രാത്രി വരുമ്പോൾ കരഞ്ഞുകല ങ്ങിയ കണ്ണും മുഖവുമായി നിൽക്കുന്ന എന്നെ കണ്ടു ചോദിക്കും "നിർമ്മല കരഞ്ഞോ? മുഖം എന്താ വല്ലാതിരിക്കുന്നത്?"

തലവേദനയാണെന്ന് കള്ളം പറയും. പിന്നെ അയാളൊന്നും ചോദിക്കില്ല. ഒരു ദിവസം എന്നോട് പറഞ്ഞു. "നീ ഈ റൂമിനകത്ത് പകൽ മുഴുവൻ കരയുകയാണെന്നെനിക്കറിയാം. സ്വന്തക്കാരെ യൊക്കെ വിട്ട് ഇവിടെ വരുന്ന എല്ലാവരും ആദ്യം ഇങ്ങനെയൊ ക്കെയാണ്. നീ എംഎസ് സി വരെ പഠിച്ചതല്ലേ, ഇവിടെ എവിടെ യെങ്കിലും ഒരു ജോലിക്ക് ട്രൈ ചെയ്യൂ. നാളെ മുതൽ ഗ്രോസറിയിൽ പോയി വീട്ടിലേക്കുള്ള സാധനങ്ങളൊക്കെ നീ തന്നെ വാങ്ങി ക്കോണ്ട് വാ. പുറത്തിറങ്ങി ആളുകളെ കാണുകയും സംസാരി ക്കുകയുമൊക്കെ ചെയ്യുമ്പോൾ കുറച്ചു മാറ്റമുണ്ടാകും."

അങ്ങനെ എന്നും രാവിലെ പത്ത് മണിയാകുമ്പോൾ ഞാൻ ഗ്രോസറിയിൽ പോകും. ആളുകളെയൊക്കെ കാണുകയും ഒരു നടത്തവുമാകും. ഒരു ദിവസം ഗ്രോസറിയിൽ പോകുമ്പോൾ മലയാളിയാണോന്ന് ചോദിച്ച് ഒരു സ്ത്രീ അടുത്തേക്ക് വന്നു. അതേന്നു പറഞ്ഞു ഞാൻ സന്തോഷത്തോടെ അവരെ നോക്കി.

‘‘ഞാൻ മേരി, കോട്ടയത്താണ്. കുറച്ചു ദിവസങ്ങളായി കാണുന്നു. ഒന്ന് പരിചയപ്പെടാമെന്ന് കരുതി.’’

എന്റെ പേരും നാടുമൊക്കെ ചോദിച്ചറിഞ്ഞു. പറഞ്ഞു വന്നപ്പോൾ ഞങ്ങൾ അടുത്തടുത്ത ഫ്ളാറ്റിൽ തന്നെയാ താമസം. പിന്നീട് ഞങ്ങളൊരുമിച്ചായി ഗ്രോസറിയിൽ പോക്ക്. വീട്ടുജോലി ഒക്കെ കഴിഞ്ഞ് ഞങ്ങൾ ഇരുവരിൽ ആരെങ്കിലുമൊരാളുടെ ഫ്ളാറ്റിൽ പോയിരുന്നു സംസാരിക്കും.

മേരി ചേച്ചിയുടെ ഭർത്താവ് ജോലിക്കും കുട്ടികൾ സ്കൂളിലും പോയിക്കഴിഞ്ഞാൽ അവരും തനിച്ചാണ്. സംസാരത്തിനിടയിൽ ഞാനെന്റെ ജോലിക്കാര്യം ചേച്ചിയോട് അവതരിപ്പിച്ചു. ചേച്ചി ഹസ്ബൻഡിനോട് പറഞ്ഞു.

‘‘എവിടെയെങ്കിലും നോക്കാം, ഈ വരുന്ന സൺഡേ മോന്റെ ബർത്ത്ഡേയാണ്. നിർമ്മല വരണം. അന്ന് എന്റെ ഒരു റിലേറ്റീവ് വരും. ആൾക്കിവിടെ ബിസിനസാണ്. ജോലിക്കാര്യം നമുക്ക് അയാളോട് ചോദിക്കാം. ബർത്ത്ഡേ ഫംഗ്ഷനിൽ ഞാൻ പോയി. ചേച്ചിയും ഭർത്താവും എന്റെ ജോലിക്കാര്യം നേരത്തെ അയാളുമായി സംസാരിച്ചിരുന്നു. എന്നെ കണ്ടയുടനെ, ഇതാണ് ഞങ്ങളുടെ ഫ്രണ്ട് നിർമല എന്ന് പരിചയപ്പെടുത്തി. അവിടെ ഹാളിലെ സോഫയിൽ ഇരിക്കുന്ന ഒരാളെ കാണിച്ച് ചേച്ചിയുടെ ഹസ്ബൻഡ് ‘‘ഇത് റോയ്, നിർമ്മലയുടെ പേഴ്സണൽ ഡീറ്റെയിൽസ് പറഞ്ഞു കൊടുക്കൂ.’’

ഞാൻ അയാളെ നോക്കി ചിരിച്ചു. ചിലരെ നമുക്കാദ്യമായി കാണുമ്പോൾ തന്നെ ഒരടുപ്പം തോന്നും. അതുപോലെയായിരുന്നു റോയ്. എന്നോട് കാര്യമായൊന്നും ചോദിച്ചില്ല. സർട്ടിഫിക്കറ്റെല്ലാം റൂമിലുണ്ട് ഞാൻ എടുത്തു കൊണ്ടുവരാമെന്ന് പറഞ്ഞപ്പോൾ ‘‘അതൊക്കെ പിന്നീടാവാം എന്റേതൊരു കൺസ്ട്രക്ഷൻ കമ്പനിയാണ്, ഓഫീസ് സ്റ്റാഫ് കുറവാ. വർക്കേഴ്സൊക്കെ സൈറ്റിലാണ്. അക്കൗണ്ട്സും ഓഫീസുകാര്യങ്ങളും നിർമ്മല നോക്കണം. ഞാൻ മാത്രമല്ല, അരവിന്ദ് എന്ന വേറൊരു പാർട്ണറും കൂടിയുണ്ട്. ചെയ്യേണ്ട കാര്യങ്ങളൊക്കെ ഞങ്ങളിലാരെങ്കിലും ഒരാൾ പറഞ്ഞു തരും. മൂന്നുമാസത്തിനുള്ളിൽ നിർമ്മല എല്ലാം പഠിച്ചെടുക്കണം.

അതുവരെ ട്രെയിനിയായി ചെറിയ ശമ്പളം മാത്രമേ തരൂ ഇവിടുന്ന് 10 മിനിറ്റ് നടക്കാവുന്ന ദൂരമേയുള്ളൂ ഓഫീസിലേക്ക്. പറ്റുമെങ്കിൽ നാളെ 8.30 ആകുമ്പോഴേക്കും എത്തിക്കോളൂ''.''

''ഹസ്ബന്റിനോട് സംസാരിച്ചു ഞാൻ മറ്റന്നാൾ മുതൽ വരാം.''
''ശരി അതിലും വൈകാൻ പാടില്ല.''

''ജോലി കിട്ടിയ കാര്യം ഞാൻ പ്രഭാകരനോട് പറഞ്ഞപ്പോൾ അയാൾക്കും സന്തോഷമായി. ചൊവ്വാഴ്ച രാവിലെ എട്ടരയ്ക്ക് ഞാൻ ഓഫീസിലെത്തി. അവിടെ റോയിയും പാർട്ണർ അരവിന്ദും വേറെ രണ്ട് സ്റ്റാഫുമുണ്ടായിരുന്നു. എന്നെ കണ്ടപ്പോൾ റോയ് പറഞ്ഞു.

''നിർമ്മല കറക്റ്റ് സമയത്ത് തന്നെ എത്തിയല്ലോ.'' ഉള്ളിൽ ചെറിയ ഭയമുണ്ടെങ്കിലും ഞാൻ ചിരിച്ചു.

''ഞാൻ അരവിന്ദ് റോയ് പറഞ്ഞിട്ടുണ്ടാവും എന്നെക്കുറിച്ച്. വഴിയൊന്നും തെറ്റിയില്ലല്ലോ? കറക്റ്റ് ആയിട്ട് എത്താൻ പറ്റിയില്ലേ.''

''രണ്ടുപേരോട് എ ആർ കൺസ്ട്രക്ഷനിലേക്കുള്ള വഴി ചോദിച്ചു. കൃത്യമായി പറഞ്ഞുതന്നു. അതുകൊണ്ട് ബുദ്ധിമുട്ടുണ്ടായില്ല.''

അരവിന്ദ് വീണ്ടും പറഞ്ഞു. ''ഞങ്ങൾക്ക് ചെറിയൊരു ട്രേഡിങ്ങുമുണ്ട് അതിലെ സെയിൽസും സ്റ്റോറും നോക്കുന്നതും ഇവർ രണ്ടുപേരുമാണ്.''

അതിലൊരു സ്റ്റാഫ് അവരെ പരിചയപ്പെടുത്തിക്കൊണ്ട് എന്നോട് പറഞ്ഞു.

''എന്റെ പേര് അബൂബക്കർ മറ്റേയാൾ അലക്സ്.''

''ആ സ്ഥാപനത്തിൽ പെണ്ണായിട്ട് ഞാൻ മാത്രമേ ഉണ്ടായിരുന്നുള്ളൂ അരവിന്ദ് മരിക്കുന്നതുവരെ. ആദ്യത്തെ ഒരാഴ്ച എനിക്ക് ചെറിയൊരു ഭയമുണ്ടായിരുന്നു. പിന്നെ അതില്ല. അവർ രണ്ടും നല്ലവരായിരുന്നു. സാറും കീഴ്ജീവനക്കാരെയും പോലെയുള്ള ബന്ധമല്ലയിരുന്നു. അധികം വൈകാതെ മൂന്നുപേരും പരസ്പരം നല്ല സുഹൃത്തുക്കളായി. ജോലിയിൽ ചേർന്ന് രണ്ടുമാസത്തിനകം തന്നെ ഞാൻ കമ്പനി കാര്യങ്ങളൊക്കെ മനസ്സിലാക്കി. ബിസിനസ്സുമായി ബന്ധപ്പെട്ട എല്ലാ കാര്യങ്ങളും ഞാനുമായി ഡിസ്കസ് ചെയ്ത് എന്റെ അഭിപ്രായം കൂടി പരിഗണിക്കും.

റോയിക്ക് ഭാര്യയും രണ്ടു കുട്ടികളുമുണ്ട്. ഡിവോഴ്സാണ്. അവരിപ്പോൾ ബാംഗ്ലൂരിൽ. അരവിന്ദന്റെ ഫാമിലി കൂടെ തന്നെയുണ്ട്. അന്ന് അയാൾക്ക് രണ്ട് ആൺമക്കൾ മാത്രമേയുള്ളൂ. പിന്നീട് ഒരു

പെൺകുഞ്ഞു കൂടിയായി. റോയിയും അരവിന്ദും കുട്ടിക്കാലം മുതലേയുള്ള സുഹൃത്തുക്കളാണ്. ഒഴിവുസമയങ്ങളിൽ ഞങ്ങൾ മറ്റു പല കാര്യങ്ങളും തമാശകളും പറയും. നല്ലൊരു ഓഫീസ് അറ്റ്മോസ്ഫിയർ ആയിരുന്നു അവിടെ. അതോടെ മടിച്ചുമടിച്ചാണ് ഞാൻ വീട്ടിലേക്ക് പോകാറ്. സത്യത്തിൽ വീക്കെൻഡ് എനിക്കിഷ്ടമല്ലാതായി.

പ്രഭാകരന് എന്നോട് സ്നേഹമുണ്ട്. എന്നാൽ ഒരുതരത്തിലും എനിക്കയാളെ ഉൾക്കൊള്ളാൻ പറ്റിയില്ല. അതിനു ഞാൻ ശ്രമിച്ചതുമില്ല. മറ്റൊരു കാരണം കൂടിയുണ്ടതിന്. ഞങ്ങളോട് അയാളുടെ വീട്ടുകാർ പറഞ്ഞ വിദ്യാഭ്യാസം കള്ളമായിരുന്നു. പ്രീഡിഗ്രി തോറ്റതാ. അതുകൊണ്ടുതന്നെ പഠിപ്പിന്റെ കുറവ് സംസാരത്തിലും പ്രവൃത്തിയിലും മനസ്സിലാക്കാം. ജോലിക്ക് പോകാൻ തുടങ്ങിയ ശേഷം മനസ്സിന്റെ സങ്കടമൊക്കെ മാറി. നേരത്തെ തന്നെ പ്രഭാകരനോട് എനിക്ക് വലിയ അടുപ്പമില്ല. ജോലി കിട്ടിയതോടെ അകലാനും തുടങ്ങി. ചില വീക്കെന്റുകളിൽ ഫ്രണ്ട്സിന്റേയും റിലേറ്റിവ്സിന്റേയും വീട്ടിലേക്കുള്ള യാത്രയ്ക്ക് ഞാൻ പോവാതായി. എന്തെങ്കിലും ഒഴിവ് പറഞ്ഞു പ്രഭാകരനെ ഒറ്റയ്ക്ക് പറഞ്ഞയയ്ക്കും. ലിക്കറിനോടുള്ള താൽപര്യത്തിന് മുന്നിൽ അതയാൾക്കൊരു പ്രശ്നമേ ആയിരുന്നില്ല.

പ്രഭാകരനുമായുള്ള സ്വകാര്യ നിമിഷങ്ങളിൽ എനിക്ക് രാജുവേട്ടനെ ഓർമ്മവരും. ഞാൻ അയാളെ ശപിക്കും. എന്നെ സ്വയം വെറുക്കും. പ്രഭാകരന് ഇതൊന്നും അറിയില്ലല്ലോ. എന്റെ സ്വഭാവത്തിൽ ഉണ്ടായ മാറ്റവും വീക്കെൻഡിലെ ഒത്തുചേരലിൽ നിന്ന് വിട്ടുനിൽക്കുന്നതും ചേച്ചിക്കും ഏട്ടത്തിയമ്മയ്ക്കും ഇഷ്ടപ്പെട്ടില്ല. അവർ അത് അമ്മയെ അറിയിച്ചു.

അവരെന്റെ പഴയ കാര്യങ്ങളൊക്കെ കത്തെഴുതി മോനെ അറിയിച്ചു. ഞാൻ ജോലിക്ക് പോകുന്ന കാര്യം അതുവരെ അവരറിഞ്ഞിരുന്നില്ല. അമ്മ എന്നോട് ജോലി ഉപേക്ഷിക്കാൻ പറഞ്ഞു. ശമ്പളം കൃത്യമായി കയ്യിൽ കിട്ടുന്നതുകൊണ്ട് ഞാൻ ജോലിക്ക് പോകുന്നത് അയാൾക്ക് പ്രശ്നമല്ല. പക്ഷേ എന്നെ സംശയമായി. ഞാൻ ദുബായിൽ വന്നതിനുശേഷം ഇവിടത്തെ കാര്യങ്ങൾ എന്റെ വീട്ടുകാരെയോ അവിടുത്തെ കാര്യങ്ങൾ കൃത്യമായി എനിക്കോ അറിയാൻ കഴിഞ്ഞില്ല. പ്രഭാകരൻ വല്ലപ്പോഴും മാത്രമേ വീട്ടിലേക്ക് കത്തെഴുതൂ. എനിക്ക് കത്തെഴുതി നാട്ടിലെത്തിക്കാൻ വലിയ ബുദ്ധിമുട്ടായിരുന്നു.

ഗോപിയേട്ടൻ പ്രധാനപ്പെട്ട കാര്യങ്ങളും അമ്മ അരുന്ധതിയെ കൊണ്ട് നാട്ടുവിശേഷങ്ങളും എഴുതി പ്രഭാകരന്റെ അഡ്രസ്സിൽ

പോസ്റ്റ് ചെയ്യും. പക്ഷേ എനിക്ക് അത് കൃത്യമായി കിട്ടാറില്ല. അയാളുടെ അമ്മ ഇവിടത്തെ വിശേഷങ്ങളറിയുന്നത് ചേച്ചിയിലൂടെയായിരിക്കും. സത്യമായ കാര്യങ്ങളുടെ കൂടെ പൊടിപ്പും തൊങ്ങലും കൂട്ടിയാണ് ചേച്ചിയുടെ എഴുത്ത്.

പ്രഭാകരന്റെ അഡ്രസ്സിൽ മറുപടി എഴുതിയാൽ എന്നോടുള്ള സംശയം കാരണം അയാൾ അത് പൊട്ടിച്ചു വായിച്ചേ എനിക്ക് തരൂ. മദ്യപിച്ച് ലക്ക് കെട്ടാൽ ആളുകളുടെ ഇടയിൽ വെച്ച് അതെല്ലാം വിളിച്ചു പറയും. ഈ പ്രവൃത്തികൾ ഞങ്ങൾക്കിടയിൽ വഴക്കിനിടയാക്കി. ഞാൻ ഈ കാര്യങ്ങളൊക്കെ റോയിയോട് പറഞ്ഞു.

''വീട്ടിലുള്ളവർക്ക് ഓഫീസിന്റെ പോസ്റ്റ് അഡ്രസ്സ് കൊടുക്കൂ.'' എന്ന് റോയ് പറഞ്ഞു. അങ്ങനെ വീട്ടിലെ കത്തുകൾ എനിക്ക് നേരിട്ട് കിട്ടാൻ തുടങ്ങി. ഇത് മനസ്സിലാക്കിയ പ്രഭാകരന് എന്നോടുള്ള സംശയം കൂടി. എന്തിനും ഏതിനും എന്നോട് വഴക്കായി. ഞാനും ഒട്ടും വിട്ടുകൊടുത്തില്ല. അയാൾ ദിവസവും മദ്യപിക്കാൻ തുടങ്ങി.''

എത്ര അനായാസമായാണ് പഴയ കാര്യങ്ങൾ പറയുന്നതെങ്കിലും അനാമികയ്ക്ക് ആ മുഖത്തെ സംഘർഷം മനസ്സിലാക്കാൻ കഴിഞ്ഞു.

നിർമ്മല കഥ തുടർന്നു.

പതിനാറ്

"ദുബായിൽ വന്ന് നാലര വർഷം കഴിഞ്ഞാണ് ഞാനാദ്യമായി നാട്ടിലേക്ക് പോയത്. അതും ഹരിയുടെ കല്യാണത്തിന്. എന്നോടൊപ്പം മൂന്നു മക്കളും ഉണ്ടായിരുന്നു. ഞാൻ ദുബായിൽ വന്ന അതേ അക്കാദമിക് വർഷത്തിൽ തന്നെ വലിയ മാമൻ പൈസ കൊടുത്തു ഗോപിയേട്ടൻ കോളേജിൽ ലക്ചറർ പോസ്റ്റിൽ കയറ്റി.

ആ വർഷം ഡിസംബറിൽ തന്നെ ടീച്ചറായ മകൾ ഉഷയെ ഏട്ടനെക്കൊണ്ട് കല്യാണം കഴിപ്പിച്ചു. അധികം വൈകാതെ തന്നെ ഹരിക്ക് ബാങ്കിലും ജോലി കിട്ടി. പ്രഭാകരന്റെ അഡ്രസ്സിൽ നാട്ടിൽ നിന്നും കത്ത് വരുന്നതുകൊണ്ട് ഈ വിവരങ്ങളൊക്കെ വളരെ വൈകിയാണ് ഞാനറിയുന്നത്. ജോലിക്ക് ജോയിൻ ചെയ്ത് മൂന്നു മാസം കഴിഞ്ഞപ്പോൾ തന്നെ റോയ് പറഞ്ഞത് പ്രകാരം സാലറി കൂട്ടി തന്നു. ഞാൻ എല്ലാം പ്രഭാകരനെ ഏൽപ്പിക്കും. ചിലപ്പോൾ എന്തെങ്കിലും ഒരു ചെറിയ തുക കയ്യിൽ വച്ചോളൂ എന്ന് പറഞ്ഞ് എനിക്ക് തരും.

റോയിക്ക് ചെറിയൊരു ആരോഗ്യപ്രശ്നമുണ്ടായിരുന്നു. അതുകൊണ്ട് അയാൾ സൈറ്റിലൊന്നും പോകില്ല. തീരെ ഒഴിവാക്കാൻ പറ്റാത്ത ബിസിനസ് മീറ്റിംഗ് ഉണ്ടെങ്കിലേ പോകൂ. പുറത്തുള്ള കാര്യങ്ങളൊക്കെ നോക്കുന്നത് അരവിന്ദാണ്. എന്നും ഓഫീസിൽ ഞാനും റോയിയുമാണ് ഉണ്ടാവുക. അത് ഞങ്ങളുടെ സുഹൃത്ത് ബന്ധം കൂട്ടി. എന്റെ എല്ലാ വീട്ടുവിശേഷങ്ങളും സുഖവിവരങ്ങളും ഒക്കെ അയാളന്വേഷിക്കും. ഒരു മറയുമില്ലാതെ വിശേഷങ്ങളൊക്കെ തുറന്നു പറയാൻ പറ്റിയ സുഹൃത്തായിരുന്നു അദ്ദേഹം.

ഒരു ദിവസം റോയ് എന്നോട് പറഞ്ഞു "നിർമല കിട്ടുന്ന ശമ്പളം മുഴുവൻ പ്രഭാകരനെ ഏൽപ്പിക്കുന്നു. അങ്ങനെ ചെയ്യുന്നത് ശരിയല്ല. അയാൾ അതൊക്കെ കുടിച്ചു നശിപ്പിക്കും. അതുകൊണ്ട് ഇനി കിട്ടുന്ന ഇൻക്രിമെന്റ് നാട്ടിലേക്ക് അയച്ചുകൊടുക്കണം."

റോയിയുടെ സഹായത്തോടെ അധികം വൈകാതെ തന്നെ ഞാൻ നാട്ടിലേക്ക് പൈസ അയയ്ക്കാൻ തുടങ്ങി. ഓരോ ദിവസം കഴിയുംതോറും ഞങ്ങളുടെ കമ്പനി വളർച്ചയിലെത്തി. അതോടെ എനിക്ക് നല്ല സാലറിയും കിട്ടാൻ തുടങ്ങി. ഞാൻ നല്ലൊരു തുക തന്നെ ഗോപിയേട്ടനും ഹരിക്കും മാറിമാറി അയച്ചു കൊടുക്കാൻ തുടങ്ങി. ഒരുപാട് ആവശ്യങ്ങൾ പറഞ്ഞുകൊണ്ടുള്ള വിശദമായ കത്തുകൾ മുറയ്ക്ക് എന്നെ തേടി വരാൻ തുടങ്ങി. അതിനാവശ്യമായ പണവും മറുപടിയും കൃത്യമായി ഞാനയയ്ക്കും.

ഇതൊന്നും പ്രഭാകരൻ അറിഞ്ഞതേയില്ല. ഞങ്ങൾക്കിടയിലുള്ള പ്രശ്നങ്ങളും വഴക്കുകളും ദിനംപ്രതി വർദ്ധിച്ചു. അതിനിടയിൽ എനിക്ക് മൂന്ന് പെൺമക്കളുമുണ്ടായി. ആദ്യത്തേത് ട്വിൻസ് ആയിരുന്നു. മക്കളെ പ്രസവിച്ച സമയത്ത് അടുത്ത വീട്ടിലുള്ള മേരി ചേച്ചിയായിരുന്നു സഹായത്തിനുള്ളത്. പ്രഭാകരനോ വീട്ടുകാരോ കാര്യമായി ശ്രദ്ധിച്ചില്ല. ഓഫീസിലുള്ളവർ നന്നായി സപ്പോർട്ട് ചെയ്തു. കുറച്ചുദിവസം ലീവ് തന്നു. ആറുമാസത്തോളം ഉച്ചവരേ ജോലിക്ക് പോകേണ്ടി വന്നുള്ളൂ. സാലറി ഫുള്ളും തരും. ഞാൻ താമസിക്കുന്ന ഫ്ളാറ്റിന്റെ താഴെയുള്ള പത്മാവതിയേച്ചി ആരുമറിയാതെ ഒരു ബേബി സിറ്റിംഗ് നടത്തുന്നുണ്ട്. ഞാൻ കുഞ്ഞുങ്ങളെ അവിടെയാക്കും.

കുഞ്ഞുങ്ങളായ ശേഷം പ്രഭാകരനിൽ മാറ്റങ്ങൾ വന്നു തുടങ്ങി. മക്കളോട് വലിയ സ്നേഹമായിരുന്നു. അവർക്ക് പപ്പയെ തിരിച്ചും വലിയ കാര്യമാണ്. അയാൾ കഴിയുന്നതും വേഗത്തിൽ ജോലി കഴിഞ്ഞ് വീട്ടിൽ വരും. വീക്കെൻഡിലെ മദ്യസഭ വീട്ടിൽ നടത്താതായി. മറ്റുള്ളവരുടെ വീട്ടിൽ അയാൾ പോകുന്നതും കുറഞ്ഞു. പക്ഷേ അതുകൊണ്ടൊന്നും എന്റെ മനസ്സ് മാറിയില്ല. അയാളെ സ്നേഹിക്കാനോ ഞങ്ങളുടെ അടുപ്പം കൂട്ടാനോ എന്നെക്കൊണ്ട് കഴിഞ്ഞില്ല.

റോയിയും അരവിന്ദും എല്ലാ കാര്യത്തിനും എനിക്ക് നല്ല സപ്പോർട്ടായിരുന്നു. പെട്ടെന്ന് കരയുകയോ തളർന്നു പോകുകയോ ചെയ്യാത്ത ഒരു നിർമ്മലയായി ഞാൻ മാറി.

വളരെ സന്തോഷത്തോടെയാണ് ഞാൻ നാട്ടിലേക്ക് പോകാൻ തയ്യാറായത്. നാലുവർഷത്തെ ലീവ് സാലറിയും ടിക്കറ്റിന്റെ പൈസയും ചേർത്ത് നല്ലൊരു തുക എനിക്ക് ഓഫീസിൽ നിന്നും കിട്ടി. വീട്ടിലുള്ളവർക്കും അടുത്തറിയുന്നവർക്കുമെല്ലാം ഞാൻ ഗിഫ്റ്റ് വാങ്ങി. മേരിചേച്ചിയുടെ നിർബന്ധപ്രകാരം അവരെ മുഷിപ്പിക്കേണ്ടെന്ന് കരുതി അരുന്ധതിക്കും ഗിഫ്റ്റ് വാങ്ങി. സാരിയും

പിന്നൊരു മാലയും വാങ്ങി. എന്റെ അറിവിൽ അവൾക്കൊരു ചെറിയ കമ്മൽ മാത്രമേയുള്ളൂ. അതും എന്റെ പഴയത്.

''നിർമ്മല, അത് നിന്റെ അനിയത്തിയാണ്. പുറംലോകം കാണാതെ വീടിനകത്ത് ഇരിക്കുകയാ. ഇങ്ങനെ വല്ലപ്പോഴുമൊരു ഗിഫ്റ്റൊക്കെ കൊടുക്കുമ്പോഴേ അതിന് സന്തോഷമാകൂ. നമ്മുടെ പ്രവൃത്തികൊണ്ടും വാക്കുകൊണ്ടും ഒരാളെ സന്തോഷിപ്പിക്കാൻ കഴിയുന്നതാണ് മനുഷ്യജന്മത്തിന്റെ ഏറ്റവും വലിയ സമ്പാദ്യം.''

മേരി ചേച്ചി എന്നും പറയുന്ന വാക്കുകളാണ്. അതൊക്കെ സത്യമാണെന്ന് തിരിച്ചറിയാൻ എനിക്ക് വർഷങ്ങൾ വേണ്ടിവന്നു.

റോയിയും അരവിന്ദും ചേർന്നാണ് എന്നെയും മക്കളെയും എയർപോർട്ടിൽ കൊണ്ടുവിട്ടത്. മംഗലാപുരത്ത് ഫ്ളൈറ്റ് ഇറങ്ങുമ്പോൾ അരുന്ധതി ഒഴിച്ച് വീട്ടിലുള്ള ബാക്കിയെല്ലാവരും ഒപ്പം വലിയമ്മാവനും എയർപോർട്ടിൽ കാത്തുനിന്നിരുന്നു. എന്നേയും മക്കളേയും കണ്ടപ്പോൾ അമ്മയും ഗോപിയേട്ടനും ഓടിവന്ന് മക്കളെ വാരിയെടുത്തു. കുട്ടികൾക്ക് അവരോട് ഒരു പരിചയക്കേടും തോന്നിയില്ല. ചെറിയ മോൾ സാധാരണയായി പെട്ടെന്ന് ആരോടും അടുക്കില്ല. പക്ഷേ ഏട്ടനെ കെട്ടിപ്പിടിച്ച് ഉമ്മയൊക്കെ കൊടുത്തു. സന്തോഷത്തോടെ ഞങ്ങൾ വീട്ടിലേക്ക് തിരിച്ചു.

വീട്ടിലേയും ഓഫീസിലേയും തിരക്ക് കാരണം കുറെ നാളുകളായി പഴയ കാര്യങ്ങളൊന്നും എന്റെ ഓർമ്മയിൽ വരാറില്ല. വീട്ടിലേക്കുള്ള യാത്രയ്ക്കിടയിൽ എനിക്ക് അച്ഛനെ ഓർമ്മ വന്നു. മൊത്തത്തിൽ എല്ലാവരും മാറിയിരിക്കുന്നു. ഇതൊന്നും കാണാനും അനുഭവിക്കാനും അച്ഛൻ ഇല്ലാതായിപ്പോയല്ലോ. ഓരോന്നോർത്ത് വീട്ടിലെത്തിയതറിഞ്ഞില്ല. യാത്രാക്ഷീണം കൊണ്ട് ഉറങ്ങുകയാണെന്ന് കരുതി ആരും ശല്യപ്പെടുത്തിയതുമില്ല. ആദ്യം എന്നെ അത്ഭുതപ്പെടുത്തിയത് വീടിന് ചുറ്റും മതിൽ കെട്ടി ഗെയ്റ്റ് വെച്ച് അതിൽ 'മാധവമന്ദിരം' എന്നെഴുതിയത് കണ്ടിട്ടാണ്.

മുണ്ടാച്ചിപ്പറമ്പിൽ മാധവൻ മാഷിന്റെ മക്കൾ ഇപ്പോൾ മാധവമന്ദിരത്തിലായിരിക്കുന്നു. ആളുകളെപ്പോലെ പെട്ടെന്ന് പ്രകൃതി മാറില്ലല്ലോ. ഓണക്കാലമായതുകൊണ്ട് മുറ്റത്തും തൊടിയിലും നിറയെ പൂക്കൾ. മുറ്റം മുഴുവൻ സിമന്റ്, വീടിന് അപ്സ്റ്റെയർ, മുറ്റത്ത് രണ്ട് മോട്ടോർ ബൈക്ക്. വരാന്തയിൽ കയറുമ്പോൾ ഞങ്ങളേയും പ്രതീക്ഷിച്ച് അരുന്ധതി. അവൾക്കൊരു മാറ്റവുമില്ല. സങ്കടം നിറഞ്ഞ കണ്ണുകളും വിടർന്ന പുഞ്ചിരിയും. അതാണ് അവളുടെ സ്ഥായിഭാവം. സെന്റർ ഹാളിൽ അച്ഛന്റെ ഒരു വലിയ ഫോട്ടോയിൽ മാലയിട്ട് ബൾബ് കത്തിച്ചു വച്ചിരിക്കുന്നു. മാധവൻ മാഷിന്റെ

ഓർമ്മകൾ ആ ഒരു ഫ്രെയിമിൽ ഒതുങ്ങി. ഏറ്റവും കൂടുതൽ മാറി യത് അമ്മയാണ്, എയർപോർട്ടിൽ വച്ച് കണ്ടപ്പോൾ തന്നെ ഞാനൊന്ന് ഞെട്ടി. സെറ്റുമുണ്ട് മാത്രം ഉടുത്തിരുന്നയാൾ ഇപ്പോൾ നല്ല സാരിയിൽ. ലൈറ്റ് കളറായാലും ഉള്ളിൽ നിറയേ കസവ്. കണ്ടാൽ നേരത്തേക്കാൾ ചെറുപ്പം തോന്നും. ഹരിയുടെയും ഗോപിയേട്ടന്റേയും സംസാരത്തിലും പ്രവൃത്തിയിലും ബോഡി ലാംഗ്വേജിലും മാറ്റത്തിന്റെ റിഫ്ളക്ഷൻ കാണാം. ഉഷേടത്തിക്ക് വീട്ടിൽ നല്ലൊരു സ്ഥാനം അമ്മ കൽപ്പിച്ചിട്ടുണ്ട്.

ഞാൻ വന്നതറിഞ്ഞപ്പോൾ ചുറ്റുവട്ടത്തുള്ള പലരും കാണാൻ വന്നു. അമ്മ അവർക്കൊക്കെ ചോക്ലേറ്റും ആളെ നോക്കി അവർക്ക നുസരിച്ചുള്ള ഗിഫ്റ്റും ചിലർക്കൊക്കെ പൈസയും എന്റെ കയ്യിൽ നിന്നും വാങ്ങിക്കൊടുത്തു. ഞങ്ങളും വലിയ ആൾക്കാരായെന്ന് എല്ലാവരുമറിയട്ടെ. ഞാൻ വീട്ടിലുള്ള ഓരോരുത്തർക്കും കൊണ്ടു വന്ന സാധനങ്ങൾ കൊടുത്തു. അരുന്ധതിക്ക് ഇന്നും ആ പഴയ കമ്മൽ മാത്രം. എല്ലാം മാറ്റുന്നതിനിടയിൽ എല്ലാവരും അതുമാറ്റാൻ മനപ്പൂർവം മറന്നു. ഞാൻ അവൾക്കായി കൊണ്ടുവന്ന സാരിയും മാലയും കൊടുത്തു.

സന്തോഷത്തോടെ ചിരിച്ചുകൊണ്ട് അവൾ അത് വാങ്ങി. “കുഞ്ഞേച്ചി മാത്രം ഇപ്പോഴും എന്നെ ഓർക്കുന്നുണ്ടല്ലോ.”

മേരി ചേച്ചിയുടെ വാക്കുകൾ ഓർമ്മ വന്നു. ഞാൻ ആ മാല അവളുടെ കഴുത്തിലിട്ടു കൊടുത്തു. അപ്പോഴേക്കും അമ്മ ഓടി വന്ന് “പുറത്തിറങ്ങാത്ത ഇവൾക്ക് എന്തിനാ ഇത്ര നല്ല സാരി, അത് എനിക്ക് വേണം.”

അവളുടെ കഴുത്തിൽ നിന്ന് മാലയും ഊരി അമ്മയുടെ കഴുത്തി ലേക്കിട്ടു.

“പുറത്തിറങ്ങുമ്പോൾ രണ്ടു മാല വേണമെന്ന് കുറേ കാലമായി എന്റെ ആഗ്രഹമാണ്. നിന്റെ അച്ഛനെ കല്യാണം കഴിക്കുമ്പോൾ എനിക്ക് വീട്ടിൽ നിന്ന് തന്നിരുന്നു. എല്ലാം പിന്നെ ആ മനുഷ്യൻ ഓരോരോ കാര്യങ്ങൾക്കെടുത്തു. അരുന്ധതിക്ക് മാലയൊന്നും വേണ്ട. ഇതൊക്കെ ഇട്ട് ഇവളാരെ കാണിക്കാനാ?”

അതും പറഞ്ഞുകൊണ്ട് അമ്മ പോയി. ഞാൻ അരുന്ധതിയെ നോക്കി. ആ കണ്ണുകൾ നിറഞ്ഞിരുന്നു. എന്നിട്ടും ചിരിച്ചുകൊണ്ട് അവൾ പറഞ്ഞു. “സാരമില്ല കുഞ്ഞേച്ചി.”

ചുരുങ്ങിയ ദിവസം കൊണ്ട് തന്നെ മക്കൾ അരുന്ധതിയുമായി നല്ല കൂട്ടായി. അവൾ അവർക്ക് കഥകൾ പറഞ്ഞുകൊടുക്കും. അരു ന്ധതി ഭക്ഷണം കൊടുത്താലേ അവർ കഴിക്കൂ എന്നായി. അവൾ

പറഞ്ഞാൽ അനുസരണയോടെ ഇരിക്കും. കുട്ടികളുടെ കാര്യം അരുന്ധതി നന്നായി ശ്രദ്ധിച്ചു. അച്ഛൻ കൃഷി ചെയ്ത ഞങ്ങളുടെ പറമ്പെല്ലാം തരിശായി കിടക്കുന്നു. ആരും ശ്രദ്ധിക്കാതെ വളരുന്ന തെങ്ങും മാവും വാഴയുമൊക്കെയേ ഇപ്പോൾ അവിടെയുള്ളൂ.

ചോദിച്ചപ്പോൾ അമ്മ പറഞ്ഞത് ''ആർക്കാ ഇപ്പോ അതിന് പിറകെ നടക്കാൻ സമയം. വല്ലവരെയും വിളിച്ച് ചെയ്യിക്കാമെന്ന് കരുതിയാൽ നഷ്ടമാണ്. അവർക്ക് കൂലി കൊടുക്കുന്ന പൈസ വേണ്ട, ഇവിടെ പച്ചക്കറി വാങ്ങാൻ.''

പൈസയ്ക്ക് ആളുകളെ ഇങ്ങനെയും മാറ്റാനാവുമെന്ന് ഞാൻ അപ്പോഴാ തിരിച്ചറിഞ്ഞത്. പണത്തിന്റെ എല്ലാ ആർഭാടങ്ങളും വിളിച്ചു പറയുന്ന രീതിയിലായിരുന്നു ഹരിയുടെ കല്യാണം. അമ്മ തന്നെയാണ് താരം. എല്ലായിടത്തും ഓടിയെത്തി ഒന്നിനുമൊരു കുറവും വരുത്താതെ നോക്കി. ഞാനൊരു നോക്കുകുത്തി പോലെ എല്ലാം കണ്ടു നിന്നു. കല്യാണത്തിന് അച്ഛന്റെ വീട്ടിൽ നിന്ന് ആരും വന്നില്ല. അതേക്കുറിച്ചു അന്വേഷിച്ചപ്പോൾ അമ്മ പറഞ്ഞത് ''ഹരിയുടേയും ഗോപിയുടേയും സുഹൃത്തുക്കളുടെ മുന്നിൽ അവരൊക്കെ അച്ഛന്റെ വീട്ടുകാരാണെന്ന് പറഞ്ഞാൽ നമുക്കല്ലേ അതിന്റെ നാണക്കേട്. അതുകൊണ്ട് അത്ര കാര്യമായി ക്ഷണിച്ചില്ല.'' ''പണം അമ്മയെ എത്രത്തോളം മാറ്റിയോ?'' ഞാൻ എന്നോടു തന്നെ ചോദിച്ചു പോയി.

പ്രഭാകരന്റെ വീട്ടിൽ നിന്നാരും കല്യാണത്തിന് വന്നില്ല. ഗോപിയേട്ടന്റെ കല്യാണം ക്ഷണിക്കാനായി ഹരി പോയപ്പോൾ അവിടത്തെ അമ്മ ചീത്ത പറഞ്ഞു. അവൻ അത് കേട്ടു നിന്നില്ല. ഇൻട്രസ്റ്റ് അടക്കം മടക്കി കൊടുത്തു. അന്നത്തോടെ അവിടെയുള്ള പോക്കും വരവുമില്ലാതായി.

''ഈ കല്യാണം അവരെ ക്ഷണിച്ചില്ല. അവർ വാശി തീർക്കാനായി ഇവിടെ വന്ന് ആളുകളുടെ ഇടയിൽ വല്ലതും വിളിച്ചു പറഞ്ഞാൽ പിന്നെ നാണക്കേടല്ലേ. നിന്റെ പഴയ കാര്യങ്ങളൊക്കെ എല്ലാവരും മറന്നു.''

ഇപ്പോൾ നിർമ്മല എല്ലാവർക്കുമിടയിൽ വലിയ ആളാണ്. അനിലിനെക്കുറിച്ചാണ് മറ്റുള്ളവർ ഓരോന്നും ഇപ്പോൾ പറഞ്ഞു നടക്കുന്നത്. ''അവൻ നമ്മളെ കുടുതൽ നാണം കെടുത്തുന്നതിനു മുന്നേ നീ അവനെ ദുബായിൽ കൊണ്ടുപോയി ഒരു ജോലി ശരിയാക്കി കൊടുക്കണം. പഠിപ്പില്ലാതെ കള്ളും കുടിച്ച് അവിടെയും ഇവിടെയും പ്രശ്നമുണ്ടാക്കി റോഡിലൂടെ തെക്കും വടക്കും നടക്കുമ്പോൾ, ആളുകൾ പറയുന്നത് നിർമ്മല മനസ്സുവെച്ചാൽ ഒരു

നിമിഷം മതി അവനെ ദുബായിലെത്തിക്കാൻ എന്നാണ്. അതു കൊണ്ട് എന്റെ മോള് പോകുമ്പോൾ അവനെയും കൂട്ടണം.''

ഞാൻ അതിന് മറുപടി പറഞ്ഞില്ല. അവനെ കൊണ്ടുപോയി ജോലിയാക്കുന്നതിൽ വിഷമമില്ല. പക്ഷേ അവിടത്തെ കാര്യ ങ്ങളൊന്നും നാട്ടിൽ ആർക്കുമറിയില്ലല്ലോ.

ഞാൻ അച്ഛമ്മയ്ക്ക് കൊടുക്കാനായി ഒരു മോതിരവും സെറ്റ് മുണ്ടും വാങ്ങിയിരുന്നു. പക്ഷേ അത് കൊടുക്കാനോ പോയി കാണാനോ അമ്മ സമ്മതിച്ചില്ല. മക്കളെ പ്രഭാകരന്റെ അമ്മയെ കാണിക്കാനായി ഞാൻ അവർക്ക് വാങ്ങിയ ഗിഫ്റ്റുമായി അനിലി നെയും കൂട്ടി പോകാൻ തീരുമാനിച്ചു. അതിന് അമ്മ തടസ്സം പറ ഞ്ഞില്ല. പക്ഷേ എന്നെ അത്ഭുതപ്പെടുത്തിയത് മറ്റൊന്നാണ്.

''നീ അനിലിനെ കൂട്ടണ്ട. നമുക്ക് സ്ഥിരമായി പുറത്തു പോകാൻ ഇപ്പോഴൊരു ടാക്സിയുണ്ട്. മക്കളെയും കൂട്ടി അതിൽ പോയാൽ മതി. നമ്മളിത്രയും കാലം ടാക്സിക്ക് കൊടുത്ത പൈസയുണ്ടെ ങ്കിൽ ഒരു കാർ വാങ്ങാമായിരുന്നു. അതുകൊണ്ട് എന്റെ മോൾ അമ്മയ്ക്കൊരു കാർ വാങ്ങി തരണം. നമുക്ക് സുഖമായി പുറത്തു പോവുകയും ചെയ്യാം, പിന്നെ മുറ്റത്ത് കാർ കിടക്കുന്നത് കണ്ടാൽ നമുക്കതൊരു ഗമയല്ലേ?.''

അമ്മ പറയുന്നത് കേട്ട ഞാൻ അതിശയിച്ചു നിന്നുപോയി.

പ്രഭാകരന്റെ അമ്മയ്ക്ക് മൂന്നും പെൺകുട്ടികളായതത്ര ഇഷ്ട പ്പെട്ടില്ല. പക്ഷേ കുട്ടികളെ അടുത്ത് കണ്ടപ്പോൾ ആ ഇഷ്ടക്കേ ടൊക്കെ പോയി. വലിയ സ്നേഹമായി വാരിയെടുത്തു ഉമ്മ വെച്ചു. അവർക്ക് കഴിക്കാനിഷ്ടമുള്ളതൊക്കെ ആളെ പറഞ്ഞയച്ചു വാങ്ങി കൊടുത്തു. ഞാൻ കൊണ്ടുപോയ ഗിഫ്റ്റുകൾ വാങ്ങി തുറന്നു നോക്കി. എല്ലാം ഇഷ്ടമായി എന്ന് പറഞ്ഞു. പക്ഷേ എന്നെ നന്നായി വഴക്കും പറഞ്ഞു. എന്തൊക്കെയോ വിളിച്ചു പറയുന്നതിനിടയിൽ അവരുടെ വായിൽ നിന്നും കുറെ സത്യങ്ങളും പുറത്തുവന്നു.

അവരുടെ മോൻ നേരത്തെ തന്നെ മദ്യപാനിയും നാട്ടിൽ എന്തൊക്കെയോ പ്രശ്നങ്ങൾ ഉണ്ടാക്കി നടന്നതും ഉത്തരവാദിത്ത മില്ലാത്ത ആളുമാണ്. ചീത്ത കൂട്ടുകെട്ടിൽ നിന്ന് മാറ്റിനിർത്താൻ വേണ്ടിയാണ് ദുബായിലേക്ക് പറഞ്ഞയച്ചത്. പക്ഷേ അവിടെയും സ്വഭാവം അതൊക്കെ തന്നെ. ആണുങ്ങളെ നന്നാക്കാനുള്ള ഒറ്റ മൂലിയാണ് കല്യാണം, എന്ന വിശ്വാസം എല്ലാവർക്കുമുണ്ട്. അങ്ങനെയാണ് എന്നെ കല്യാണം കഴിച്ചത്. വിവാഹത്തിനു മുന്നേ ഞാനും തെറ്റ് ചെയ്തിട്ടുണ്ട്. പക്ഷേ ആ നവംബർ 28ന് എന്റെ അച്ഛൻ മരിച്ചില്ലായിരുന്നെങ്കിൽ, ചിലപ്പോൾ ഈ കല്യാണം നടക്കി ല്ലായിരുന്നു.''

പതിനേഴ്

രാത്രിയായി. പാർക്കിൽ നിറയെ ആളുകൾ. മറ്റു ജിസിസി കൺട്രി യിൽ നിന്ന് ദുബായ് കാണാൻ വന്നവരുമുണ്ട്. അവിടെ എന്തോ ഒരു പ്രോഗ്രാം നടക്കുന്നുണ്ട്, നല്ല മ്യൂസിക് കേൾക്കുന്നു. തിരക്കിൽ നിന്നും ശബ്ദത്തിൽ നിന്നും മാറി കുറച്ചകലെയായി ആളൊഴിഞ്ഞ ബെഞ്ചിൽ ഇരുവരും ഇരുന്നു. നിർമ്മല കയ്യിൽ കരുതിയ ഫ്ളാ സ്കിൽ നിന്നും കുറച്ചു ചൂടുവെള്ളം കുടിച്ചു കൊണ്ട് പറഞ്ഞു,

‘‘പുറത്ത് കറങ്ങാൻ തുടങ്ങിയശേഷം വെള്ളം കുടിക്കുന്നത് നന്നേ കുറഞ്ഞു. അതുകൊണ്ട് തന്നെ അതിന്റെ അസ്വസ്ഥതയും കാണാനുണ്ട്. മോൾക്കും കുറച്ചു വെള്ളം തരട്ടെ?’’

‘‘വേണ്ട ആന്റി, നോർമൽ വാട്ടർ കുടിക്കാറില്ല. പ്രത്യേകിച്ച് ചൂടു വെള്ളം. അത് കുടിച്ചാൽ എന്റെ ദാഹം കൂടുകയുള്ളൂ. ആന്റി ഇനി യിതിന്റെ ബാക്കി കൂടി പറയൂ.’’

‘‘കുട്ടികളിൽ നിന്നുമാണ് അമ്മ വഴക്ക് പറഞ്ഞ കാര്യവും പ്രഭാകരന്റെ മദ്യപാനത്തെക്കുറിച്ചും ഗോപിയേട്ടനറിഞ്ഞത്. അതി നെക്കുറിച്ചെന്നോട് ചോദിച്ചപ്പോൾ ഒരു വിധത്തിൽ എന്തൊ ക്കെയോ പറഞ്ഞൊപ്പിച്ചു. കാര്യങ്ങൾ വ്യക്തമായി മനസ്സിലായി ല്ലെങ്കിലും എന്റെ കുടുംബജീവിതത്തിൽ എന്തൊക്കെയോ പൊട്ടലും ചീറ്റലുമുണ്ടെന്ന് ഏട്ടനറിയാൻ കഴിഞ്ഞു.

‘‘നിങ്ങൾക്കിടയിൽ ഉള്ള പ്രശ്നങ്ങൾ കുട്ടികൾ മനസ്സിലാക്കി യിരിക്കുന്നു. വളരുംതോറും അതവരിൽ പ്രയാസമുണ്ടാക്കും. നീ കുഞ്ഞുങ്ങളെ ഇവിടെയാക്കൂ. അവരെ ഞങ്ങൾ നോക്കിക്കോളാം.’’ ഏട്ടനങ്ങനെ പറഞ്ഞപ്പോൾ പെട്ടെന്ന് എനിക്കൊരു മറുപടി കൊടു ക്കാൻ കഴിഞ്ഞില്ല. അങ്ങനെയൊരു കാര്യം ഞാൻ ചിന്തിച്ചിട്ടുപോലു മില്ല. രണ്ടുമൂന്നുദിവസം ഞാൻ അതിനെക്കുറിച്ച് ആലോചിച്ചു.

ഏട്ടൻ പറഞ്ഞത് ശരിയാണെന്ന് എനിക്കും തോന്നി. മൂത്ത രണ്ടുപേരെയും ഇവിടെയാക്കി ചെറിയ മോളെയും കൂട്ടി തിരിച്ചു പോകാം എന്ന് കരുതി.

അക്കാര്യം ഞാൻ ഏട്ടനോട് പറഞ്ഞപ്പോൾ. ഏട്ടന്റെ മറുപടി, "മക്കൾ രണ്ടു സ്ഥലത്ത് വളരണ്ട. ഒരുമിച്ച് വളർന്നാലേ വലുതായാലും അവർക്കിടയിൽ ഒരടുപ്പം കാണൂ. അല്ലെങ്കിൽ തമ്മിലകന്നു പോകും. ഇപ്പോൾതന്നെ കുട്ടികൾ ഞങ്ങളുമായി നന്നായി അടുത്തു. നീയില്ലെങ്കിലും അവർക്ക് പ്രശ്നമൊന്നും കാണില്ല."

ഇത് കേട്ട അമ്മ "അല്ലെങ്കിലും രാത്രിയിൽ മാത്രമല്ലേ കുട്ടികൾ നിന്റെ കൂടെ ഉണ്ടാവാറുള്ളൂ. പത്മാവതിക്ക് ബേബി സീറ്റിങ്ങിൽ കൊടുക്കുന്ന പകുതി പൈസ മതി ഇവിടെ ഒരാളെ വെക്കാൻ. ആ ജാനകിയുടെ മോന്റെ ഭാര്യ വനജ നല്ല കുട്ടിയാ. നന്നായി വീട്ടു ജോലികളൊക്കെ ചെയ്യും. നമ്മുടെ വീട്ടിൽ ആരെങ്കിലും വരുന്ന സമയത്ത് ഞാനവളെ സഹായത്തിന് വിളിക്കാറുണ്ട്. അതിന് പറമ്പിലും വയലിലുമൊന്നും പോയി പണിയെടുത്ത് ശീലമില്ല. ജാനകീന്റെ മോനാണെങ്കിലോ നേരാംവണ്ണം പണിക്കും പോവൂല. അവൾ വയലിൽ പോയിട്ടും വനജ പല വീട്ടിലും പണിയും എടുത്തിട്ടാണ് വീട് മുന്നോട്ട് കൊണ്ടുപോകുന്നത്. വിളിച്ചാൽ ഉറപ്പായും വരും. അവർക്ക് വലിയ സന്തോഷവുമാകും."

എത്ര ഭംഗിയായിട്ടാണ് അമ്മയുടെ ആഗ്രഹം പ്രസന്റ് ചെയ്തത്. ഈ സ്വപ്നങ്ങളൊക്കെ ഇത്രയും കാലം എവിടെ ഒളിപ്പിച്ചുവെച്ചു. ഒരു സംശയവും തോന്നാത്ത വിധത്തിലാണ് കാര്യങ്ങളൊക്കെ അവതരിപ്പിച്ചത്. ഞാൻ എതിരൊന്നും പറഞ്ഞില്ല. ശരിയെന്നർത്ഥത്തിൽ തലയാട്ടി.

"അടുത്തമാസം മുതൽ പത്മാവതിക്ക് കൊടുക്കുന്നതും കൂടി നീ ഇങ്ങോട്ടേക്ക് അയയ്ക്കണം."

പൈസയുടെ കാര്യം അമ്മ ഒന്നുകൂടി ഉറപ്പുവരുത്തി. രണ്ടു മാസത്തെ എന്റെ ലീവ് പെട്ടെന്ന് കടന്നുപോയി. കാണാൻ ആഗ്രഹിച്ച പലരേയും കണ്ടു. പുറത്തു പോയതൊക്കെ പപ്പേട്ടന്റെ ടാക്സിയിലാണ്. രണ്ടു തവണ ടാക്സി രാജുവേട്ടന്റെ പെട്രോൾ പമ്പിൽ പോയി. അയാളെ വെറുതെയൊന്ന് കാണാനാഗ്രഹിച്ചു, പക്ഷേ കണ്ടില്ല. ആ കൗണ്ടറിൽ മറ്റൊരാളായിരുന്നു.

ഞാൻ ദുബായിലേക്ക് മടങ്ങി. എയർപോർട്ടിലേക്ക് പോകുന്ന വഴിയിൽ വെച്ച് ഹരിയെന്നോട് പറഞ്ഞു.

"കുഞ്ഞേച്ചി നേരത്തെ പോലെ കത്തെഴുതിയാൽ അങ്ങോടുമിങ്ങോടും വിവരങ്ങളൊക്കെ അറിയാം. പക്ഷേ കുട്ടികൾ ചെറുതല്ലേ, കത്ത് അവർക്ക് ശരിയാകില്ലല്ലോ. വല്ലപ്പോഴും ചേച്ചിയുടെ ശബ്ദം കേൾക്കുന്നത് ഇരുകൂട്ടർക്കും നല്ലതായിരിക്കും ടെലിഫോണിന് അപ്ലൈ ചെയ്തിട്ടുണ്ട്. പക്ഷേ കിട്ടാൻ വൈകും. പൈസ ഡെപ്പോസിറ്റ് ചെയ്താൽ സ്പെഷ്യൽ കോട്ടയിൽ എളുപ്പം ശരിയാകും.

ചേച്ചി പൈസ തന്നാൽ വീട്ടിലെ ഫോൺ കണക്ഷൻ പെട്ടെന്നാക്കാം.''

കയ്യിൽ ബാക്കിയുള്ളതും കൂടി ഞാൻ അവനെ ഏൽപ്പിച്ചു. ''ഇതെ എനി ബാക്കിയുള്ളൂ, മതിയാകുമോ എന്നെനിക്കറിയില്ല. ബാക്കി നീ തൽക്കാലം അഡ്ജസ്റ്റ് ചെയ്യൂ. അവിടെ എത്തിയശേഷം അയച്ചു തരാം. ദുബായിലും മാസത്തിലൊരിക്കലേ സാലറി കിട്ടൂ.''

എന്നിട്ട് അനാമികയെ നോക്കി വീണ്ടും പറഞ്ഞു.

''മോളെ, ആമി, ഞാനൊറ്റവാക്കിൽ പറയാം. മക്കളെ നാട്ടിൽ വിട്ടിട്ട് വരുന്ന അമ്മയുടെ ജീവിതം ജീവനില്ലാത്ത ശരീരം പോലെയാണ്. രണ്ടുമാസം കൊണ്ട് പ്രഭാകരൻ ഫ്ളാറ്റിനകം മുഴുവൻ ചന്തപ്പറമ്പ് പോലെ ആക്കി. മാത്രമല്ല സാധാരണ ദിവസങ്ങളിലും അതിനുള്ളിൽ മദ്യസൽക്കാരം നടക്കാറുണ്ട്. കസിൻ എന്ന് പറഞ്ഞ് ഒരാൾ സ്ഥിരമായി കൂടെയുണ്ട്. വേറെ മൂന്നാലു പേർ മിക്ക ദിവസങ്ങളിലും വന്നുപോകും. ഇതൊക്കെ മേരിച്ചേച്ചിയിൽ നിന്നും കിട്ടിയ അറിവാണ്. കുട്ടികൾ തിരികെ വന്നില്ലെന്നറിഞ്ഞ പ്രഭാകരന് ദേഷ്യം വന്നു. എന്നോട് ഒരുപാട് ബഹളമുണ്ടാക്കി, കയ്യിൽ കിട്ടിയതൊക്കെ വലിച്ചെറിഞ്ഞു ഫ്ളാറ്റിൽ നിന്നും ഇറങ്ങിപ്പോയി. കൂടെ താമസിക്കുന്ന കസിൻ എന്ന് പറഞ്ഞയാൾ പ്രഭാകരന്റെ അമ്മാവന്റെ മകനാണ്.

നേരത്തെ അയാൾ അജ്മാനിലായിരുന്നു. ഇപ്പോൾ ജോലി മാറി ദുബായിൽ വന്നതാ. പുറത്ത് നല്ല സൗഹൃദം കാണിച്ച് അങ്ങോട്ടുമിങ്ങോട്ടും ഏഷണി പറഞ്ഞു ഞങ്ങളുടെ ബന്ധം കൂടുതൽ വഷളാക്കി. ഏഷണി പറയുന്ന കാര്യത്തിൽ പെണ്ണുങ്ങൾ തോറ്റുപോകും അയാളുടെ മുന്നിൽ. മുന്നേ എനിക്കയാളെ അറിയാമെങ്കിലും ഇഷ്ടമായിരുന്നില്ല. ഞങ്ങൾ വഴക്കിടുമ്പോൾ അയാൾ ഇടപെടും എന്റെ പക്ഷം ചേരും. മദ്യത്തിന്റെ കെട്ട് വിട്ടുകഴിഞ്ഞാൽ എന്നെക്കുറിച്ച് ഇല്ലാത്തതൊക്കെ പ്രഭാകരന് പറഞ്ഞുകൊടുക്കും. ആദ്യമൊന്നും ഞാനത് കാര്യമാക്കിയില്ല. ഞാൻ നാട്ടിൽ പോയ ശേഷം പ്രഭാകരനൊരു പുരോഗമനമുണ്ടായി.

അയാൾ ഭക്ഷണമൊക്കെ പുറത്തുനിന്നു വരുത്തിക്കും. ദിവസം കഴിയുംതോറും ഞങ്ങളുടെ വഴക്ക് കൂടി വന്നു. അതിന് വെള്ളവും വളവും കസിൻ മുറയ്ക്ക് കൊടുത്തു കൊണ്ടിരുന്നു. ചില വ്യാഴാഴ്ച രാവിലെ പോയ പ്രഭാകരൻ ശനിയാഴ്ച രാത്രി മാത്രമേ ഫ്ളാറ്റിൽ തിരിച്ചെത്തൂ. ആ സമയത്ത് അയാളുടെ കസിൻ ഫ്ളാറ്റിൽ കാണും. എന്നോടുള്ള അയാളുടെ സമീപനത്തിൽ എന്തോ ഒരു പന്തികേട് തോന്നി. ഞാനത് പ്രഭാകരനോട് പറഞ്ഞു. പക്ഷേ

അയാൾ അത് കാര്യമാക്കിയില്ല. മാത്രമല്ല, കസിനോട് അത് പറയുകയും ചെയ്തു. ഫ്ളാറ്റിനകത്ത് ഒരു സുരക്ഷിതത്വമില്ലാത്ത പോലെ തോന്നിത്തുടങ്ങി. ഞാൻ അയാളോട് താമസം മാറിപ്പോകാൻ പറഞ്ഞു. പക്ഷേ അയാളത് കേട്ടില്ല. അതിന്റെ പേരിൽ ഞാനും പ്രഭാകരനും വഴക്കായി. അന്നെന്നെ അയാൾ ആദ്യമായി തല്ലി. പ്രഭാകരനില്ലാത്ത ദിവസങ്ങളിൽ ഞാൻ മേരിച്ചേച്ചിയുടെ ഫ്ളാറ്റിൽ പോയി.

കുട്ടികളെ നാട്ടിലാക്കിയ കാര്യം അറിഞ്ഞപ്പോൾ റോയും അരവിന്ദും ഒരേ സ്വരത്തിൽ പറഞ്ഞു. ''ഞങ്ങളീ കാര്യം എങ്ങനെ അങ്ങോട്ട് പറയുമെന്ന് കരുതി ഇരിക്കുകയായിരുന്നു. കുട്ടികൾ വളരുകയാണ്. അതിനകം താമസിയാതെ അവർക്ക് കാര്യങ്ങളൊക്കെ മനസ്സിലാകും. പ്രഭാകരന്റെ മദ്യപാനവും നിങ്ങൾക്കിടയിലുള്ള വഴക്കും ബഹളവുമൊക്കെ കേട്ട് വളർന്നാൽ അതവരുടെ മാനസിക വളർച്ചയെ ബാധിക്കും.''

കുട്ടികളും കൂടെ ഇല്ലാതായപ്പോൾ, എനിക്ക് ഫ്ളാറ്റിൽ പോകാനുള്ള താൽപര്യമേ ഇല്ലാതായി. സാധാരണ എട്ടുമണിക്ക് ഓഫീസ് സ്റ്റാർട്ടായാലും അക്കൗണ്ട്സ് ആയതുകൊണ്ട് എനിക്ക് ഒമ്പതുമണിക്കേ എത്തേണ്ടതുള്ളൂ. അഞ്ചുമണിക്ക് തിരിച്ചു പോകാം. ഞങ്ങൾക്ക് ട്രേഡിങ് ഉള്ളതുകൊണ്ട് രാത്രി 8 മണി വരെ ഓഫീസ് കാണും. ഞാൻ രാവിലെ എട്ടിന് ഓഫീസിൽ ചെന്നാൽ രാത്രി എട്ടിനേ വീട്ടിലേക്ക് പോകൂ. അതിനു മാത്രം ചെയ്യാനുള്ള ജോലിയും എനിക്കവിടെയുണ്ട്. അയാളുടെ കസിന്റെ സംസാരരീതിയും നോട്ടവുമൊക്കെ എന്നെ കൂടുതൽ അസ്വസ്ഥയാക്കി.

ഒരു ദിവസം അയാൾ എന്നോട് പറഞ്ഞു.

''മദ്യം കണ്ടാൽ പ്രഭാകരനെല്ലാം മറക്കും. അത് കുടിച്ചു കഴിഞ്ഞാൽ ബോധവും നഷ്ടപ്പെടും. നിന്റെ പഴയ കാര്യങ്ങളൊക്കെ പ്രഭാകരൻ പറഞ്ഞെനിക്കറിയാം. നീയെന്റെ മുന്നിൽ വലിയ പതിവ്രത ചമയേണ്ട. ഞാനൊരു ദിവസം നിന്നെ എടുത്തോളാം.''

അതിനുശേഷം രാത്രിയിൽ എനിക്കുറങ്ങാനും ഭയമായി. പകൽ ഓഫീസിൽ ഇരുന്ന് ജോലി ചെയ്യാൻ പറ്റാതായി. എന്നും ക്ഷീണവും തലവേദനയും ഒക്കെയായി.

ഞാൻ അരവിന്ദനോട് കാര്യങ്ങളൊക്കെ തുറന്നുപറഞ്ഞു.

''നിർമല ഇനി ആ ഫ്ളാറ്റിൽ താമസിക്കേണ്ട. റോയിയുടെ ഫ്ളാറ്റ് ടു ബെഡ്റൂമാണ്. നേരത്തെ അബൂബക്കറാണ് അവിടെ താമസിച്ചുകൊണ്ടിരുന്നത്. കല്യാണം കഴിച്ചതോടെ അവൻ മാറി. ഇപ്പോൾ റോയ് ഒറ്റയ്ക്കാണ്. നിർമ്മലയ്ക്കറിയുന്നതല്ലേ റോയിയുടെ

ആരോഗ്യസ്ഥിതി. ഒരാൾ കൂടെയില്ലാതെ പറ്റില്ല. വിശ്വസിക്കാൻ കൊള്ളാവുന്ന ഒരാളെ നോക്കി നടക്കുകയാണ് കൂടെ താമസിക്കാൻ. ഞാനും അതേ ബിൽഡിങ്ങിൽ തന്നെയാണല്ലോ. ഉറങ്ങുന്നതുവരെ ഞാൻ കൂടെ ഇരിക്കും. ഫ്ളാറ്റിന്റെ ഒരു കീ എന്റെ കയ്യിലാണ്. ഒന്നും ഭയക്കേണ്ട നിർമ്മല അങ്ങോട്ട് മാറിക്കോളൂ.''

അത്രയും ഞാൻ പ്രതീക്ഷിച്ചില്ല. ആലോചിക്കട്ടെ എന്നു പറഞ്ഞു. റോയ് നല്ലയാളാ, ഇത്ര വർഷമായിട്ടും അയാളിൽ ഒരു കുറ്റവും കണ്ടെത്താനായില്ല. എനിക്ക് അയാളെ ഇഷ്ടമാണ്. സംസാരിക്കാനും കൂടെയിരുന്നു ഭക്ഷണം കഴിക്കാനുമൊക്കെ. അയാളുടെ പ്രസന്റ് ഞാനെന്നും ഇഷ്ടപ്പെട്ടിരുന്നു. പക്ഷേ എന്റെ മനസ്സിൽ ചോദ്യമുണ്ടായി. ഇതറിഞ്ഞാൽ ആളുകളെന്നെക്കുറിച്ച് എന്ത് കരുതും. തീരുമാനമെടുത്തില്ലെങ്കിലും ആശ്വാസം തോന്നി. അവിടെ നിന്നും ഇറങ്ങിയാൽ കയറിച്ചെല്ലാൻ സുരക്ഷിതമായൊരിടമുണ്ട്.

പക്ഷേ ഈശ്വരൻ എന്റെ കൂടെയാണ്. എനിക്ക് ഫ്ളാറ്റിൽ നിന്നും സ്വന്തം ഇഷ്ടത്തിന് ഇറങ്ങേണ്ടി വന്നില്ല. ഒരു രാത്രി ഞാനും പ്രഭാകരനും കസിനെ ചൊല്ലി വഴക്കായി. അയാളെ ഫ്ളാറ്റിൽനിന്നും ഇറക്കിവിടണമെന്ന് ഞാൻ വാശിപിടിച്ചു. പക്ഷേ സംഭവിച്ചത് മറിച്ചാണ്. എന്നെയാ ഇറക്കിവിട്ടത്. അയാളുടെ കസിൻ എന്റെ സാധനങ്ങളൊക്കെ എടുത്ത് പുറത്തിട്ടു. ആ രാത്രി തന്നെ ഞാൻ റോയിയുടെ വീട്ടിൽ താമസമാക്കി. കുറച്ച് ആഴ്ചകൾക്ക് ശേഷം ഞാൻ സമാധാനമായി ഉറങ്ങിയത് ആ രാത്രിയാണ്.

എന്നും രാവിലെ ഞാൻ റോയോടൊപ്പം ഓഫീസിൽ വരും. രാത്രി ഒരുമിച്ചു തിരിച്ചുപോകും. ഞാൻ ഉണ്ടാക്കുന്ന ഭക്ഷണങ്ങളൊക്കെ റോയ്ക്ക് ഇഷ്ടമാണ്. നേരത്തെ എന്റെ ഇഷ്ടത്തിനാണ് ഉണ്ടാക്കി കൊടുക്കാറ്. ഒരുമിച്ച് താമസിക്കാൻ തുടങ്ങിയ ശേഷം റോയിയുടെ ഇഷ്ടത്തിനനുസരിച്ച് ഉണ്ടാക്കാൻ തുടങ്ങി. അതയാളുടെ ആരോഗ്യസ്ഥിതിയിൽ നല്ലൊരു മാറ്റമുണ്ടാക്കി. ഫ്ളാറ്റിൽ നിന്നും ഇറക്കിവിട്ട ഞാൻ മടങ്ങി വരുമെന്നാണവർ കരുതിയത്. രണ്ടുമൂന്നു ദിവസം കഴിഞ്ഞിട്ടും എന്നെ കാണാതായപ്പോൾ അമ്പേഷിച്ച് കാണും. ഞാൻ റോയിയോടൊപ്പം താമസിക്കുന്ന വിവരം ആദ്യമറിഞ്ഞത് അയാളുടെ കസിനാണ്. ആ വാർത്ത അയാൾ പ്രഭാകരനേയും വീട്ടുകാരേയും പറ്റുന്ന എല്ലാവരേയുമറിയിച്ചു. ആകെ പ്രശ്നമായി, വീട്ടുകാർ ഇടപെട്ടു. ഒത്തുതീർപ്പിന് ശ്രമിച്ചു. പക്ഷേ മറ്റൊരാളോടൊപ്പം താമസിച്ച എന്നെ ഭാര്യയായി കൂടെ കൂട്ടാൻ പ്രഭാകരന് താത്പര്യമില്ലെന്നറിയിച്ചു.

തെറ്റ് രണ്ടാളുടെ ഭാഗത്തുമുണ്ട്. അതുകൊണ്ട് ഡിവോഴ്സ് വേണ്ട. പ്രശ്നങ്ങളൊക്കെ പറഞ്ഞുതീർക്കാം എന്ന് പ്രഭാകരന്റെ

ആളുകൾ പറഞ്ഞെങ്കിലും റോയിയെ വിട്ടു വരാൻ എനിക്ക് മനസ്സ് വന്നില്ല.

"മൂന്ന് പെൺകുട്ടികളല്ലേ അവർക്കച്ഛനെ വേണ്ടേ?" അമ്മ എന്നോട് ചോദിച്ചു.

പക്ഷേ ഗോപിയേട്ടൻ എന്റെ കൂടെ നിന്നു.

"കുട്ടികളിവിടെ വന്ന് ഇത്രമാസമായിട്ട് പ്രഭാകരൻ ഒന്ന് വിളിക്കുകയോ എഴുത്തയയ്ക്കുകയോ ഒന്നും ചെയ്തില്ല. നിമ്മി അയാളെ കല്യാണം കഴിച്ചിട്ട് അഞ്ചു വർഷം കഴിഞ്ഞിരിക്കുന്നു. ഇതിനിടയിൽ എത്ര തവണ അയാൾ നാട്ടിൽ വന്നു പോയി. കല്യാണസമയത്ത് വന്നതല്ലാതെ പിന്നീടയാൾ ഒരിക്കൽപോലും ഇങ്ങോട്ടേക്ക് വന്നില്ല. അന്നത്തെ സാഹചര്യത്തിൽ അന്വേഷിക്കാതെ കല്യാണം കഴിച്ചു കൊടുത്തത് നമുക്ക് പറ്റിയ തെറ്റ്. അവൾക്ക് താൽപര്യമില്ലെങ്കിൽ ഇനിയാ ബന്ധം തുടരേണ്ട. എന്റെ അനിയത്തി ജീവിക്കും."

പ്രഭാകരനുമൊത്തുള്ള അഞ്ചര വർഷത്തെ എന്റെ ദാമ്പത്യ ജീവിതം അരവിന്ദന്റെ സഹായത്തോടെ ഡിവോഴ്സ് ചെയ്തു. മക്കൾ മൂന്നാളുടേയും പൂർണ്ണ ഉത്തരവാദിത്തം എനിക്കാണ്. റോയിയോടൊപ്പം ഞാൻ താമസിക്കുന്ന വിവരം ഞങ്ങളുടെ ആളുകളൊക്കെയറിഞ്ഞു. ആണും പെണ്ണും ഒരേ ഫ്ളാറ്റിൽ താമസിക്കുന്നത് ഇവിടെ വലിയ കാര്യമല്ല. പക്ഷേ നാട്ടിൽ അതൊരു വലിയ പ്രശ്നം തന്നെയാണ്. അതുകൊണ്ട് നീ റോയിയെ കല്യാണം കഴിച്ചു കൂടെ താമസിക്കണമെന്ന് വീട്ടുകാർ പറഞ്ഞു.

ഞാൻ ഈ കാര്യം റോയിയെ അറിയിച്ചു. പക്ഷേ റോയിക്ക് നിയമപരമായി എന്നെ കല്യാണം കഴിക്കാനാവില്ല.

"നാൻസി പിണങ്ങി കുട്ടികളെയും കൊണ്ട് ബാംഗ്ലൂരിൽ പോയിട്ട് വർഷങ്ങളായി. ഇനി ഒരിക്കലും അവൾ മടങ്ങി വരില്ല. ഞങ്ങൾക്കിടയിൽ കമ്മ്യൂണിക്കേഷനുമില്ല. ഡിവോഴ്സ് എന്ന് എല്ലാവരോടും പറയുന്നതാണ്. എനിക്ക് ഒരിക്കലും നാൻസിയെയും കുട്ടികളെയും ഉപേക്ഷിക്കാൻ പറ്റില്ല. അവൾ പലതവണ ആവശ്യപ്പെട്ടിട്ടും ഞാനതിന് തയ്യാറായില്ല. നിർമ്മലയ്ക്ക് എന്റെ കൂടെ ഭാര്യയാണെന്ന് പറഞ്ഞു തന്നെ താമസിക്കാം. അരവിന്ദിനും നാൻസിക്കും എനിക്കും ഇപ്പോൾ നിർമലയ്ക്കും മാത്രമേ ഡിവോഴ്സ് ചെയ്യാത്ത കാര്യം അറിയൂ."

ഈ വിവരം റോയ് എന്നിൽ നിന്നും മറച്ചുവെച്ചത് മനപ്പൂർവമാണോ എന്നറിയില്ല. അയാളിൽ നിന്നും ആ വാർത്ത കേട്ടപ്പോൾ ഉള്ളിൽ നല്ല സങ്കടം തോന്നി. എനിക്കുമാത്രം എന്തേ ഇങ്ങനെ?

ഇനി മറ്റാരും അറിയാത്ത ഒരു സത്യം കൂടി ഞാൻ മോളോട് പറയുന്നു. ഒരിക്കലും എനിക്കയാളുടെ ഭാര്യയാകാൻ കഴിഞ്ഞിട്ടില്ല. ഞങ്ങൾക്കിടയിൽ ഒരു ദാമ്പത്യം ഉണ്ടാവില്ല. അതിനുള്ള ആരോഗ്യം റോയിക്കില്ല. അന്നെനിക്ക് കഷ്ടിച്ച് 32 വയസ്സേയുള്ളൂ. മറ്റെല്ലാം മാറ്റിവെച്ച് ഞാൻ റോയിയോടൊപ്പം ഭാര്യയായി അഭിനയിച്ച് ജീവിക്കാൻ തീരുമാനിച്ചു. അയാളെ എനിക്കിഷ്ടമായിരുന്നു. അതിനെക്കാളേറെ ഇഷ്ടപ്പെട്ടത് അയാളുടെ സമ്പന്നതയെയാണ്. ഞാൻ ജീവിതത്തിൽ തോറ്റത് പണത്തിന്റെ പേരിലാണ്. പണം മൂലമുണ്ടാകുന്ന മാറ്റങ്ങൾ എന്റെ വീട്ടുകാരിൽ ഞാൻ കണ്ടുകൊണ്ടിരിക്കുകയാണ്. റോയിയോടൊപ്പം ചേർന്ന് ഈ നിർമ്മല പണമുണ്ടാക്കും. ഇനിയീ ജീവിതത്തിൽ അതേ ലക്ഷ്യമുള്ളൂ.''

നിർമ്മല കഥ തുടർന്നു.

പതിനെട്ട്

"**ഷേ**ക്ക് കോളനിയിൽ നിന്നും അങ്ങനെ എന്റെ താമസം അൽനാദാ ടവറിലേക്ക് മാറി. ഞങ്ങൾക്കിടയിൽ നല്ലൊരു അണ്ടർസ്റ്റാൻഡിങ് ഉണ്ട്. അതുകൊണ്ടുതന്നെ പ്രശ്നങ്ങളും അഭിപ്രായവ്യത്യാസങ്ങളുമില്ല. ഞാൻ മനസ്സമാധാനവും സന്തോഷവുമൊക്കെയറിഞ്ഞത് അവിടെ നിന്നാണ്. ഫോൺ കണക്ഷൻ കിട്ടിയശേഷം മിക്കവാറും ദിവസങ്ങളിൽ ഞാൻ വീട്ടിലേക്ക് വിളിക്കും. അമ്മയാണ് അവിടുത്തെ കാര്യങ്ങളൊക്കെ പറയാറ്. മക്കളെ കൊണ്ട് അവിടെയൊരു ബുദ്ധിമുട്ടുമില്ല. ആകെ പറയുന്നത് ചെറിയ മോൾ ഏട്ടന്റെ മോളുമായി ഇടയ്ക്കിടെ വഴക്കിടാറുണ്ടെന്നാണ്.

"കുട്ടികളാവുമ്പോൾ അങ്ങനെയൊക്കെ ഉണ്ടാകും. നമ്മളത് കാര്യമാക്കാതിരുന്നാൽ മതി."

അധ്യാപകരായ ഏട്ടനും ഏട്ടത്തിക്കും കുഞ്ഞുങ്ങളുടെ സ്വഭാവം അറിയുന്നതുകൊണ്ട് അവരത് കാര്യമാക്കിയില്ല.

അമ്മയുടെ കാറിന്റെ ആവശ്യം വിളിക്കുമ്പോൾ ആവർത്തിക്കും. "കുട്ടികളെയും കൊണ്ട് ടാക്സിയിൽ പുറത്തു പോകാൻ ബുദ്ധിമുട്ടാണ്."

നാട്ടിൽ നിന്ന് വന്ന് കുറച്ചു മാസങ്ങളല്ലേ ആയുള്ളൂ, ഒരു കാർ വാങ്ങിക്കാനുള്ള പൈസ എന്റെ കയ്യിലില്ലായിരുന്നു. അമ്മയുടെ നിർബന്ധം സഹിക്കാൻ കഴിയാതായപ്പോൾ, ഞാൻ കുറച്ചു പൈസ മടിച്ചാണെങ്കിലും റോയ്യോട് കടം ചോദിച്ചു. കടമായിട്ടല്ലാതെ സന്തോഷത്തോടെ റോയ് പൈസ തന്നു. ദുബായിലെ താമസത്തിന് എനിക്ക് പൈസയുടെ ആവശ്യമില്ല. കിട്ടുന്ന ശമ്പളം മുഴുവൻ ഞാൻ നാട്ടിലേക്കയയ്ക്കും. റോയിയിടൊപ്പമുള്ള എന്റെ ലക്ഷ്വറി ജീവിതം പോലെ മക്കളും കഴിയണമെന്ന് ഞാനാഗ്രഹിച്ചു.

ഒരു ദിവസം രാത്രി ഭക്ഷണം കഴിച്ചു കൊണ്ടിരിക്കുന്നതിനിടയിൽ റോയി എന്നോട് പറഞ്ഞു "നിർമ്മല ഇതുവരെ ജോലി ചെയ്തു

ഉണ്ടാക്കിയ പൈസയൊക്കെ പല ആവശ്യങ്ങൾക്കായി ചെലവഴി ച്ചെന്ന് ഞാൻ മനസ്സിലാക്കുന്നു. ഞാനൊരു അസുഖക്കാരനാണ്. വർഷക്കാലത്ത് ഏതെല്ലാം ദിവസം ഇടിയും മഴയും കാറ്റും ഉണ്ടാ കുമെന്നാർക്കും പ്രവചിക്കാനാവില്ല. എന്റെ ആരോഗ്യസ്ഥിതി അങ്ങ നെയാണ്. എത്ര കാലം ജീവിച്ചിരിക്കുമെന്ന് ഒരു നിശ്ചയമില്ല. ഞാനില്ലാതായാൽ എന്റെ പേരിലുള്ള എല്ലാ പ്രോപ്പർട്ടിയും നാൻ സിക്കും കുട്ടികൾക്കും മാത്രമേ കിട്ടൂ. ഇവിടത്തെ ജോലി കൊണ്ട് നിർമ്മലയുടെയും കുട്ടികളുടെയും കാര്യങ്ങളൊക്കെ നടന്നുപോകും. പക്ഷേ കൂടുതൽ പൈസ ആവശ്യമുള്ള ഘട്ടങ്ങളൊക്കെ കുട്ടി കളുടെ ജീവിതത്തിൽ വരാൻ പോകുന്നതേയുള്ളൂ. ഒന്നും കരുതി യില്ലെങ്കിൽ അത്തരം സാഹചര്യത്തിൽ നീ വിഷമിക്കും. അതു കൊണ്ട് നിനക്കും മക്കൾക്കും ജീവിക്കാനാവശ്യമുള്ളതൊക്കെ ഞാനുണ്ടാക്കി തരാം.

അന്നേവരെ അത്തരമൊരു കാര്യത്തെക്കുറിച്ച് ഞാൻ ചിന്തി ച്ചിട്ടേയില്ല. റോയോട് എന്തെങ്കിലും ആവശ്യപ്പെടാൻ എനിക്ക് മടി യായിരുന്നു.

എന്റെ ഇഷ്ടങ്ങൾ റോയ് സ്വയം അറിഞ്ഞ് സാധിപ്പിച്ചു തരും. ഞാൻ ആഗ്രഹിച്ചതിലും അപ്പുറം നേടാൻ കഴിഞ്ഞു. മാധവൻ മാഷിന്റെ മോള് സ്വപ്നം കണ്ടതിലധികം സ്വത്തും പൈസയും സ്വർണവുമെല്ലാം നേടി. മക്കളുടെ കല്യാണം നടത്താനായി നല്ല സൗകര്യം വേണമെന്ന് പറഞ്ഞ് ടൗണിൽ കൊട്ടാരം പോലൊരു വീട് എടുത്തു. സ്ഥിരവരുമാനത്തിനുവേണ്ടി അതിന്റെ മുന്നിൽ തന്നെയൊരു ഷോപ്പിംഗ് കോംപ്ലക്സ് പണിയിച്ചു. കൊള്ളാവുന്ന ഏരിയയിൽ കുറേ സ്ഥലം വാങ്ങിയിട്ടു. കുറച്ചു വയലും. പിന്നെ വാടകയ്ക്ക് കൊടുക്കാൻ രണ്ടു ഫ്ളാറ്റും. എനിക്കും മൂന്ന് പെൺ മക്കൾക്കും ധാരാളം സ്വർണ്ണവും.

ഡിവോഴ്സിനുശേഷം കുറെ നാൾ ഞാൻ നാട്ടിലേക്ക് പോയില്ല. പിന്നീട് ആറുമാസം കൂടുന്തോറും നാട്ടിൽ പോയി കുട്ടികളെ കാണും. അവധിക്കാലത്ത് അവരെ ഇങ്ങോട്ട് കൊണ്ടുവരാൻ റോയി പറഞ്ഞിരുന്നു. ഇവിടെ വന്നാൽ മൂത്ത കുട്ടികൾ പപ്പയെ ചോദി ച്ചാലോ എന്ന് ഭയന്ന് കൊണ്ടുവരാൻ മടിച്ചു. അവരുടെ എല്ലാ കാര്യങ്ങളും ഗോപിയേട്ടനാണ് നോക്കിയത്. മൂന്നാല് വർഷത്തിനു ശേഷം ഞാനവരെ അവധിക്ക് ഇങ്ങോട്ട് കൊണ്ടുവരാൻ തുടങ്ങി. ഇവിടുത്തെ അവധിക്കാലം അവർക്കൊരു ഉത്സവമാണ്. അരവി ന്ദിന്റെ മക്കളോടൊപ്പം കളിക്കും. ഒഴിവുസമയങ്ങളിൽ റോയും അവരോടൊപ്പം കൂടും. വൈകിട്ട് പുറത്തുപോയി ഭക്ഷണം വാങ്ങി ക്കൊടുക്കും. കുട്ടികളാവശ്യപ്പെട്ടതെല്ലാം വാങ്ങിക്കും. മക്കൾക്ക്

റോയങ്കിൾ എന്നു പറഞ്ഞാൽ ജീവനാണ്, അയാൾക്ക് തിരിച്ചും. കുട്ടികൾ അവധി കഴിഞ്ഞു മടങ്ങുമ്പോൾ എന്നേക്കാൾ വിഷമിക്കുന്നത് റോയിയാണ്.

പഴയ കാര്യങ്ങളൊക്കെ സംസാരിക്കുമ്പോൾ അതിനിടയിൽ ഒരു കാര്യം പറയാൻ വിട്ടുപോയി. ഞാൻ ആദ്യത്തെ ലീവ് കഴിഞ്ഞു വന്ന് കുറച്ചു മാസങ്ങൾക്കു ശേഷം എന്റെ വീട്ടിലൊരു ദുരന്തം നടന്നു. ലഞ്ച് കഴിഞ്ഞു മനോരമ പത്രം വായിച്ചുകൊണ്ടിരുന്നപ്പോൾ, ഞാൻ നാട്ടിലെ മരിച്ചവരെക്കുറിച്ച് അറിയുന്നതിന് ചരമ പേജ് സൂക്ഷ്മമായി വായിക്കുന്ന ഒരു ശീലമുണ്ട്. അന്നത്തെ ചരമ കോളത്തിൽ അരുന്ധതിയുടെ മരണവാർത്ത കണ്ടു. ഫോൺ ഉണ്ടായിട്ടുപോലും ആരുമെന്നെ വിവരമറിയിച്ചില്ല. എനിക്ക് സങ്കടമൊന്നും തോന്നിയില്ല.

ഞാൻ ഫോണെടുത്ത് വീട്ടിലേക്ക് വിളിച്ചു. ഹരിയാണ് അറ്റൻഡ് ചെയ്തത്. കാര്യം അന്വേഷിച്ചപ്പോൾ വളരെ ലാഘവത്തോടെയാണ് അവൻ മറുപടി പറഞ്ഞത്.

''അസുഖമൊന്നും ഉണ്ടായിരുന്നില്ല കുഞ്ഞേച്ചി. കറണ്ടില്ലാത്തപ്പോൾ അടുക്കളയാവശ്യത്തിനു വെള്ളമെടുക്കാനായി കിണറിനടുത്ത് പോയതാ. കാലു വഴുതിക്കാണും. വീണു.''

പറഞ്ഞത് കേട്ടപ്പോൾ പൂർണ്ണമായ വിശ്വാസമെനിക്ക് വന്നില്ല. പക്ഷേ അതിനെക്കുറിച്ച് കൂടുതൽ ഒന്നും ചോദിച്ചില്ല.

''കുഞ്ഞേച്ചി വിളിക്കുന്ന കാര്യമൊക്കെ എനിക്കറിയാം. പക്ഷേ അമ്മ ഫോൺ തന്നിട്ട് വേണ്ട. റിങ്ങ് ചെയ്യുന്ന ശബ്ദം കേട്ടാൽ കുട്ടികളെക്കാൾ സ്പീഡിൽ അമ്മയോടിയെത്തും. അമ്മയുടെ ഈ ഓട്ടം ഒളിമ്പിക്സ് ഗ്രൗണ്ടിലാണെങ്കിൽ ഇന്ത്യയ്ക്ക് ഗോൾഡ് മെഡലുറപ്പാണ്.''

അവൻ ഉറക്കെ ചിരിച്ചു. ഞാനതിശയിച്ചു പോയി. അമ്മയെ അന്വേഷിച്ചപ്പോൾ ''ഇവിടെ കുറച്ച് ആളുകൾ വന്നിട്ടുണ്ട് അവരോട് സംസാരിക്കുന്നു. നിർമ്മലയാണെങ്കിൽ രാത്രി 9 മണിക്ക് ശേഷം വിളിക്കാൻ പറ.''

അമ്മയുടെ ശബ്ദം കേട്ടു. വീട്ടിലേക്കുള്ള ഫോൺവിളി കണ്ടിട്ടാവണം റോയി ചോദിച്ചു.

''എന്തുപറ്റി നാട്ടിൽ, പത്രം വായിക്കുന്നതിനിടയിൽ ഒരു ഫോൺ.''

''നാട്ടിലല്ല വീട്ടിലാണ്. അരുന്ധതി കാലുവഴുതി കിണറിൽ വീണു മരിച്ചു.''

പക്ഷേ റോയിയും ഒപ്പം ആ വാർത്ത കേട്ട അരവിന്ദും അത് വിശ്വസിച്ചില്ല.

"ആ മരണത്തിൽ ഒരു അസ്വാഭാവികതയുണ്ട് അതുറപ്പാണ്."

അവർ പറഞ്ഞു. അരുന്ധതിയുടെ മരണം കഴിഞ്ഞ് കുറച്ചു നാളുകൾക്കു ശേഷം എനിക്ക് അനിലിന്റെയൊരു കത്ത് വന്നു. അവന്റെ വിവരങ്ങൾ ഞാൻ അമ്മയിൽ നിന്നുമറിയുന്നതല്ലാതെ ഞങ്ങൾ തമ്മിൽ നേരിട്ടൊരു കമ്മ്യൂണിക്കേഷനില്ല. കത്ത് പൊട്ടിച്ചു വായിച്ചപ്പോൾ വളരെ കുറച്ചു വരികളെ ഉള്ളൂ അതിൽ.

"എന്റെ ഫ്രണ്ട് കുവൈത്തിൽ ഒരു വിസ ശരിയാക്കി തരാമെന്ന് പറഞ്ഞിട്ടുണ്ട്. താഴെ എഴുതിയ അഡ്രസ്സിൽ 50,000 രൂപ അയച്ചു തരണം. അല്ലാത്തപക്ഷം അരുന്ധതി പോയ വഴി എനിക്കും തിരഞ്ഞെടുക്കേണ്ടി വരും. ഇത് വീട്ടിലുള്ള മറ്റാരുമറിയരുത്."

ഞാനാകെ കൺഫ്യൂഷനിലായി. അവനെന്ത് മറുപടി കൊടുക്കണം എന്നറിയാത്തപ്പോൾ ഞാനീ കാര്യം റോയോട് പറഞ്ഞു. "നിർമ്മല, നിന്റെ വീട്ടിൽ നീ അറിയാത്ത എന്തോ ഒരു പ്രശ്നമുണ്ട്. നീ അവന് പൈസ കൊടുക്കൂ. ചിലപ്പോഴതുകൊണ്ട് അവൻ രക്ഷപ്പെടും."

പക്ഷേ ഇത്രയും വലിയ തുക അവന് നേരിട്ട് കൊടുക്കാനെനിക്ക് മനസ്സ് വന്നില്ല. കുറെ നാളായി അവനെക്കുറിച്ച് ഒരു നല്ലതും ഞാനമ്മയുടെ വായിൽ നിന്നും കേൾക്കാറില്ല.

കുവൈറ്റ് ഇറാഖ് വാർ കഴിഞ്ഞ് അധികമായിട്ടില്ല, എന്ന് ഞാൻ വ്യക്തമായി ഓർക്കുന്നു. രണ്ടാഴ്ച കഴിഞ്ഞപ്പോൾ അമ്മയെന്നോട് പറഞ്ഞു.

"അനിൽ കുവൈത്തിൽ പോയി. കുഞ്ഞേച്ചിയോടും റോയിയേട്ടനോടും പറയണമെന്നും അവിടെയെത്തിയതിനു ശേഷം കത്തെഴുതുകയോ വിളിക്കുകയോ ചെയ്യാമെന്നും പറഞ്ഞിട്ടുണ്ട്."

റോയിയോടൊപ്പമുള്ള താമസവും പ്രഭാകരന്റെ ഡിവോഴ്സും എന്റെ ബന്ധുക്കളും അത്യാവശ്യം നാട്ടിലുള്ളവരും അറിഞ്ഞു. എല്ലാം ഒന്ന് ശാന്തമാകട്ടെ എന്ന് കരുതി കുറേ നാൾ നാട്ടിൽ പോകാതിരുന്ന എന്നെ ഹരിയാണ് നിർബന്ധിച്ചു വിളിച്ചത്.

"കുഞ്ഞേച്ചിതന്നെ വന്ന് പാല് കൊടുത്തു പേരിടണം കുഞ്ഞിന്."

കുഞ്ഞുങ്ങളുടെ ശബ്ദം ഫോണിൽ കേൾക്കാറുണ്ടെങ്കിലും അവരെ അടുത്ത് കാണാനും ചേർത്തുപിടിക്കാനും മനസ്സ് ഒരുപാട് ആഗ്രഹിച്ചു. അങ്ങനെ ഞാൻ നാട്ടിലേക്ക് പോയി.

ഒരു ദിവസം ഞാനും കുട്ടികളും വീട്ടിൽ തനിച്ചായപ്പോൾ, ഞാൻ വന്ന വിവരമറിഞ്ഞ പത്രം മാധവിയേച്ചി കാണാൻ വന്നു. അവർ കുറെ പരാതിയും പരിഭവങ്ങളും പറഞ്ഞു.

''മാഷിന്റെ മക്കളിങ്ങനെ മാറിപ്പോകുമെന്ന് കരുതിയതല്ല. മുമ്പത്തെ പോലെ ഞാൻ ഇങ്ങോട്ട് വരാറില്ല. എന്റെ തലമുട്ട് കണ്ടാൽ സരോജിനിയമ്മ വാതിലടയ്ക്കും. മുഖത്ത് നോക്കി ചിരിച്ചാൽ പോലും ഹരിയൊന്ന് ചിരിക്കില്ല. ഇന്നിപ്പോ നിന്നെ ഒന്ന് കാണണമെന്ന് കരുതിയിറങ്ങിയതാ. എല്ലാവരും കാറിൽ പോകുന്നത് കണ്ടു ആമി മോളെ.''

പല വർത്താനം പറയുന്നതിനിടയിൽ അവരൊരു കാര്യം പറഞ്ഞു.

''അരുന്ധതി കാലുവഴുതി വീണതല്ല. ജീവിതം മടുത്തു സ്വയം ചാടിയതാവണം. നിർമ്മല മനസ്സിൽ വച്ചാൽ മതി, മിക്കവാറും ഈ വീട്ടിൽ വഴക്കുണ്ടാവാറുണ്ട്. പകലാണെങ്കിൽ ഞങ്ങൾ അടുക്കള ഭാഗത്ത് നിന്ന് ശ്രദ്ധിക്കും. രാത്രിയിൽ ഞങ്ങളാരെങ്കിലും കുറച്ച് ഇങ്ങോട്ട് വന്ന് ആ മരത്തിന് പിറകിൽ നിൽക്കും. അങ്ങനെ അറിഞ്ഞതാണ്. ഹരിയുടെ ഭാര്യ രേഖയുടെ വീട്ടുകാരോട് അരുന്ധതിയുടെ കാലിന്റെ വല്ലായ്മ പറഞ്ഞിരുന്നില്ല. ആ കുട്ടി വന്നതിനു ശേഷമാണ് സത്യാവസ്ഥയറിഞ്ഞത്. അതവൾ വീട്ടുകാരെയറിയിച്ചു. അതിനെ ചൊല്ലിയാണ് വഴക്ക്. എല്ലാരും അരുന്ധതിയെ കുറ്റം പറയും. ചിലപ്പോളതിനെ തല്ലാറുമുണ്ട്. ഉറക്കെ കരയുന്നത് കേൾക്കാം. ''എന്റെ മോന്റെ ജീവിതം നീ ആയിട്ടില്ലാതാക്കരുത് ശല്യം ഇതിനെ എവിടെ കൊണ്ടുപോയി ഒഴിവാക്കാനാ തല്ലിക്കൊല്ലാമെന്ന് വിചാരിച്ചാൽ നാട്ടുകാർ അറിഞ്ഞാൽ കേസ് ആവില്ലേ.''

''ആർക്കും ബുദ്ധിമുട്ടാവേണ്ടെന്ന് കരുതി ഓള് സ്വയം ചാടിയതാവും. ചൂടുകാലമായതുകൊണ്ട് ഒരാള് മരിക്കേണ്ട വെള്ളമൊന്നും കിണറിലില്ല. രാത്രി തന്നെ പുറത്തെടുത്ത് എല്ലാരും അറിയുന്നതിന് മുമ്പേ അച്ഛനുറങ്ങുന്നതിനടുത്തു തന്നെ കത്തിച്ചു. പേപ്പറിൽ പണിയെടുക്കുന്ന പ്രകാശൻ ചോദിച്ചിട്ട് ആരും ഫോട്ടം കൊടുത്തില്ല. ഓൻ പിന്നെ വാർത്ത മാത്രം കൊടുത്തു.''

അതും പറഞ്ഞ് മാധവിയേച്ചിപോയി. അച്ഛന്റെ വാക്കുകൾ ഞാനോർത്തു. എത്ര ദീർഘമായി ചിന്തിച്ചു. ഉള്ളിൽ സങ്കടത്തേക്കാൾ ഭയമായിരുന്നു തോന്നിയത്. അവൾ ഉറങ്ങുന്നത് അച്ഛന്റെ അടുത്താണെന്നറിഞ്ഞപ്പോൾ കുട്ടികളെ ആ വശത്തേക്കയയ്ക്കരുതെന്ന് അമ്മയോടും വനജയോടും പറഞ്ഞു. എന്റെ അനിയത്തി അനുഭവിച്ച വേദന മനസ്സിലാക്കാൻ ഞാൻ വർഷങ്ങളെടുത്തു.

റോയിയോടൊപ്പമുള്ള ജീവിതം ഞാൻ ശരിക്കുമാസ്വദിച്ചു. എന്നെ ഡ്രൈവിംഗ് പഠിക്കാൻ പറഞ്ഞയച്ചതും കാർ വാങ്ങിച്ചു തന്നതും അയാളാണ്. ഓഫീസിൽ റോയ് ചെയ്യുന്ന കാര്യങ്ങളൊക്കെ എന്നെ ഏൽപ്പിച്ചു. അരവിന്ദിനോടൊപ്പം ബിസിനസ് മീറ്റിങ്ങിന് ഞാനാണ് പോവാറ്.

ഒരിക്കൽ അരവിന്ദ് പറഞ്ഞു ''ഞങ്ങളുടെ ആബ്സന്റിൽ ബിസിനസ് നന്നായി നിർമ്മല നടത്തിക്കൊണ്ടു പോകും. ആൾ അത്ര സ്മാർട്ടാണ്.''

കുട്ടികളുടെയും എന്റെയും വരവും പോക്കും, ലീവ് സമയങ്ങളിലെ കറക്കം, പർച്ചേസ് വീക്കെൻഡിൽ അരവിന്ദന്റെ ഫാമിലിയും ഞങ്ങളുടെയും ഒത്തുചേരൽ, അതിനിടയിലുള്ള ഓഫീസ് കാര്യങ്ങൾ അങ്ങനെ 11 വർഷം കടന്നുപോയി. ഈ കാലയളവിൽ റോയിക്ക് ആരോഗ്യപ്രശ്നങ്ങളൊന്നുമുണ്ടായില്ല. ആള് നല്ല ഹാപ്പിയായിരുന്നു. അങ്ങനെയിരിക്കെ റോയ്ക്ക് നല്ല ക്ഷീണം, ഭക്ഷണം കഴിക്കാനാവുന്നില്ല. വെയിറ്റ് ലോസ് വരാൻ തുടങ്ങി. ഷുഗറാണോയെന്ന് സംശയിച്ചു ഡോക്ടറെ കണ്ട് ടെസ്റ്റ് ചെയ്തപ്പോഴാണറിഞ്ഞത് ലുക്കീമിയ ലാസ്റ്റ് സ്റ്റേജ്.

ഞാനാകെ തളർന്നു. അരവിന്ദെനിക്ക് ധൈര്യം തന്നു. ഏറ്റവും നല്ല ട്രീറ്റ്മെന്റ് റോയ്ക്ക് കൊടുക്കാം. അസുഖം കൊണ്ടുള്ള ഒരു ബുദ്ധിമുട്ടും അവനനുഭവിക്കാതെ നോക്കാം. ട്രീറ്റ്മെന്റ് പർപ്പസിനായി ഞാനും റോയിയും ചെന്നൈയിലേക്ക് വന്നു. അവിടെ എല്ലാ സൗകര്യങ്ങളും അരവിന്ദ് ചെയ്തിരുന്നു. ഇടയ്ക്കിടെ അയാൾ വന്നുപോകും. ഞാൻ ഹോസ്പിറ്റലിൽ റോയ്ക്കു കൂട്ടിയിരിക്കും. ദിവസം കഴിയുംതോറും റോയിയുടെ ആരോഗ്യനില വഷളായി. എനിക്ക് ഭയമായി. ഈ വിവരമറിഞ്ഞ അനിൽ കുവൈത്തിൽ നിന്നും ലീവിന് വന്നു. പിന്നെ അവൻ എനിക്കൊരു കൂട്ടായി ചെന്നൈയിൽ ഞങ്ങളോടൊപ്പം നിന്നു.

റോയിയോട് സ്നേഹത്തോടെയുള്ള അനിലിന്റെ സമീപനമെന്നെ അതിശയിപ്പിച്ചു. പക്ഷേ ഞാനൊന്നും ചോദിച്ചില്ല. പഴയ പല കാര്യങ്ങളും പറയുന്നതിനിടയിൽ അനിലെന്നോട് പറഞ്ഞു.

''റോയിയേട്ടനാണ് അന്നെനിക്ക് 50,000 രൂപ തന്നത്.''

''കടമായി തരുന്നതാണ്. ജോലി കിട്ടിക്കഴിഞ്ഞാൽ എനിക്ക് തിരിച്ചു തരണം കൂടെ ഇൻട്രസ്റ്റും.''

പൈസയുണ്ടാക്കി തിരിച്ചു കൊടുക്കാൻ പോയപ്പോൾ വാങ്ങിയില്ല. പകരമെന്നോട് പറഞ്ഞു. പൈസ അനാവശ്യമാക്കാതെ എന്നിൽ ഉത്തരവാദിത്തബോധമുണ്ടാക്കാൻ വേണ്ടിയാണ് അങ്ങനെ

പറഞ്ഞത് എന്നാണ്. ആ പൈസ കൊണ്ടാണ് കുഞ്ഞേച്ചി, ഞാൻ ബിസിനസ് സ്റ്റാർട്ട് ചെയ്തത്. ഇന്ന് ഈ നിലയിലെത്തിയത്. തീർത്താൽ തീരാത്ത കടപ്പാടാണ് എനിക്ക് റോയിഏട്ടനോട്. വിലമതിക്കാനാവാത്ത അദ്ദേഹത്തിന്റെ ഉപദേശങ്ങളും എന്റെ ഈ ഉയർച്ചയ്ക്ക് പിന്നിലുണ്ട്.''

റോയിയുടെ അവസാന നാളുകളിൽ അയാൾ നാൻസിയേയും കുഞ്ഞുങ്ങളേയും കാണണമെന്നവശ്യപ്പെട്ടു. അവരെ എങ്ങനെ കോൺടാക്ട് ചെയ്യുമെന്ന് ചോദിച്ചപ്പോൾ ഷർട്ടിന്റെ പോക്കറ്റിൽ നിന്നും പേഴ്സെടുത്തു തന്നു. ഇതിന് മുമ്പൊരിക്കലും എന്റെ കയ്യിൽ തന്നിട്ടില്ല. തുറന്നു നോക്കിയപ്പോൾ റോയിക്കും നാൻസിക്കുമൊപ്പം രണ്ടു ചെറിയ മക്കൾ നിൽക്കുന്ന ഫോട്ടോ.

മറ്റൊരു പേപ്പറിൽ ബാംഗ്ലൂരിലെ നാൻസിയുടെ കോൺടാക്ട് നമ്പർ ഒരു ഭാഗത്ത് നന്നായി സൂക്ഷിച്ചു വച്ചിരിക്കുന്നു. ഞാൻ നാൻസിയെ കോൾ ചെയ്തു. പക്ഷേ അവർ കുട്ടികളേയും കൊണ്ടു വരാൻ തയ്യാറായില്ല. ഞാനും അനിലും റോയുടെ ആരോഗ്യനില അവരോട് പറഞ്ഞിട്ടും ഫലമുണ്ടായില്ല. അരവിന്ദ് വന്നപ്പോൾ റോയ് ഇതേ ആവശ്യം അയാളോടും പറഞ്ഞു. നാൻസിയേയും കുട്ടികളേയും റോയിയുടെ അടുത്തെത്തിക്കാൻ അരവിന്ദും കുറേ ശ്രമിച്ചു. പക്ഷേ അവർ വന്നില്ല. റോയിയുടെ ഓർമ്മ നഷ്ടപ്പെടാൻ തുടങ്ങി. മനസ്സിൽ നിറയെ നാൻസിയും കുട്ടികളും. മയക്കത്തിലും നാൻസി, ആൽഫി, ആനി എന്ന് വിളിക്കും. കണ്ണ് തുറന്നു റൂം മുഴുവൻ നോക്കും. ഡോക്ടർ ചോദിച്ചപ്പോൾ രണ്ടുമൂന്നു തവണ അരവിന്ദിനെ തിരിച്ചറിഞ്ഞു. പക്ഷേ എന്നെ മറന്നിരുന്നു.

ഒരു വ്യാഴാഴ്ച, വൈകുന്നേരം കണ്ണുതുറന്നു ചുറ്റും നോക്കി നാൻസി എന്ന് വിളിച്ച് ആ കണ്ണുകളടഞ്ഞു. നാൻസിയേയും കുട്ടികളേയും ഒരു നോക്ക് കാണാനുള്ള ആഗ്രഹം ബാക്കി വെച്ച് റോയ് യാത്രയായി. എനിക്ക് ഏതെങ്കിലും പൊതുശ്മശാനത്തിൽ കൊണ്ടുപോയി നമ്മുടെ ആചാരപ്രകാരം ചടങ്ങ് ചെയ്യണമെന്നായിരുന്നു ആഗ്രഹം. പക്ഷേ അരവിന്ദ് സമ്മതിച്ചില്ല. അയാൾ ബാഗിൽ നിന്നും ഒരു പേപ്പറെടുത്ത് നിവർത്തി എന്നെ കാണിച്ചു. റോയുടെ കൈപ്പടയിൽ എന്തൊക്കെയോ എഴുതിയിരിക്കുന്നു. അനിൽ അത് വാങ്ങി വായിച്ചു.

''മരണശേഷം എന്റെ ബോഡി നാൻസിയേയും കുട്ടികളേയും ഏൽപ്പിക്കണം. ഞങ്ങളുടെ നാടായ കോട്ടയത്തേക്ക് കൊണ്ടു പോകണം.''

അരവിന്ദാണ് നാൻസിയെ മരണവാർത്തയറിയിച്ചത്. അവർ കരഞ്ഞുകൊണ്ട് മക്കളേയും കൂട്ടി വന്നു. റോയുടെ ആഗ്രഹ പ്രകാരം ബോഡിയും കൊണ്ട് കോട്ടയത്തേക്ക് പോയി. കൂടെ അര വിന്ദും. എന്നെ കൂടെ കൂട്ടാൻ ആൽഫിയും ആനിയും സമ്മതിച്ചില്ല. ഞാൻ ഹോസ്പിറ്റലിന്റെ വരാന്തയിൽ തളർന്നിരുന്നു. അന്നെന്റെ മനസ്സിലൊരു ചോദ്യം ഉയർന്നുവന്നു. ഇന്നും ഞാനത് സ്വയം ചോദി ക്കുന്നു.

''ഞാൻ റോയിയുടെ ആരാ, അയാളുടെ മനസ്സിൽ എനിക്കൊരു സ്ഥാനമുണ്ടായിരുന്നോ?''

അനാമികയ്ക്കും വിഷമം തോന്നി. എന്തെല്ലാം അനുഭവിച്ച വരാണിവർ. അവർ കഥ തുടർന്നു.

പത്തൊമ്പത്

"റോയിയുടെ മരണം എന്റെ മാനസികനിലയെ വീണ്ടും താളം തെറ്റിച്ചു. കുളിക്കാനോ ഭക്ഷണം കഴിക്കാനോ ജോലിക്ക് പോകാനോ ഒന്നും മനസ്സ് വന്നില്ല. അൽ നാദായിലെ ഫ്ളാറ്റിൽ പുറംലോക മറിയാതെ ഞാനിരുന്നത് ഏകദേശം ഒരു മാസത്തോളം. ബർദുബാ യിലെ ഡോക്ടറുടെ അടുത്ത് കൊണ്ടുപോയി ഉറങ്ങുവാൻ മെഡി സിനാക്കി തന്നത് അരവിന്ദാണ്. ഇന്നും ഒരു ഹാഫ് ടാബ്ലറ്റ് കഴി ച്ചാണ് ഞാനുറങ്ങുന്നത്.

അധികം വൈകാതെ ഞാൻ ഒക്കെയായി. പക്ഷേ അരവിന്ദിന് റോയിയുടെ വേർപാട് ഒരു തീരാനഷ്ടമായിരുന്നു. അതിനയാൾ ആശ്വാസം കണ്ടെത്തിയത് സ്മോക്കിങ്ങിലൂടെ, മുമ്പ് വല്ലപ്പോഴും മാത്രം പുകവലിച്ചിരുന്നയാൾ ഒരു ചെയിൻ സ്മോക്കറായി. ഒഴിവു സമയങ്ങളിൽ റോയിയെക്കുറിച്ചുള്ള പഴയ ഓരോ കാര്യങ്ങൾ സംസാരിച്ചു അർദ്ധരാത്രിവരെ ഞങ്ങൾ ഫ്ളാറ്റിലിരിക്കും.

അരവിന്ദും റോയിയും തമ്മിലുള്ള സൗഹൃദത്തിന് ഒരായു സ്സിന്റെ പഴക്കമുണ്ട്. അവർ അയൽവാസികളായിരുന്നു. കുഞ്ഞു നാളിൽ ഒരുമിച്ച് കളിച്ചും സ്കൂളിലും കോളേജിലും ഒരുമിച്ച് പഠിച്ചും എൻജിനിയറിങ് കോളേജിലെ ഹോസ്റ്റലിൽ ഒരുമിച്ച് താമസിച്ചും പിന്നീട് ദുബായിൽ വന്നതും ഒരുമിച്ച്. റോയിയുടെ അമ്മച്ചിയും അരവിന്ദിന്റെ അമ്മയും രണ്ടുപേർക്കും അമ്മമാരായിരുന്നു.

ഓഫീസിലെ റോയിയുടെ ക്യാബിനിലെ ചെയറും ടേബിളും ആരും ഉപയോഗിക്കാതെ അരവിന്ദ് അതുപോലെ തന്നെ സൂക്ഷിച്ചു.

"അവൻ എന്നെ വിട്ട് എവിടെയും പോകില്ല. ഇവിടെയൊക്കെ തന്നെയുണ്ട്. അങ്ങനെ വിശ്വസിക്കാനാ എനിക്കിഷ്ടം."

റോയിയുടെ കമ്പനിയിലെ ഷെയർ എന്ന് പറഞ്ഞ് അരവിന്ദ് നല്ല ഒരു തുക നാൻസിക്കും കുട്ടികൾക്കും കൊടുത്തു. കമ്പനി സ്വയം ഏറ്റെടുത്തു. ആ സമയത്ത് ഇവിടെ കൺസ്ട്രക്ഷൻ നന്നായ

കാലമായിരുന്നു. അതുകൊണ്ടുതന്നെ ബിസിനസും നന്നായി വളർന്നു.

എന്റെ ഫ്ളാറ്റും മറ്റ് എക്സ്പെൻസും കുട്ടികളുടെ എല്ലാ കാര്യങ്ങളും അരവിന്ദ് ഏറ്റെടുത്തു. മൂത്ത മക്കളിൽ ഒരാൾ എൻജിനീയറിങ്ങിനും മറ്റേയാൾ മെഡിസിനും ചെറിയ മോൾ പ്ലസ് വണ്ണിനും പഠിക്കുന്നു. ഇളയ ആൾ പഠിക്കാൻ കുറച്ചു പുറകിലായിരുന്നു. പിന്നീടവളെ ബി ഡി എസ് ചേർത്തതും അരവിന്ദ് തന്നെ. റോയ് ഇല്ലാതായതോടെ എന്റെയും അരവിന്ദിന്റെയും സൗഹൃദം ഒന്നുകൂടെ ദൃഢമായി. ബിസിനസ് ആവശ്യത്തിന് ഒരുമിച്ച് ഞങ്ങൾ യാത്ര ചെയ്യുന്നതും ഫ്ളാറ്റിൽ വന്നിരുന്ന് അയാൾ സംസാരിക്കുന്നതും ഷീലയ്ക്കിഷ്ടമല്ല. ഞങ്ങളുടെ അടുപ്പത്തെ അവൾ തെറ്റായി കണ്ടു. തൊട്ടതിനു പിടിച്ചതിനുമൊക്കെ അരവിന്ദിനോട് വഴക്കിടും. ഞങ്ങളുടെ ബന്ധത്തെക്കുറിച്ച് പലതും പറഞ്ഞു നടന്നു. ഇതൊന്നും അരവിന്ദിന് ഒരു പ്രശ്നമേയല്ല.

ഞാനും റോയും ഏകദേശം 12 വർഷത്തോളം ഒരു ഫ്ളാറ്റിൽ ഒരുമിച്ച് താമസിച്ചതാണ്. അയാളില്ലാതെ അതിനുള്ളിൽ ഒറ്റയ്ക്ക് കഴിയാൻ എനിക്ക് പ്രയാസമാണ്. എല്ലാംകൂടി ഒരുമിച്ചായപ്പോൾ ഞാൻ തിരുമാനിച്ചു. മറ്റൊരു സ്ഥലത്ത് ഒറ്റയ്ക്ക് താമസിപ്പിക്കാൻ അരവിന്ദിന് താൽപര്യമില്ല. പക്ഷേ എതിരൊന്നും പറഞ്ഞില്ല. അയാൾ തന്നെയാണ് പുതിയ ഫ്ളാറ്റ് കണ്ടെത്തി തന്നത്. അങ്ങനെയാ ആന്റി, മോള് ഇപ്പോൾ താമസിക്കുന്ന ജഹത് ബിൽഡിങ്ങിലേക്ക് താമസം മാറിയത്.

എന്നും വൈകീട്ട് ഞങ്ങൾ ഒരുമിച്ച് ഓഫീസിൽ നിന്ന് എന്റെ ഫ്ളാറ്റിലേക്ക് വരും. കുറച്ച് സമയം അവിടെയിരുന്ന് എന്തെങ്കിലുമൊക്കെ സംസാരിച്ചേ അരവിന്ദ് മടങ്ങിപ്പോകൂ. ലീവുള്ള ദിവസങ്ങളിൽ ഞങ്ങൾ കുറേസമയം അൽ നാദാ പൗണ്ട് പാർക്കിലിരുന്ന് സംസാരിക്കും. വെക്കേഷൻ ടൈമിൽ കുട്ടികൾ നാട്ടിൽ നിന്നും വരും. അങ്ങനെ വർഷങ്ങൾ പോയി.

ഒരു ദിവസം ഞാൻ ഓഫീസിൽ നല്ല തിരക്കിലായിരുന്നു. ഫ്രണ്ട് ഓഫീസിലെ ഫിലിപ്പൈൻകാരനായ ജോയൽ ഫോൺ ചെയ്തു പറഞ്ഞു.

‘‘മാഡത്തിനെ കാണാൻ നാട്ടിൽ നിന്നും ഒരാൾ വന്നിരിക്കുന്നു.’’

ജോലി നിർത്തി ആരാണെന്നറിയാനുള്ള ആകാംക്ഷയോടെ ആളിനെ അകത്തേക്ക് വിടാൻ പറഞ്ഞു. ഏകദേശം 25 വയസ്സ് തോന്നിക്കുന്ന ഒരു പയ്യൻ. മുഖം കണ്ടിട്ട് പരിചയമുള്ളതുപോലെ

തോന്നുന്നു. പക്ഷേ ആളെ മനസ്സിലായില്ല. ഞാൻ ഇരിക്കാൻ പറഞ്ഞു. അവനിൽ ഒരു അപരിചിതത്വവുമില്ലായിരുന്നു.

ആന്റി എന്ന് വിളിച്ച് ഒരു കവർ എന്റെ നേരെ നീട്ടി അവൻ കസേരയിലിരുന്നു. ഞാൻ ആ കവറും അവനെയും മാറിമാറി നോക്കി. പൊട്ടിച്ചു നോക്കി അതിലൊരു എഴുത്താണ്. പരിചയമുള്ള കയ്യക്ഷരം ഞാൻ ആകാംക്ഷയോടെ വായിച്ചു.

പ്രിയപ്പെട്ട നിമ്മിക്ക്,

ഈ കൈയക്ഷരം നിമ്മിക്ക് മറക്കാനാവില്ലെന്നറിയാം. എന്റെ ഓരോ കത്ത് വായിച്ചതിനുശേഷവും നിമ്മി എന്നും പറയാറുണ്ടായിരുന്നു രാജുവേട്ടൻ നേരിൽ സംസാരിക്കുന്നത് പോലെയാ തോന്നാറ് എന്ന്. ഞാൻ അപേക്ഷിക്കുന്നു ഈ കത്തിലും ഞാനുണ്ട്. ഇതിലെ വാക്കുകൾ ഞാൻ നേരിൽ പറയുന്നതായി കരുതണം. കഴിഞ്ഞ കാര്യങ്ങളൊന്നും ഏറ്റുപറയുന്നില്ല. ഇന്നതിനൊരു വിലയുമില്ല. ഈ കത്തുമായി വരുന്നത് എന്റെ മോൻ അർജുനാണ്. ആർക്കിടെക്ചർ ആണ്. കടം വാങ്ങിയാ പഠിപ്പ് പൂർത്തിയാക്കിയത്. ഇതുവരെ നല്ലൊരു ജോലിയും കിട്ടിയില്ല. ഇപ്പോഴത്തെ എന്റെ സ്ഥിതി വളരെ മോശമാണ്. അർജുന് നീയൊരു ജോലി ശരിയാക്കി കൊടുക്കണം. ഇന്ന് നിമ്മി വിചാരിച്ചാൽ അതിന് കഴിയും എന്നെനിക്കറിയാം. എന്റെ വാക്ക് ഒരിക്കലും തള്ളില്ലെന്ന് വിശ്വാസത്തോടെ രാജുവേട്ടൻ.''

ഞാൻ പ്രാർത്ഥിച്ച ദൈവത്തിന് ശക്തിയുണ്ടെന്ന് വിശ്വസിച്ച സമയം. ഒരു കത്തിനുവേണ്ടി മാസങ്ങളോളം കാത്തിരുന്നിട്ടുണ്ട്. വർഷങ്ങൾക്കുശേഷം എന്നെ തേടി എഴുത്തുവന്നു. പക്ഷേ ഒരിക്കലും ഇങ്ങനെ പ്രതീക്ഷിച്ചില്ല. റോയിയോടൊപ്പമുള്ള ജീവിതത്തിന് ശേഷം ശരിക്കും ഞാൻ എല്ലാം മറന്നു. കുറച്ചു സമയം കത്തിലേക്ക് നോക്കിയിരുന്നതല്ലാതെ ഒന്നും പറഞ്ഞില്ല. തലയുയർത്തി അർജുനെ നോക്കി. അവൻ പ്രതീക്ഷയോടെ എന്നെ നോക്കിയിരിക്കുന്നു. ആ മുഖം കണ്ടപ്പോൾ എനിക്കൊരു വാത്സല്യം തോന്നി. രാജുവേട്ടന്റെ നല്ല ഛായയുണ്ട്.

ആരെങ്കിലും സഹായം ചോദിച്ചു നമ്മുടെ അടുത്തു വന്നാൽ നമ്മളെക്കൊണ്ട് ആവുന്ന സഹായങ്ങൾ ചെയ്തുകൊടുക്കണമെന്ന, റോയിയുടെ വാക്കുകൾ എന്റെ ചെവിയിൽ മുഴങ്ങി.

''അർജുന്റെ സി വി യുടെ കോപ്പി ഒന്ന് തന്നോളൂ, ഞാൻ ശ്രമിക്കാം. അതിലെ കോൺടാക്ട് നമ്പർ കറക്റ്റ് അല്ലേ. വിളിച്ചാൽ കിട്ടില്ലേ?''

''ഇത് റൂമിലെ ലാൻഡ് നമ്പറാണ്. വിളിച്ചാൽ കിട്ടും. എനിക്ക് സ്വന്തമായി മൊബൈലില്ല. സിവിയിൽ ഉള്ളത് കൂടെ താമസിക്കുന്ന ഒരാളുടെ മൊബൈൽ നമ്പറാണ്.''

ഞാനെന്റെ കാർഡ് അവനു കൊടുത്തു.

''ഇതിൽ എന്റെ എല്ലാ നമ്പറുമുണ്ട്. ഏത് സമയം വിളിച്ചാലും കിട്ടും. എന്തെങ്കിലും ആവശ്യമുണ്ടെങ്കിൽ വിളിക്കാൻ മടിക്കേണ്ട. എവിടെയെങ്കിലും ജോലി ശരിയായാൽ ഞാൻ അറിയിക്കാം.''

''ഓക്കേ, താങ്ക്യൂ ആന്റി'' എന്നു പറഞ്ഞു അവൻ പോയി.

അർജുൻ പോയ ശേഷം ജോലി ചെയ്യാനൊരു മനസ്സ് വന്നില്ല. വീണ്ടും ഞാൻ എഴുത്ത് എടുത്തു നോക്കി. അതേ പഴയ കൈയക്ഷരം. ഒട്ടും മാറിയില്ല. പക്ഷേ അതെന്റെ മനസ്സിനെ ഒട്ടും ചഞ്ചലപ്പെടുത്തിയില്ല. ഭക്ഷണം കഴിച്ചതിനുശേഷം പതിവുപോലെ പൊതുകാര്യങ്ങൾ സംസാരിക്കുന്നതിനിടയിൽ ഞാൻ തമാശയായി ഈ കത്ത് അരവിന്ദിന് കൊടുത്തു. അയാളത് വായിച്ചതിനുശേഷം എന്നെ നോക്കിയൊന്ന് ചിരിച്ചു. കൂടുതലൊന്നും അന്വേഷിച്ചില്ല.

''നമുക്കിവിടെ തന്നെ ഒരാളിനെ ആവശ്യമുണ്ട്. ചെറിയ പയ്യനല്ലേ ഓഫീസിലും സൈറ്റിലുമെല്ലാം യൂസ് ആകും.''

ഒരു നിമിഷം പോലും ഞാൻ ആലോചിച്ചില്ല. അറിയാതെ പറഞ്ഞുപോയി

''അരവിന്ദ്, അവൻ ഇവിടെ വേണ്ട.''

പിന്നെ അയാളൊന്നും പറഞ്ഞില്ല. ഒരാഴ്ചയ്ക്കുള്ളിൽ തന്നെ അരവിന്ദിന് പരിചയമുള്ള മറ്റൊരു കമ്പനിയിൽ അർജുന് ജോലി ശരിയാക്കി.

മക്കൾക്ക് പേരിടുന്ന സമയത്ത് നല്ല അർത്ഥമുള്ളത് വേണമെന്ന് എനിക്ക് നിർബന്ധമായിരുന്നു. കുട്ടികൾ എല്ലാത്തിലും ഒന്നാമതാവണം അതുകൊണ്ട് 'എ'യിൽ തന്നെ തുടങ്ങണമെന്നു അരവിന്ദ് പറഞ്ഞു. അങ്ങനെയാണ് മൂത്തവർക്ക് ആരതി അഞ്ജലി, ഇളയവൾക്ക് അർച്ചന എന്നും പേരിട്ടത്.''

അനാമിക പറഞ്ഞു

''നല്ല പേര് ആന്റി, അർത്ഥം മാത്രമല്ല മൂന്നാളുടെ പേരുകൾ തമ്മിൽ കണക്ഷനുമുണ്ട്. മനുഷ്യന്റെ ജീവിതവുമായി പേരിന് നല്ല ബന്ധമുണ്ടെന്ന് ചിലപ്പോൾ എനിക്ക് തോന്നാറുണ്ട്. അനാമിക എന്ന പേരിന്റെ അർത്ഥം മോതിരവിരൽ, പേരില്ലാത്തവൾ എന്നാണ്. ഞാൻ ഇങ്ങനെ ആയിപ്പോയത് ഈ പേര് ആയതുകൊണ്ടാണോ എന്ന് തോന്നാറുണ്ട്.''

നിർമ്മല തുടർന്നു, ''ജീവിതത്തിൽ എന്നും പരാജയം മാത്രം വിധിക്കപ്പെട്ട ഒരാളായിരുന്നു ഞാൻ. പഠിക്കാൻ മിടുക്കരായ എന്റെ മുത്തമക്കൾ ആരതി, എംടെക്കിനും അഞ്ജലി എം ഡിക്കും പഠിച്ചു കൊണ്ടിരിക്കുമ്പോൾ, കോഴ്സ് തീരാൻ മാസങ്ങൾ ബാക്കിയിരിക്കെ ഒരു ദിവസം ഗോപിയേട്ടന്റെ ഫോൺ വന്നു.

''നിമ്മീ, നീ പെട്ടെന്ന് തിരിച്ചു വിളിക്ക്.''

ഭയത്തോടെ ഞാൻ ഏട്ടനെ വിളിച്ചു. എന്തുപറ്റിയെന്ന് അന്വേഷിച്ചപ്പോൾ, ''ഇനി ഒന്നും പറ്റാനില്ല, നീ ടെൻഷൻ ആവാതെ ഞാൻ പറയുന്നത് കേൾക്ക്. ആരതിക്ക് ഒരാളെ ഇഷ്ടമാണ്. ആ പയ്യന് നല്ല പഠിപ്പും ജോലിയുമുണ്ട്. പക്ഷേ ഒരിക്കലും ആ കല്യാണം നടത്തിക്കൊടുക്കാൻ ഞങ്ങൾക്കാർക്കും താത്പര്യമില്ല. ഞാൻ അവളോട് കുറെ പറഞ്ഞു നോക്കി. ഒരുതരത്തിലും അനുസരിക്കുന്നില്ല നിന്റെ മോളല്ലേ.''

''അവൻ ആരാ ചേട്ടാ, എവിടെ ഉള്ളതാ.''

''പറഞ്ഞാൽ നീ അറിയും, രാജശേഖരന്റെ മോനാ. കാര്യങ്ങളൊക്കെ എന്നോട് പറഞ്ഞത് അഞ്ജലിയാണ്. കുട്ടികൾക്ക് ഇതുവരെ നിന്റെ പഴയ കാര്യങ്ങളൊന്നുമറിയില്ല.''

ഞാൻ ആകെ തളർന്നു. ഓഫീസ് ടേബിളിൽ തല വെച്ച് കിടന്നു. ബാത്റൂമിൽ പോയി ആരും കാണാതെ കുറേ കരഞ്ഞു. ഞാൻ പൈസ കൊടുക്കുന്നതല്ലാതെ അവരുടെ എല്ലാ കാര്യങ്ങളും നോക്കിയത് ചേട്ടനാണ്. കുട്ടികളെ പറഞ്ഞനുസരിപ്പിക്കാൻ എനിക്കാവില്ല. അമ്മയുടെ സ്നേഹം ഫോണിലും വല്ലപ്പോൾ കാണുമ്പോഴും മാത്രമല്ലേ. കുഞ്ഞുനാളിൽ ഒറ്റയ്ക്ക് വളർന്നതുകൊണ്ട് സ്വന്തം തീരുമാനമെടുക്കാനുള്ള പ്രാപ്തി അവർക്കുണ്ട്.

ചെറിയൊരു തലവേദന എന്ന് പറഞ്ഞ് ഉച്ചയ്ക്ക് ഫ്ളാറ്റിലേക്ക് പോയി. രാത്രിയിൽ അരവിന്ദ് വന്നപ്പോൾ ഞാൻ കാര്യങ്ങളൊക്കെ പറഞ്ഞു.

''തലവേദനയല്ല, മറ്റെന്തോ പ്രശ്നമാണ് നിർമലയ്ക്കെന്ന് ഓഫീസിൽ എത്തിയപ്പോഴേ എനിക്ക് മനസ്സിലായി. നീ ആരതിയോട് സംസാരിക്കണം.''

ഞാൻ അപ്പോൾ തന്നെ അവളെ വിളിച്ചു സംസാരിച്ചു. ഒരുതരത്തിലും ഞാൻ പറഞ്ഞത് അവൾ കേട്ടില്ല.

''അർജുന് പൈസയില്ല, ആ ബന്ധം നമുക്ക് ചേരില്ല.''

''അത് സാരമില്ല, അർജുന് നല്ല ജോലിയുണ്ട്. എക്സാം കഴിഞ്ഞ് ദുബായിൽ വന്നാൽ എനിക്കും ജോലി കിട്ടും. ഈ ബന്ധത്തിന്

അമ്മ സമ്മതിക്കണം. അല്ലെങ്കിൽ ഞാൻ മറ്റൊരു കല്യാണം കഴിക്കില്ല.''

ഞാൻ ഗോപിയേട്ടനെ വിളിച്ച് വിവരങ്ങളറിയിച്ചു.

''ഞങ്ങൾക്കാർക്കും സമ്മതമല്ല. നീ ഈ കല്യാണം നടത്തി കൊടുത്താൽ ഞങ്ങളാരും സഹകരിക്കില്ല.''

പിന്നീട് അരവിന്ദാണ് എല്ലാത്തിനും എന്റെ കൂടെ നിന്നത്. അർജുനെ കണ്ടു സംസാരിച്ചു. കല്യാണത്തിന് അവന് സമ്മതമാണ്. പക്ഷേ അതിന്റെ പിറകിൽ ഒരു ചതിയുണ്ടായിരുന്നു, ആമി. വീടിന്റെ പേരിൽ ലോൺ എടുത്തിട്ട് തിരിച്ചടച്ചില്ല. അച്ഛന്റെ കാല് തളർന്ന് കിടപ്പിലാണ്. അനിയത്തിമാർ രണ്ടുപേരും കല്യാണം കഴിക്കാനായി വീട്ടിലുണ്ട്. ഈ ബാധ്യതയൊക്കെ തീർന്നാലെ എനിക്ക് കല്യാണം കഴിക്കാനാകൂ.

ഞാൻ ഈ കാര്യം ആരതിയെ അറിയിച്ചു. അവളൊന്നും പറഞ്ഞില്ല. അർജുനെ തന്നെ വേണമെന്ന വാശിയിൽ ഉറച്ചുനിന്നു. എന്തുചെയ്യണമെന്നറിയാതെ വിഷമിച്ചു നിന്ന എന്നോട് അരവിന്ദ് പറഞ്ഞു.

''പയ്യന്റെ പ്രശ്നങ്ങളൊക്കെ നിർമ്മല വിചാരിച്ചാൽ തീർക്കാവുന്നതേയുള്ളൂ. അർജുന് പണത്തിന് മാത്രമേ കുറവുള്ളൂ. ബാക്കിയെല്ലാം ഓക്കെയാണ്. നിർമ്മലയുടെ ഡിവോഴ്സും റോയുമായുള്ള ബന്ധവുമൊക്കെ അറിഞ്ഞാൽ മക്കൾക്ക് നല്ല ബന്ധം കിട്ടാൻ ബുദ്ധിമുട്ട് ആകും. അതുകൊണ്ട് നമുക്ക് ഈ കല്യാണം നടത്താം. നാട്ടിൽ പോയി അർജുന്റെ വീട്ടുകാരോട് സംസാരിക്കാം. മക്കളുടെ സന്തോഷമല്ലേ വലുത്?''

അരവിന്ദിനോടൊപ്പം വളരെ സങ്കടത്തോടെയാണ് ഞാൻ രാജശേഖരന്റെ വീട്ടിലേക്ക് പോയത്. അമ്പു മുക്കിലെ ആ പഴയ അമ്പാടി വീട് തന്നെയാണ് ഇപ്പോഴും. പക്ഷേ കാലപ്പഴക്കം കൊണ്ട് ആ വീടിന്റെ പ്രൗഢി എല്ലാം നശിച്ചു. പഴയ വീട് ആയതുകൊണ്ട് ആധുനിക രീതിയിലുള്ള സൗകര്യങ്ങൾ അവിടെ കുറവായിരുന്നു. പണമില്ലെങ്കിലും ആളുകളുടെ പ്രതാപത്തിന് ഒരു കുറവുമില്ല. അവിടെ അർജുന്റെ അമ്മാവന്മാരും രാജശേഖരന്റെ അളിയൻ സുദേട്ടനും ആയിരുന്നു കാര്യങ്ങൾ ഞങ്ങളോട് സംസാരിച്ചത്.

''രണ്ടുമാസം കഴിഞ്ഞ് മോളുടെ എക്സാം ആകും. അതിനുശേഷം ഈ ടൗണിലെ ഏറ്റവും വലിയ ഓഡിറ്റോറിയത്തിൽ വച്ച് അവരുടെ കല്യാണം നടത്താം. നിങ്ങളുടെ സാമ്പത്തിക ബാധ്യതയും തീർക്കാം.''

എല്ലാം പറഞ്ഞത് അരവിന്ദാണ്. അർജുന്റെ അമ്മ സുധയും സഹോദരിമാരും നല്ല സ്നേഹത്തോടെയും ഒരുപാട് കാലത്തെ പരിചയമുള്ളതുപോലെയുമാണ് എന്നോട് പെരുമാറിയത്. പക്ഷേ ഈ കല്യാണത്തിൽ എനിക്കൊരു സംതൃപ്തിയുമില്ല. കാരണം സംസാരത്തിനിടയിൽ എനിക്ക് മനസ്സിലായത് അവർ സ്നേഹിക്കുന്നത് എന്റെ പൈസയെയാണ്. മറ്റൊന്ന് അപൂർവമായി കാണുന്ന രാജശേഖരന്റെ അസുഖം പാരമ്പര്യമാണോ എന്ന ഭയവും. തീർത്താൽ തീരാത്ത അർജുന്റെ സാമ്പത്തിക ബാധ്യതകളും.

രാജശേഖരൻ കിടക്കുന്ന റൂമിൽ പോയി അരവിന്ദ് സംസാരിച്ചു. ഇറങ്ങാൻ നേരത്ത് അരവിന്ദെന്നോട് പറഞ്ഞു.

‘‘നിർമ്മല രാജശേഖരനെ കണ്ട് യാത്ര പറയൂ.’’

അയാളെ കാണണമെന്ന് ഞാനാഗ്രഹിച്ചതല്ല. പക്ഷേ ബന്ധുക്കളുടെ ഇടയിൽനിന്നും അരവിന്ദങ്ങനെ പറഞ്ഞപ്പോൾ ഞാൻ നിഷേധിച്ചില്ല. അയാളോടൊപ്പം ഞാൻ രാജശേഖരന്റെ മുറിയിലേക്ക് പോയി. കട്ടിലിൽ കാലും നീട്ടി ചാരി ഇരിക്കുകയാണ്. അല്പം വയസ്സായെങ്കിലും മുഖം ഇപ്പോഴും നല്ല ഐശ്വര്യമുണ്ട്. എന്നെ കണ്ടപ്പോൾ ഹാൻഡ് ഷേക്ക് തരാനായി കൈനീട്ടി. മനപ്പൂർവം ഞാൻ കൈകൂപ്പി.

രാജുവേട്ടൻ ആദ്യം എന്റെ കയ്യിൽ സ്പർശിച്ചതും ആ കൈകൾ എന്നും കൂടെയുണ്ടാകാൻ ഞാനൊരിക്കലാഗ്രഹിച്ചതും ഓർത്തു. പക്ഷേ ഇപ്പോൾ ആ കൈ തൊടാൻ എനിക്ക് അവജ്ഞ തോന്നി. ഞങ്ങൾ മടങ്ങി.’’

ഇരുപത്

നിർമ്മല ഫ്ളാസ്കിൽ നിന്നും വെള്ളം കുടിച്ചു. കുറച്ചു സമയം ഇരുവരുമൊന്നും സംസാരിച്ചില്ല. അതിനുശേഷം വീണ്ടും തുടർന്നു.

“ദുബായിലെത്തിയതിനുശേഷം അരവിന്ദ് കുറേ കാര്യങ്ങൾ കൂടി എന്നോട് പറഞ്ഞു. ടൗണിലെ എന്റെ വീടും അതിനടുത്തുള്ള ഷോപ്പിംഗ് കോംപ്ലക്സും ആരതിയുടെ പേരിൽ എഴുതിക്കൊടുക്കണം. മക്കളും കൊച്ചുമക്കളും മരുമക്കളുമായി വയസ്സാംകാലത്ത് ജീവിക്കാനും സ്ഥിരമായി ഒരു വരുമാനത്തിനും വേണ്ടി റോയ് കൺസഷൻ ചെയ്തു തന്നിരുന്ന വീടും ഷോപ്പിംഗ് കോംപ്ലക്സും അവൾക്ക് കൊടുക്കാൻ എനിക്ക് താല്പര്യമില്ലായിരുന്നു. പക്ഷേ അരവിന്ദിനോട് മറുത്തൊന്നും പറയാൻ എനിക്ക് കഴിഞ്ഞില്ല.

എന്റെ എന്തെങ്കിലും വാക്കോ പ്രവൃത്തിയോ അയാളിൽ ഇഷ്ടക്കേടുണ്ടാക്കിയാൽ അത് ഞങ്ങളുടെ സൗഹൃദത്തെ ബാധിക്കുന്നത് എനിക്കിഷ്ടമല്ലായിരുന്നു. അതുകൊണ്ട് അരവിന്ദിന്റെ വാക്കിനെ മാനിച്ച് ഞാൻ സമ്മതിച്ചു. പിന്നീടയാൾ പറഞ്ഞ കാര്യം എനിക്കൊരല്പം ആശ്വാസമുണ്ടാക്കി.

“നമ്മൾ തമ്മിൽ സൗഹൃദത്തിനപ്പുറം ഒരു റിലേഷൻ വേണമെന്ന് ഞാൻ നേരത്തെ ആഗ്രഹിച്ചിരുന്നു. സമയമാകുമ്പോൾ പറയാമെന്ന് കരുതിയാണ്. അരുണിനെ കൊണ്ട് അഞ്ജലിയെ കല്യാണം കഴിപ്പിക്കണം. കുട്ടികൾക്കും താൽപര്യമാണ്. നിർമ്മല അറിഞ്ഞില്ലെന്നേയുള്ളൂ. എനിക്ക് ഒരു ഡിമാൻഡ് മാത്രമേയുള്ളൂ, എന്റെ നാട്ടിൽ വച്ച് കല്യാണം നടത്തണം. ആരതിയുടെ കല്യാണം കഴിഞ്ഞ് നെക്സ്റ്റ് വീക്കിൽ നമുക്ക് ഇവരുടെ കല്യാണം കൂടി നടത്താം.”

എന്റെ വീടും ഷോപ്പിംഗ് കോംപ്ലക്സും കൈവിട്ടുപോകുന്ന സങ്കടത്തിനു മുന്നിൽ അരവിന്ദിന്റെ ഈ വാക്ക് ഒട്ടുമെന്നിൽ സന്തോഷം ഉണ്ടാക്കിയില്ല.

കുട്ടികളുടെ കല്യാണക്കാര്യം ഷീലയ്ക്ക് ഒട്ടും സമ്മതമല്ലായിരുന്നു. അവൾ കുറെ ബഹളമുണ്ടാക്കി. എന്നെ ഫോണിൽ വിളിച്ചു വഴക്കു പറഞ്ഞു. പക്ഷേ അരവിന്ദിന്റെ തീരുമാനം മാത്രമേ എന്നും ആ വീട്ടിൽ നടന്നിരുന്നുള്ളൂ. അയാളെന്നോട് പറഞ്ഞു.

''ഇതൊന്നും കണ്ട് നിർമ്മല വിഷമിക്കേണ്ട. കല്യാണം കഴിഞ്ഞാൽ എല്ലാം ശരിയാകും. മാത്രമല്ല അഞ്ജലി എംഡി കഴിഞ്ഞാൽ അരുണിന്റെ കൂടെ യുകെക്ക് പോകില്ലേ.''

കല്യാണത്തിന് വേണ്ട എല്ലാ ഒരുക്കങ്ങളും ചെയ്തത് അരവിന്ദ് തന്നെയാണ്. അതിനിടയിൽ അയാൾ എന്നോട് പറഞ്ഞു.

''നിർമ്മല കുട്ടികളെ കൂട്ടി പ്രഭാകരന്റെ അടുത്ത് പോയി കല്യാണം ക്ഷണിച്ചു അനുഗ്രഹവും വാങ്ങിക്കണം.''

പക്ഷേ അതുമാത്രം ഞാൻ ചെയ്തില്ല മക്കളെയും കൂട്ടി എനിക്കാ മനുഷ്യന്റെ മുന്നിലേക്ക് പോകാനാവില്ല. അതൊഴിച്ച് മറ്റെന്ത് അരവിന്ദ് പറഞ്ഞാലും ഞാൻ ചെയ്യാം. പിന്നെ അയാളും കൂടുതൽ നിർബന്ധിച്ചില്ല. മക്കളും അവരുടെ പപ്പയെ ഓർക്കുന്നുണ്ടാവില്ല. അവരുടെ കാര്യങ്ങളൊക്കെ നന്നായി നടന്നതുകൊണ്ട് സ്വന്തം തീരുമാനമെടുക്കാനുള്ള കഴിവുണ്ട്. അങ്ങനെയുള്ള മക്കൾ പാരന്റ്സിനെ ഓർക്കില്ല. ആമി, പ്രഭാകരൻ അപ്പോൾ ഭാര്യയും രണ്ടു മക്കളുമായി നന്നായി ജീവിക്കുന്നു. എന്നെയോ കുട്ടികളെയോ അയാക്കപ്പോൾ ഓർമ കാണില്ല.

കല്യാണദിവസം എല്ലാ ഒരുക്കങ്ങളും അരവിന്ദിന്റെ മേൽനോട്ടത്തിൽ തന്നെ. അച്ഛന്റേയും അമ്മയുടേയും സ്ഥാനത്ത് മാറിമാറി അയാൾ നിന്നുവേണ്ടതെല്ലാം ചെയ്തു. കല്യാണമണ്ഡപത്തിൽ വച്ച് രാജുവേട്ടന്റെ ബന്ധുക്കൾ എന്നോട് കാണിച്ച സ്നേഹവും സ്വീകരണവും ശരിക്കും അത്ഭുതപ്പെടുത്തി. അയാളുടെ അമ്മയും സുധയുടെ അമ്മയും സഹോദരിമാരുമെല്ലാം എന്റടുത്ത് വന്ന് സ്നേഹത്തോടെ സംസാരിച്ചു. വീട്ടിലേക്ക് അവരെന്നെ ക്ഷണിച്ചു. പ്രായമായ ചെറിയ മാമൻ വാക്കിംഗ് സ്റ്റിക്ക് കുത്തി എന്റെടുത്ത് വന്ന് നമസ്കാരം പറഞ്ഞു.

അയാളെ ഞാൻ ഓർക്കുന്നില്ല പക്ഷേ പറഞ്ഞ വാക്കുകളെന്റെ ഓർമ്മയിലുണ്ട്. അന്ന് പണത്തിന്റെ പേരിൽ അവരെന്നെ മാറ്റി നിർത്തി.

''അന്ന് അങ്ങനെ സംഭവിച്ചു. എല്ലാം നല്ലതിനായിരുന്നു എന്നിപ്പോൾ മനസ്സിലായില്ലേ?''

ചെറിയ മാമന്റെ ആ വാക്കിന്റെ അർത്ഥം എനിക്കിപ്പോഴും മനസ്സിലായില്ല. എന്റെ സ്വന്തക്കാരാരും രണ്ടു കല്യാണത്തിനും പങ്കെടുത്തില്ല.

ഒരാളുടേത് ബന്ധം ഇഷ്ടമല്ലാത്തതുകൊണ്ട് മറ്റേയാളുടേത് ദൂര ക്കൂടുതൽ.

കോഴ്സ് കഴിഞ്ഞ ഉടനെ ആരതി ദുബായിലേക്ക് വന്നു. അവർ രണ്ടുപേരും എന്നോടൊപ്പം താമസവും തുടങ്ങി. കുറേ വർഷമായി ഞാൻ ഒറ്റയ്ക്കിവിടെ കഴിയുന്നു. മക്കളാണെങ്കിൽ വളരെ കുഞ്ഞു നാളിലെ നാട്ടിലേക്ക് പോയവരും. ഞങ്ങൾ ഒരുമിക്കുന്നത് വെക്കേ ഷനിൽ മാത്രം. പക്ഷേ കുറച്ചു ദിവസം പോലെയല്ലല്ലോ സ്ഥിര താമസം. എന്റെ മോളായിട്ട് കൂടി ഞാൻ പറയാം, അവളത്ര സ്വാർത്ഥ മറ്റാരുമുണ്ടാവില്ല. എല്ലാ വീട്ടുച്ചെലവും വീട്ടുജോലിയും ഞാൻ ചെയ്യണം.

അർജുന് നല്ലൊരു വണ്ടി എന്നെക്കൊണ്ടു വാങ്ങിപ്പിച്ചു. ഡ്രൈ വിംഗ് പഠിച്ചതിനുശേഷം ആരതി എന്നോട് പുതിയ വണ്ടിക്ക് ആവ ശ്യപ്പെട്ടു. ആദ്യമൊക്കെ ഞാനതത്ര കാര്യമാക്കിയില്ല. അവളുടെ സൈ്വര്യക്കേട് സഹിക്കാൻ കഴിയാതെയായപ്പോൾ എന്റെ വണ്ടി അവൾക്കു കൊടുത്തു.

ഇത് അറിഞ്ഞ അരവിന്ദ് എന്നോട്, ‘‘ഇനിയവർ സ്വന്തം താമസി ക്കട്ടെ. നിർമ്മലയ്ക്ക് പുതിയൊരു വണ്ടി കമ്പനി തരാം. അത് പിന്നെ ആരും കൊണ്ടുപോവില്ലല്ലോ.’’

മോളല്ലേ എന്ന് കരുതി ഞാൻ കുറച്ച് ക്ഷമിക്കാം എന്ന് വിചാ രിച്ചു. ഞാനൊരു അമ്മയല്ലേ, പെട്ടെന്ന് അവളെ വേറെയാക്കാൻ മനസ്സുവന്നില്ല. ദിവസം കഴിയുംതോറും അവളുടെ ആവശ്യങ്ങൾ കൂടിക്കൂടി വന്നു. ആരതി മത്സരിക്കുന്നത് അഞ്ജലിയോടാണെന്നു എനിക്ക് മനസ്സിലായി. എന്നാലും ഞാൻ ക്ഷമ കാണിച്ചു. അങ്ങനെ രണ്ടു മൂന്നു മാസങ്ങൾ കടന്നുപോയി. അപ്പോഴാണ് മറ്റൊരാവശ്യ മായി അവളെന്നെ സമീപിച്ചത്. അർജുന്റെ സഹോദരിമാരെ കല്യാണം കഴിപ്പിക്കാൻ അമ്മ ഹെൽപ്പ് ചെയ്യണമെന്ന്. എനിക്ക് ദേഷ്യം വന്നു. ഞാൻ വായിൽ തോന്നിയതൊക്കെ വിളിച്ചുപറഞ്ഞു. ‘‘അർജുന്റെ സിസ്റ്റേഴ്സിനെ കല്യാണം കഴിപ്പിക്കേണ്ടത് ഞാനല്ല അത് അർജുനും അവന്റെ അച്ഛനും കൂടിയാണ്. എനിക്ക് താമസി ക്കാനും എന്റെ സ്ഥിര വരുമാനത്തിനും റോയ് വാങ്ങിത്തന്നതാണ് ഷോപ്പിംഗ് കോംപ്ലക്സും വീടും. അത് ഒരർഹതയുമില്ലാതെ നിനക്ക് മാത്രം തന്നു. അർജുന്റെ വീട്ടുച്ചെലവ് ചെയ്യേണ്ടത് അവ നാണ്. ഞാനല്ല. ഇത് എന്റെ ഫ്ളാറ്റ് ആണ്. നിങ്ങൾ ഇവിടെ നിർത്തിയ ജോലിക്കാരിയല്ല ഞാൻ. പത്ത് ദിവസത്തെ സമയം തരാം. നിങ്ങൾ ഈ ഫ്ളാറ്റിൽ നിന്നും മാറണം. എനിക്ക് മക്കളായിട്ട് നീ മാത്രമല്ല,

മറ്റു രണ്ടു പേരും കൂടിയുണ്ട്. മേലിൽ ഒരാവശ്യവും പറഞ്ഞു എന്റടുത്ത് വരരുത്.''

അർച്ചനയുടെ കല്യാണമായിരുന്നു എനിക്ക് കിട്ടിയ ഏറ്റവും വലിയ അടി. നാട്ടിലുള്ള ഒരു പയ്യനെ അവൾക്കിഷ്ടമാണ്. വിവേക്, എം ബി എ കഴിഞ്ഞ് ജോലി അന്വേഷിച്ചു നടക്കുന്നു. അച്ഛൻ ബാങ്കിൽ, അമ്മ ഗവൺമെന്റ് എംപ്ലോയി. ഹരിക്കും ഗോപിയേട്ടനും നന്നായി അവരെ അറിയാം .

ഏട്ടൻ എന്നോട് പറഞ്ഞു ''ഫൈനാൻസ് നമ്മളോളം വരില്ല എന്നേയുള്ളൂ. ബാക്കിയെല്ലാം ഓക്കെയാണ്. ഈ കാലത്ത് വിവേകിനെ പോലെ ഒരു പയ്യനെ കാണില്ല. രാവിലേയും വൈകുന്നേരവും അമ്പലത്തിൽ പോകും, എപ്പോൾ കാണുമ്പോഴും നെറ്റിയിൽ ചന്ദനവും കുങ്കുമവുമുണ്ടാകും. ആർക്ക് എന്ത് ആവശ്യം വന്നാലും ഓടിയെത്തും. കല്യാണം, അസുഖം, മരണം എല്ലായിടത്തും സജീവമായിട്ടുണ്ടാകും. ഇതിന് പുറമെ ക്ലബ്ബ് പരിപാടികളും ഉത്സവങ്ങളുമൊക്കെ നടത്താൻ മുന്നിൽ കാണും. കേട്ടപ്പോൾ എനിക്ക് വലിയ താല്പര്യം തോന്നിയില്ലെങ്കിലും മൂത്തവർ രണ്ടുപേരുടേയും സ്വന്തം ഇഷ്ടം ഞാൻ നടത്തിക്കൊടുത്തില്ലേ. ഇവളോടും എനിക്ക് മറിച്ച് പറയാൻ പറ്റില്ല. മാത്രമല്ല, ഞാൻ പറഞ്ഞാൽ അനുസരിക്കുന്ന മക്കളുമല്ലല്ലോ. എല്ലാവരുടെയും അനുഗ്രഹത്തോടെ അവളുടെ കല്യാണം ഞാൻ നടത്തി.

ഗൾഫിലുള്ള എല്ലാവരോടും ചോദിക്കുന്ന ചോദ്യം വിവേകിന്റെ അമ്മ എന്നോടും ചോദിച്ചു.

''ഒരു വിസ ശരിയാക്കി വിവേകിന് കൊടുത്തൂടെ?''

ഞാൻ നേരത്തെയിത് മനസ്സിൽ കണ്ടതായിരുന്നു. ആ ചോദ്യം സ്വാഭാവികമായി തോന്നി. ഞാനവർ രണ്ടുപേരേയും ദുബായിൽ കൊണ്ടുവന്നു. അർച്ചനയ്ക്കൊരു ക്ലിനിക്കിൽ പെട്ടെന്ന് തന്നെ ഡോക്ടറായി ജോലി കിട്ടി. വിവേകിന് എക്സ്പീരിയൻസില്ലാത്തതു കൊണ്ട് ജോലി കിട്ടാൻ വൈകി. ഒടുവിൽ ഒരു കമ്പനിയിൽ ജോലി ശരിയായി.

കുറച്ച് ദിവസങ്ങൾ അവൻ കൃത്യമായി ജോലിക്ക് പോയി. പിന്നെ അസുഖമെന്നു പറഞ്ഞ് ഇടയ്ക്കിടെ ലീവ് എടുക്കും. അധികം വൈകാതെ ആ ജോലി പോയി. അന്വേഷിച്ചപ്പോഴാണറിഞ്ഞത് ജോലിക്ക് പോയി എന്ന് പറഞ്ഞ ദിവസങ്ങളിലും അവൻ ഓഫീസിലെത്തിയില്ല. ഞാനും അരവിന്ദും മാറിമാറി ഉപദേശിച്ചു. പിന്നെയും രണ്ടുമൂന്ന് കമ്പനിയിൽ അവന് അരവിന്ദ് ജോലി ശരിയാക്കി. എല്ലാ സ്ഥലത്തും പക്ഷേ അവൻ ഇതുതന്നെ ആവർത്തിച്ചു. രണ്ടു വിസിറ്റ്

കഴിഞ്ഞപ്പോൾ അച്ഛനേയും അമ്മയേയും കാണണമെന്ന് പറഞ്ഞു നാട്ടിലേക്ക് പോയി. പിന്നീട് ഇങ്ങോട്ട് വന്നില്ല. അന്വേഷിച്ചപ്പോൾ പറഞ്ഞത്, നാട്ടിൽ സ്വന്തം ബിസിനസ് ചെയ്യാനാണ് താത്പര്യമെന്നാണ്. അമ്മ എന്നെ കുറച്ച് പൈസ സഹായിച്ചാൽ മതി. ചില യാളുകളുടെ സ്വഭാവം അങ്ങനെ ആയിരിക്കുമല്ലോ. മാത്രമല്ല മൂത്ത രണ്ടു മരുമക്കളും എന്നെ വിളിക്കുന്നത് ആന്റി എന്നാ. വിവേകിന്റെ അമ്മ എന്ന വിളി കേട്ടാൽ മതി.

അങ്ങനെ ഓരോ ബിസിനസ് സ്റ്റാർട്ട് ചെയ്യും. കുറച്ചുദിവസം കഴിയുമ്പോൾ അതൊക്കെ. വെള്ളത്തിലാവും. മിച്ചം കുറേ കടവും അതും ഞാൻ തന്നെ തീർക്കണം. അവൻ മര്യാദയ്ക്ക് ജീവിക്കില്ലെന്നു മനസ്സിലായി. നമ്മളൊരു ബിസിനസ് ചെയ്യാൻ തുടങ്ങുമ്പോൾ അതിൽ എക്സ്പീരിയൻസ് ഉണ്ടായിരിക്കണം. അല്ലെങ്കിൽ ആ സബ്ജക്റ്റിൽ കുറച്ച് നോളജ് എങ്കിലും വേണം. മൂന്നാമത് ചെയ്യുന്ന ബിസിനസിന് മാർക്കറ്റിൽ സ്കോപ്പ് ഉണ്ടോ എന്നറിയണം. ഇതൊന്നും അവനില്ല. പോസ്റ്റൽ വഴി സ്വിമ്മിംഗ് പഠിച്ച് വെള്ളത്തിൽ ചാടിയ അവസ്ഥയാണ്. എം ബി എ പഠിച്ച് ബിസിനസ് ചെയ്യാൻ പുറപ്പെട്ടാൽ.

ഒരു ദിവസം വിവേകിന്റെ അമ്മ എന്നെ ദുബായിലേക്ക് വിളിച്ചു പറഞ്ഞു.

''അവൻ ഞങ്ങളുടെ കൂടെ താമസിക്കുന്നത് കൊണ്ടാണ് ഉത്തരവാദിത്തം കുറവ്. മാറി താമസിച്ചാൽ എല്ലാം ശരിയാകും.''

അവരുടെ സംസാരം കേട്ടപ്പോൾ ആദ്യം ഞാനൊന്ന് ഞെട്ടി. സ്വന്തം വീടാണ് അവർ ഉദ്ദേശിക്കുന്നതെന്ന് മനസ്സിലായി. ആലോചിച്ച് വിളിക്കാമെന്ന് പറഞ്ഞ് ഞാൻ ഫോൺ കട്ട് ചെയ്തു. ഈ കാര്യം അരവിന്ദുമായി സംസാരിച്ചു. പക്ഷേ പെട്ടെന്നൊരഭിപ്രായം പറയാൻ അയാൾക്കുമായില്ല. ഷോപ്പിംഗ് കോംപ്ലക്സ് പോയതോടെ നല്ലൊരു വരുമാനം നിലച്ചു.

റെസിഷൻ വന്നപ്പോൾ കമ്പനിക്ക് കുറച്ച് ഫൈനാൻസ് ഇഷ്യൂസ് വന്നു. വിദേശ പഠനം കഴിഞ്ഞ് അരവിന്ദിന്റെ ചെറിയ മകൻ അഖിൽ കമ്പനിയിൽ ജോയിൻ ചെയ്തു. അതോടെ കമ്പനിയിൽ നിന്നും അരവിന്ദിനു പഴയതുപോലെ എന്നെ ഫൈനാൻസ് സപ്പോർട്ട് ചെയ്യാൻ പറ്റാതായി. അതുകൊണ്ട് വിവേകിന് വേണ്ടി നാട്ടിൽ കുറച്ച് സ്ഥലം എനിക്ക് വിൽക്കേണ്ടി വന്നു. എന്റെ വീടിനടുത്തായി ഞാനൊരു വീട് വെച്ചതിൽ കുറച്ച് കടം ബാക്കിയുണ്ട്. ആ വീടെന്തായാലും അവർക്ക് കൊടുക്കില്ല. ഒരുപാട് ആലോചിച്ചതിനുശേഷം ഞാൻ ദുബായിൽ നിന്നും ലോണുമെടുത്ത് നാട്ടിൽ വന്ന് ഒരു ഫ്ളാറ്റും വിറ്റിട്ട് അവർക്ക് ഒരു വീട് വാങ്ങി കൊടുത്തു.

ബാധ്യതകൾ കൂടിയപ്പോൾ വീട്ടിലേയും എന്റെ അമ്മയുടേയും ആവശ്യങ്ങൾ ചിലപ്പോൾ എനിക്ക് സാധിച്ചു കൊടുക്കാൻ പറ്റാതായി. അത് അവരിൽ നിന്നും എന്നെ അകറ്റി. അമ്മയ്ക്ക് എന്ത് അസുഖം വന്നാലും നാട്ടിൽനിന്ന് ഹരിയോ ഗോപിയേട്ടനോ അറിയിക്കും. പൈസയൊക്കെ ചെലവാക്കേണ്ടത് ഞാനാണ്. ഹോസ്പിറ്റലിൽ അഡ്മിറ്റ് ചെയ്താൽ ഞാൻ ലീവെടുത്ത് നാട്ടിൽ പോകും. ഇത് പലതവണയാവർത്തിച്ചു.

ഞാൻ ആളുകളെ മനസ്സിലാക്കുന്നത് വളരെ വൈകിയാണ്. എന്നെ ആവശ്യത്തിൽ മാത്രമേ എന്റെ ആളുകൾക്ക് പോലും വേണ്ടിയിരുന്നുള്ളൂ. ഉഷയേടത്തിയും രേഖയും എന്റെ ഓരോരോ കുറ്റങ്ങൾ പറഞ്ഞ് ഗോപിയേട്ടനേയും ഹരിയേയും എന്നിൽ നിന്നും അകറ്റികൊണ്ടിരുന്നു. അമ്മയ്ക്കുപോലും എന്നെ നേരിൽ കാണുന്നത് ഇഷ്ടമല്ലാതായി.

ഒരു ദിവസം അമ്മയുടെ ബോധം പോയി എന്നു പറഞ്ഞാണ് ഞാൻ രാത്രിക്ക് രാത്രി നാട്ടിൽ പോയത്. മൂന്നാല് ദിവസം കഴിഞ്ഞാണ് അമ്മ ആളെ തിരിച്ചറിഞ്ഞത്. അതോടെ നീ എന്തിനു വന്നു എന്നു പറഞ്ഞു വഴക്കായി. എന്റെ സ്നേഹം ആരും തിരിച്ചറിഞ്ഞില്ല. അല്ലെങ്കിൽ അവരുടെ സ്വാർത്ഥതയ്ക്ക് മുന്നിൽ അത് കണ്ടില്ലെന്ന് നടിച്ചു. അവർ എന്നിൽ നിന്നും അകലാതിരിക്കാൻ ആവുന്നതൊക്കെ ഞാൻ അവർക്ക് വേണ്ടി ചെയ്തു. ചോദിച്ചതൊക്കെ കൊടുത്തു. എല്ലാവർക്കും അവകാശപ്പെട്ട വീടും അതിനോട് ചേർന്ന് കിടക്കുന്ന അച്ഛനും അരുന്ധതിയും ഉറങ്ങുന്ന സ്ഥലം ഒഴിച്ച് പൊതുസ്വത്ത് വെച്ച് ബാക്കി ഹരിക്കും ഗോപിയേട്ടനും അമ്മ ആവശ്യപ്പെട്ടതു പ്രകാരം കൊടുത്തു. അനിൽ വീട്ടിൽ ഒന്നിനും വരാറുമില്ല. ആർക്കും ഒന്നും കൊടുക്കാറുമില്ല. ഞാൻ അയച്ചു കൊടുത്ത പൈസ കൊണ്ട് അമ്മ വാങ്ങിയ സ്ഥലവും അവർക്ക് കൊടുത്തു. എന്നിട്ടും എല്ലാവരും എന്നിൽ നിന്നും അകന്നു. അവസാനകാലത്തെ അമ്മയുടെ ചികിത്സാച്ചെലവും ഹോംനേഴ്സിനെ വച്ച ശമ്പളവും മരണാനന്തരച്ചടങ്ങിന്റെ ചെലവും വരെ അവർ എന്നെ കൊണ്ട് ചെയ്യിച്ചു. ഒന്നിനും ഒരു കണക്കും ഞാൻ ആരോടും പറഞ്ഞില്ല.''

ഇരുപത്തിയൊന്ന്

2020ൽ കടന്നുവന്ന കൊറോണ ഞങ്ങളുടെയൊക്കെ സ്വപ്നങ്ങളേയും പ്രതീക്ഷകളേയും ആകെ തെറ്റിച്ചു. അതുവരെ നന്നായി പൊയ്ക്കൊണ്ടിരുന്ന ബിസിനസ് പെട്ടെന്ന് നിലച്ചു. കൺസ്ട്രക്ഷൻ മേഖലയായ ഞങ്ങളെ അത് വളരെയധികം ബാധിച്ചു. അഖിൽ നന്നായി ബിസിനസ് ചെയ്യാൻ പഠിച്ചതുകൊണ്ട് അരവിന്ദ് എല്ലാം അവനെ ഏൽപ്പിച്ചു. ആ ഡിസംബറിൽ നാട്ടിൽ പോകാനിരുന്നതായിരുന്നു അരവിന്ദ്.

എപ്പോഴും പറയും ‘‘വളരെ ചെറുപ്പത്തിൽ ഞാൻ നാടുവിട്ടതാണ്. ഒരുപാട് കഷ്ടപ്പെട്ടു. അതുപോലെ തന്നെ എനിക്ക് നേടാനും കഴിഞ്ഞു. ഇനി നാട്ടിൽ പോയി ശിഷ്ടകാലം സ്വസ്ഥമായി പ്രകൃതിയോട് ചേർന്ന് ജീവിക്കണം. അച്ഛനമ്മമാരുള്ള കാലം മാത്രമേ മക്കൾക്ക് സുരക്ഷിതത്വമുള്ളൂ. അന്തിയുറക്കം എനിക്ക് അവരോടൊപ്പം ഭയമില്ലാതെ ഉറങ്ങണം. അതിനുവേണ്ടിയാണ് പെങ്ങന്മാരോട് പൊന്നും വിലകൊടുത്ത് ഞാൻ ഉണ്ടാക്കിയ തറവാട് വീട് വാങ്ങിച്ചത്. ഞാൻ മടങ്ങിപ്പോയാലും നിർമ്മല കുറച്ചുനാൾ കൂടി ഇവിടെ കാണണം. രണ്ടുപേരും ഒരുമിച്ച് ഇവിടം വിട്ടാൽ അഖിലിനത് ബുദ്ധിമുട്ടാകും. ബിസിനസ്സിനെ ബാധിക്കും. നാട്ടിൽ വന്നാൽ നിർമ്മലയ്ക്ക് താമസിക്കാൻ കോട്ടയത്ത് ഒരു വീടോ ഫ്ളാറ്റോ എന്റെ വീടിനടുത്തായി റെഡിയാക്കാം. നല്ല സുഹൃത്തുക്കളും അയൽവാസികളുമായി ശേഷിച്ച കാലം നമുക്കവിടെ കഴിയാം.’’ പക്ഷേ മഹാമാരി കാരണം അയാളുടെ സ്വപ്നം മാറ്റിവയ്ക്കേണ്ടി വന്നു. പെയ്മെന്റ് സ്റ്റക്ക് ആയി. ബിസിനസ് കുറഞ്ഞു. ഒരുപാട് ആളുകളെ കമ്പനിയിൽ നിന്നും പറഞ്ഞയച്ചു. പക്ഷേ അരവിന്ദിന് അതൊന്നും ഒരു പ്രശ്നമല്ലായിരുന്നു.

‘‘ബിസിനസ്സായാൽ ഇങ്ങനെയൊക്കെ തന്നെയാണ്. അതൊക്കെ ശരിയാകും അടുത്തവർഷം ഡിസംബറിൽ ഞാൻ നാട്ടിലേക്ക് തിരിക്കും.’’

ഏകദേശം ഒരു മാസം മാത്രമാണ് എച്ച്ബിജി ക്ലോസ് ചെയ്തത്. എമർജൻസി കാറ്റഗറി ഓരോന്നായി ഓപ്പണായി വന്നു. ഞങ്ങൾക്ക് ആ സമയത്തും വർക്കുണ്ടായിരുന്നു. രണ്ടുമൂന്ന് മാസം കഴിഞ്ഞപ്പോൾ ഓഫീസും സൈറ്റും ഏകദേശം പഴയതുപോലെതന്നെ നടക്കാൻ തുടങ്ങി. ബാക്കി വന്നത് സാമ്പത്തിക ബാധ്യത മാത്രം.

അന്ന് ഒരു വ്യാഴാഴ്ചയാണ്. എന്നത്തേയും പോലെ രാത്രി എട്ടുമണിക്ക് ഞാനും അരവിന്ദും ഓഫീസിൽ നിന്ന് ഇറങ്ങി അടുത്തുള്ള ഹോട്ടലിൽ പോയി ഭക്ഷണം കഴിച്ചു. കൊറോണയ്ക്ക് മുന്നേ അയാൾ എന്നോടൊപ്പം ഫ്ളാറ്റിൽ വരുമായിരുന്നു. അസുഖം വന്നതിനു ശേഷം വീക്കെൻഡിലേ വരാറുള്ളൂ. പാർക്കിങ്ങിൽ വെച്ച് ഗുഡ് നൈറ്റ് പറഞ്ഞ് ഞങ്ങൾ ഫ്ളാറ്റിലേക്ക് മടങ്ങി. ആ വീക്കിൽ സൺഡേയും കൂടി വർക്കായിരുന്നു.

ഫ്രൈഡേ അരവിന്ദ് വന്നില്ല. വീട്ടിലെന്തെങ്കിലും തിരക്ക് കാണുമെന്ന് കരുതി ഞാനും വിളിച്ചില്ല. സാറ്റർഡേ രാവിലെ എന്നോട് ഇങ്ങോട്ടേക്ക് വിളിച്ചുപറഞ്ഞു, ''ഈ വീക്കിൽ വീട്ടിൽ വരാൻ പറ്റുമെന്ന് തോന്നുന്നില്ല. നമുക്ക് ഞായറാഴ്ച ഓഫീസിൽ വച്ച് കാണാം.'' എവിടെ പോകുന്നുവെന്ന് ചോദിച്ചപ്പോൾ,

ഞാൻ നിർമ്മലയറിയാതെ എവിടെയും പോകില്ലെന്ന് പറഞ്ഞു. എനിക്കൊരു അസ്വാഭാവികതയും തോന്നിയില്ല. ഞാൻ വീട്ടിലെ കാര്യങ്ങളൊക്കെ ചെയ്തും ടിവി കണ്ടും സമയം കഴിച്ചു. ഞായറാഴ്ച രാത്രി 9 മണിക്ക് ന്യൂസ് കേട്ടുകൊണ്ടിരുന്നപ്പോഴാണ് അലക്സ് എന്നെ വിളിച്ചത്.

''നിർമ്മല മേഡം അറിഞ്ഞു കാണില്ലെന്ന് കരുതി വിളിക്കുന്നതാണ്. അരവിന്ദ് സാർ പോയി.''

''എവിടേക്ക് പോയി അലക്സ്?'' ഞാൻ ചോദിച്ചു.

''ഹാർട്ട് അറ്റാക്ക് ആയിരുന്നു.''

നിർമ്മല ഒരു നിമിഷത്തെ നിശ്ശബ്ദതയ്ക്കുശേഷം വീണ്ടും തുടർന്നു.

''ആമി, ഇന്നും ഞാനാ ഞെട്ടലിൽ നിന്നും ഉണർന്നിട്ടില്ല. എന്റെ മനസ്സിന് അത് വിശ്വസിക്കാൻ കഴിഞ്ഞില്ല. ആ രാത്രി മുഴുവൻ ഹാളിലെ സോഫയിൽ ഇരുന്ന് നേരം പുലർത്തി. കഴിഞ്ഞ കുറേ വർഷങ്ങളായി ഞാൻ അരവിന്ദിന്റെ ഫ്ളാറ്റിൽ പോകാറില്ല. എന്റെ മോൾ അഞ്ജലി രേഖ മുഖാന്തരം എന്നെ അറിയിച്ചു, അമ്മ അരുണേട്ടന്റെ വീട്ടിൽ പോയാൽ ഞങ്ങൾക്കിടയിൽ പ്രശ്നമുണ്ടാകും അത് ഞങ്ങളുടെ സന്തോഷത്തെ ബാധിക്കും. രണ്ടും എനിക്ക് എത്ര ആലോചിച്ചിട്ടും അർത്ഥം മനസ്സിലായില്ല. രേഖ മുഖാന്തരം

അറിയിച്ചത് എനിക്ക് വളരെ സങ്കടമുണ്ടാക്കി. മരണവിവരമറിഞ്ഞ പ്പോൾ നേരിൽ പോയി കാര്യമന്വേഷിക്കാൻ തീരുമാനിച്ചു. പ്രതീ ക്ഷിച്ചതുപോലെ തന്നെ അവരാരും കാര്യമായി എന്നെ മൈൻഡ് ചെയ്തില്ല. അവർക്കിടയിലെ സംസാരത്തിൽ നിന്നും മനസ്സിലായി ഫ്യൂണറൽ ജബലലിലാണ്. അരുണും അഞ്ജലിയും യുകെയിൽ നിന്നും അമൃത ഇന്ത്യയിൽ നിന്നും ഇങ്ങോട്ടേക്ക് വരും. ഷീലയു ടെതായിരുന്നു തീരുമാനം. ഈയൊരു സിറ്റുവേഷനിൽ കേരള ത്തിൽ പോയാൽ സമയത്തിന് തിരിച്ചു വരാൻ കഴിഞ്ഞു എന്ന് വരില്ല.

അഖിൽ ഇവിടെനിന്നും മാറിയാൽ അത് ബിസിനസിനെ ബാധിക്കും. സഹിക്കാനാവാതെ ഞാൻ അഖിലിനോട് പറഞ്ഞു.

‘‘പപ്പയുടെ അവസാനത്തെ ആഗ്രഹം നാട്ടിൽ ഉറങ്ങണം എന്നാണ്.’’

‘‘ആ ആഗ്രഹം നടത്തിക്കൊടുത്തൂടെ?’’

‘‘അതിന് അഖിൽ വേണമെന്നില്ല. അരുൺ ആയാലും പോരെ അവനല്ലേ മൂത്തത്.’’

ഷീലയ്ക്കത് ഇഷ്ടമായില്ല.

‘‘എല്ലാം നാട്ടിൽ നടത്തുകയാണെങ്കിൽ എക്സ്പെൻസ് കൂടും.’’

പിന്നെ ഞാൻ ഒന്നും പറഞ്ഞില്ല. ഇറങ്ങാൻ നേരത്ത് അവളെ ന്നോട് ഒരു കാര്യം കൂടി പറഞ്ഞു.

‘‘ജബലേയിലെ ചടങ്ങിൽ 10 പേർക്കേ പങ്കെടുക്കാവൂ.’’

‘‘അതെനിക്കറിയാം ഷീല, ഞാൻ വരില്ല.’’

അതവർ മനപ്പൂർവം പറഞ്ഞതാണ്. ഓഫീസിലെ ഒരുപാട് ആളു കൾ പങ്കെടുത്തിരുന്നു.

‘‘ചടങ്ങിന് ഓഫീസിലെ എല്ലാവരും പങ്കെടുത്തിരുന്നു. മാഡ ത്തിനെ മാത്രം കണ്ടില്ലല്ലോ.’’

അലക്സ് എന്നോട് ഫോൺ ചെയ്ത് ചോദിച്ചു.

ഗുഡ്നൈറ്റ് പറഞ്ഞു പിരിയുമ്പോഴുള്ള അരവിന്ദിന്റെ മുഖം കണ്ണിലും തിങ്കളാഴ്ച കാണാം എന്ന് പറഞ്ഞ ശബ്ദം ചെവിയിലും ഇപ്പോഴുമുണ്ട്. ചൈതന്യം ഇല്ലാത്ത ആ മുഖത്തേക്കാൾ ഇതാണ് ഞാൻ ഓർക്കാനിഷ്ടപ്പെടുന്നത്.

അരവിന്ദിന്റെ മരണം കഴിഞ്ഞ് ഒരാഴ്ച കഴിഞ്ഞതിനുശേഷമാണ് ഞാൻ ഓഫീസിൽ പോയത്. അന്നവിടെ കണ്ട കാഴ്ച എന്നെ

ശരിക്കും അമ്പരപ്പിച്ചു. അരവിന്ദിന്റെ ചെയറിൽ ഷീല, എന്റെ ചെയറിൽ അഖിലിന്റെ ഭാര്യ ശ്രുതി.

റോയിയുടെ ക്യാബിൻ ഒക്കെ മാറ്റിയിരിക്കുന്നു. പുതിയതായി എനിക്ക് അറേഞ്ച് ചെയ്ത് തന്ന ടേബിളും ചെയറും ഒട്ടും കംഫർട്ടബിളായി തോന്നിയില്ല. ആ അനിഷ്ടം അവരോട് പ്രകടിപ്പിച്ചില്ല. അരവിന്ദിന്റെ വാക്കിനെ മാനിച്ച് ജോലിയിൽ തുടരാൻ തീരുമാനിച്ചു. അക്കൗണ്ട്സ് ആയതുകൊണ്ട് ഓഫീസിലും ഫ്ളാറ്റിലും ഇരുന്ന് ഞാൻ ജോലി ചെയ്തു. എന്റെ വർക്കിൽ ഒരു കുറവും കണ്ടെത്താൻ അവർക്കാവില്ല.

വീസ തീരുന്ന സമയമായി. ഞാൻ തിരിച്ചു പോകാൻ തീരുമാനിച്ചു.

''റിന്യൂ ചെയ്യേണ്ട ക്യാൻസൽ ആക്കി മടങ്ങി പോവുകയാണ്.'' ഞാൻ അഖിലിനെ അറിയിച്ചു. എന്റെ ആ തീരുമാനം കേൾക്കാൻ കാത്തിരുന്നത് പോലെയായിരുന്നു അവന്റെ മുഖഭാവം. ഫെബ്രുവരി 28ന് നാട്ടിലേക്ക് ടിക്കറ്റ് എടുത്തു. ക്യാൻസൽ ആക്കിയതിനു ശേഷം ഞാൻ പലതവണ അഖിലിനെ കാണാൻ ശ്രമിച്ചെങ്കിലും അവൻ മുഖം തന്നില്ല. ഒടുവിൽ 28-ാം തീയതി പോവാണെന്ന് അറിയിച്ചപ്പോൾ,

''ഫ്ളൈറ്റ് രാത്രിയിൽ അല്ലേ. നമുക്ക് വൈകീട്ട് അഞ്ചുമണിക്ക് ഓഫീസിൽ വെച്ച് മീറ്റ് ചെയ്യാം.''

ഞാൻ അവനെ കാണാനായി ഓഫീസിലേക്ക് പോയി. 5 മണിക്ക് അവൻ വന്നില്ല. അരമണിക്കൂർ കഴിഞ്ഞപ്പോൾ അഖിലെത്തി. കോൺഫ്രൻസ് റൂമിലേക്ക് എന്നെ വിളിപ്പിച്ചു. ഒപ്പം ഷീലയും ശ്രുതിയുമുണ്ട്.

ഷീല എന്നോട് പറഞ്ഞു. ''വലിയൊരു തുക നിർമ്മലയ്ക്ക് സെറ്റിൽമെന്റായി കമ്പനി തരാനുണ്ട്. പക്ഷേ ആ പണം ഞങ്ങൾ നിർമ്മലയ്ക്ക് തരില്ല. അഞ്ജലിയും നിർമ്മലയുടെ മോളാണ്. നിന്റെ സ്വത്തിൽ അഞ്ജലിക്കും അവകാശമുണ്ട്. ആരതിക്കും അർച്ചനയ്ക്കും കൊടുത്തതൊന്നും അഞ്ജലിക്ക് നീ കൊടുത്തില്ല. അതുകൊണ്ട് ഈ സെറ്റിൽമെന്റ് തുക അവളുടെ ഷെയറാക്കി കരുതണം. ഈ കാര്യം ഞങ്ങൾ അഞ്ജലിയോട് സംസാരിച്ചപ്പോൾ അവൾക്കും ഇതേ അഭിപ്രായം തന്നെയാണ്.''

ഇത് ഞാൻ ഒരിക്കലും പ്രതീക്ഷിച്ചതല്ല. ഭാഗ്യത്തിന് തലകറങ്ങി വീണില്ല. തിരിച്ച് ഒന്നും പറയാതെ വണ്ടിയുടെ കീ അഖിലിനെ ഏൽപ്പിച്ച് 40 വർഷത്തെ ഔദ്യോഗിക ജീവിതം അവസാനിപ്പിച്ച് ഞാൻ എ ആർ കൺസ്ട്രക്ഷനിന്റെ പടിയിറങ്ങി.

എന്റെ ജീവിതത്തിന്റെ കണക്ക് തെറ്റിപ്പോയി. ഷീലയ്ക്ക് ഇത് മാത്രമല്ല ഇതിനപ്പുറവും ചിന്തിക്കാനാവും. അരവിന്ദ് വർക്ക് ചെയ്യുന്ന എല്ലാവരെയും ഒരേപോലെ കാണുന്ന ആളാണ്. കമ്പനി വർക്കേഴ്സിന് നിയമം അനുശാസിക്കുന്ന എല്ലാ ആനുകൂല്യങ്ങളും കൊടുത്തിരുന്നു. പക്ഷേ അരവിന്ദിന് ഒരു കുഴപ്പമുണ്ടായിരുന്നു. അയാൾ സ്വന്തം എടുത്തിരുന്ന ഇൻഷുറൻസ് വീസ സ്റ്റാമ്പിങ് പർപ്പസിന് മാത്രമുള്ളതാണ്.

കൊറോണ കാരണം നാട്ടിലേക്കുള്ള യാത്ര കുറഞ്ഞതോടെ സമയാസമയങ്ങളിലെ മെഡിക്കൽ ചെക്കപ്പും റെഗുലർ മെഡിസിനും മുടങ്ങി. ഇവിടെയുള്ള ഡോക്ടറെ കാണിച്ചാൽ ചെക്കപ്പ് ചെയ്യാം, നാട്ടിലെ മെഡിസിന്റെ സബ്സ്റ്റിറ്റ്യൂട്ടും കിട്ടും. പ്രൈസ് കൂടും എന്ന് മാത്രം.

പൈസ നോക്കിയാണ് ഷീല ഇവിടത്തെ മെഡിക്കൽ ട്രീറ്റ്മെന്റ് അരവിന്ദിന് വേണ്ട എന്ന് വെച്ചത്. സ്വന്തം കാര്യത്തിന് പൊതുവേ അയാൾക്ക് ശ്രദ്ധക്കുറവാണ് അതാ, ഹാർട്ട് അസുഖം വന്നപ്പോൾ അത്ര കാര്യമാക്കി എടുക്കാഞ്ഞത്. പിന്നെ ഷീല ആവശ്യമില്ലാത്ത ഡയറ്റ് ചെയ്യിക്കും. അയാൾക്കിഷ്ടപ്പെട്ട ഫുഡ് ഒന്നും ഉണ്ടാക്കി കൊടുക്കാറുമില്ല. സ്റ്റോറിൽ വർക്ക് ചെയ്യുന്ന ശരത് എന്നോട് പറഞ്ഞു. ''മാഡം അരവിന്ദ് സാർ മരിച്ചപ്പോൾ ഞാൻ സാറിന്റെ ഫ്ളാറ്റിൽ പോയിരുന്നു. ഷീല മാഡം ഇരുന്ന് കരയുന്നു. ഇഡ്ഡലി, മീൻ ഫ്രൈ, ഫ്രൈഡ് റൈസ്, എല്ലാം നല്ല ഇഷ്ടമാണ് ഒന്നും ഞാൻ കൊടുത്തില്ല. നാട്ടിലാണേൽ എവിടേലും കൊണ്ടുപോയി ചികിത്സിച്ചേനേ. ഇവിടെ ചെലവ് കൂടുതലായതുകൊണ്ടാ കാര്യമായി ഒന്നും ചെയ്യാതിരുന്നത്. ഇത്രയും പെട്ടെന്ന് ഇങ്ങനെയൊക്കെ വരുമെന്ന് ആർക്കെങ്കിലും അറിയുമോ.''

സ്വന്തം ഭർത്താവിനോട് ഇങ്ങനെ കാണിച്ചവൾ മറ്റുള്ളവരുടെ കാര്യത്തിൽ പിന്നെ പറയാനുണ്ടോ.

വർഷങ്ങൾക്ക് മുമ്പ് ഈ ഓഫീസിലേക്ക് ഞാൻ ആദ്യം വന്നത് നടന്നാണ്. അന്നത്തെ വഴിയല്ല ഇന്ന്. ആ ഞാനുമല്ല. അന്ന് കയറി ഇന്നിറങ്ങി. മുമ്പ് താമസസ്ഥലത്തു നിന്നും നടന്നു വരേണ്ട ദൂരമേയുള്ളൂ. ഇപ്പോൾ ദൂരം കൂടുതലുണ്ട്. എന്നാലും അവരോട് ഞാൻ ഹെൽപ്പ് ചോദിച്ചില്ല.

പാണ്ട് പാർക്ക് ലക്ഷ്യം വെച്ച് നടന്നു. വഴിയിൽ എന്തായാലും ടാക്സി കിട്ടും. യാത്ര അയയ്ക്കാൻ ആരും വരുമെന്ന് കരുതിയതല്ല. അത്യാവശ്യമുള്ളത് മാത്രമേ കയ്യിൽ കരുതിയുള്ളൂ. ഇഷ്ടപ്പെട്ടതൊക്കെ നാട്ടിലേക്ക് കാർഗോ അയച്ചു. അല്ലാത്തവയൊക്കെ ഇവിടെത്തന്നെ ഉപേക്ഷിച്ചു. ഒരു ടാക്സി വിളിച്ചു തരാൻ സെക്യൂരിറ്റിയോട്

പറയാൻ കരുതുമ്പോഴാ അന്ന് മോള് വന്ന് കോളിംഗ് ബെല്ലടിച്ചത്. ആ ഒരു സാഹചര്യത്തിൽ എനിക്ക് നടന്നതൊന്നും നിന്നോട് പറയാനുള്ള മാനസികാവസ്ഥയില്ലായിരുന്നു. പോരാത്തതിന് സമയക്കുറവും.

ഒരുമിച്ച് ഹോട്ടലിൽ നിന്നും ഭക്ഷണം കഴിച്ച് എയർപോർട്ടിലേക്ക് പോകുന്ന വഴി അന്ന് ഞാൻ പറഞ്ഞ കാര്യം നീ ഓർക്കുന്നുണ്ടോ.

എന്നെങ്കിലും നീ നാട്ടിൽ വന്നാൽ "ആമി രണ്ടുദിവസം എനിക്ക് മാറ്റിവയ്ക്കണം. ഒരുപാട് കാര്യങ്ങൾ പറയാനുണ്ട്."

ടെർമിനൽ വണ്ണിൽ വണ്ടി പാർക്ക് ചെയ്ത്, ട്രോളിയിൽ സാധനവുമായി കൂടെ വരുമ്പോൾ അനാമികയ്ക്ക് കുറ്റബോധം തോന്നി. ബോർഡിങ് പാസ് വാങ്ങി ലഗേജ് വിട്ട് എമിഗ്രേഷനിലേക്ക് പോകുന്നതിനു മുമ്പ് നിർമ്മല അനാമികയുടെ കൈപിടിച്ച് യാത്ര പറയുമ്പോൾ മനസ്സുകൊണ്ട് ക്ഷമ ചോദിക്കുകയായിരുന്നു.

"ഒരിക്കലും എന്നോട് ഒരു ഹെൽപ്പും നീ ചോദിച്ചിട്ടില്ല. ചോദിക്കുമെന്ന് കരുതിയാണ് ഞാൻ അന്ന് ഒരു വാക്കുപോലും പറയാതെ മാനസികമായും ശാരീരികമായും സാമ്പത്തികമായും വീണു കിടന്ന അവസ്ഥയിൽ നിന്നോട് ഒന്നും പറയാതെ ഫ്ളാറ്റ് മാറിയത്. രണ്ട് കൈയും മുറുകെ പിടിച്ചതല്ലാതെ അന്ന് നീ എന്നോട് പറഞ്ഞു.

"യാത്ര പറയല്ലേ ആന്റി, യാത്ര തുടരുകയാണ്."

ഇരുപത്തിരണ്ട്

അനാമിക പറഞ്ഞു, "ആന്റി, സമയം 10 മണിയായി. ഇനി നമുക്ക് ഭക്ഷണം കഴിച്ച് ഇതിന്റെ ബാക്കി പറയാം. സെന്റ് ഓഫ് പാർട്ടി. കൊടുക്കുന്നത് എനിക്കിഷ്ടമല്ല. ഞാനിവിടെ ബോട്ടിൽ ആന്റിക്കൊരു വെൽക്കം പാർട്ടി അറേഞ്ച് ചെയ്തിട്ടുണ്ട്. അധികമാരുമില്ല. നമ്മൾ രണ്ടുപേരും മാത്രം."

ക്രൂയിസ് ലക്ഷ്യമാക്കി ഇരുവരും നടന്നു. ഒരു പഞ്ചനക്ഷത്ര ഹോട്ടലിലെ എല്ലാ ആഡംബരങ്ങളുമുള്ള ഒരു കൂറ്റൻ ക്രൂയിസ്. പെരുന്നാളിന്റെ ലീവ് ആയതുകൊണ്ട് നല്ല തിരക്കാണ്. വ്യത്യസ്ത ഭാഷയും സംസ്കാരവുമുള്ള ആളുകൾ. അവരൊക്കെ ഫാമിലിയും ഫ്രണ്ട്സും ആയി കൂട്ടമായി വന്നിട്ടുണ്ട്. ഞങ്ങൾക്കായി റിസർവ് ചെയ്ത ഗ്ലാസ് വിൻഡോയോട് ചേർന്ന സൈഡ് സീറ്റിൽ ചെന്നിരുന്നു. ബുഫെയാണ്. തിരക്കെല്ലാം കുറഞ്ഞിട്ട് ഫുഡെടുക്കാമെന്ന് കരുതി വെയിറ്റ് ചെയ്തു. അതുവരെ പുറത്തെ ക്രീക്കിന്റെ സൗന്ദര്യമാസ്വദിച്ചു നിന്നു.

നിർമ്മല പറഞ്ഞു. "ആമി, ഞാൻ വരുന്നതിന് എത്രയോ മുന്നേ ക്രീക്കുണ്ട്. പക്ഷേ ഒരുപാട് മാറ്റം വന്നിട്ടുണ്ട്. ഇന്നിത് ദുബായിലെ ഏറ്റവും നല്ലൊരു ടൂറിസ്റ്റ് സ്പോട്ട് ആയി മാറി. പൊതുവേ മരുഭൂമി എന്ന് പറയുന്നത് ഈ നാടിനെയാ. പക്ഷേ യുഎഇ ഇപ്പോൾ നല്ല ഗ്രീനറിയായി. മരുഭൂമി ആയിക്കൊണ്ടിരിക്കുന്നത് നമ്മുടെ കേരളമാ."

"മോള് നാട്ടിലധികം പോവാത്തത് കൊണ്ടാണ് അവിടുത്തെ സ്ഥിതിയൊന്നും അറിയാത്തത്. നാട് എത്രയോ മാറിപ്പോയി. ഞാൻ പറഞ്ഞു തരാം. പുലർച്ചെയാണ് ഞാൻ എയർപോർട്ടിൽ ഫ്ളൈറ്റ് ഇറങ്ങിയത്. വരുന്ന വിവരം എല്ലാവരെയും അറിയിച്ചിരുന്നു. പക്ഷേ ആരും എന്നെ കൊണ്ടുപോകാൻ വന്നില്ല. നേരം പുലരുന്നത് വരെ ഞാൻ എയർപോർട്ടിലിരുന്നു. അതിനുശേഷം ഒരു ടാക്സി വിളിച്ചു. 9 വർഷത്തിനു ശേഷമാണ് ഞാൻ നാട്ടിൽ പോയത്. അതായത്

എന്റെ അമ്മയുടെ മരണശേഷം ഞാൻ നാട്ടിൽ പോയില്ലായിരുന്നു. അതുകൊണ്ടുതന്നെ സ്വന്തം വീട്ടിലേക്കുള്ള വഴി എനിക്കപരിചിതമായി തോന്നി.

'വെൽക്കം പൂമരം പഞ്ചായത്ത്' എന്ന ബോർഡ് കണ്ടപ്പോഴാണ് എന്റെ ഗ്രാമത്തിലെത്തിയെന്നു മനസ്സിലായത്. അവിടെ എവിടെയും ഒറ്റ പൂമരവും ഞാൻ കണ്ടില്ല. പകരം റോഡിന്റെ ഇരുവശങ്ങളിലും കൂറ്റൻ മതിലുകളാണ്. ചെമ്മൺപ്പാതയ്ക്കു പകരം എല്ലാം ടാറിട്ടത്. വീടുകളൊക്കെ കൂറ്റൻ കോൺക്രീറ്റ് കെട്ടിടങ്ങൾ. പാലത്തിൽ കാർ എത്തിയപ്പോഴാണ് പൂമരപ്പുഴ കണ്ടത്. ഇപ്പോഴത് പുഴയല്ല, തോടാണ്. ദുർഗന്ധം കൊണ്ട് മൂക്ക് പൊത്താതെ ആ വഴിയാർക്കും പോകാൻ പറ്റില്ല. മറ്റുള്ള കൊച്ചുകൊച്ച് അരുവികളും നീർച്ചാലുകളും അപ്രത്യക്ഷമായിരിക്കുന്നു. ഈ മാറ്റത്തെക്കുറിച്ച് ഡ്രൈവറോട് ചോദിച്ചപ്പോൾ അയാളിങ്ങനെ പറഞ്ഞു.

''ജനുവരി ലാസ്റ്റാകുമ്പോഴേ ഇവിടെ ജലക്ഷാമം തുടങ്ങും. എല്ലാവരുമാശ്രയിക്കുന്നത് ജപ്പാൻ കുടിവെള്ളത്തെയാണ്. ചിലപ്പോൾ രണ്ട് മൂന്ന് ദിവസം കൂടുമ്പോഴേ പൈപ്പിലൂടെ വെള്ളം വരൂ. പഞ്ചായത്ത് ടാങ്കറിൽ കുടിവെള്ളം എത്തിക്കാറുണ്ട്. പക്ഷേ അതെപ്പോ വരുമെന്ന് ആർക്കുമൊരു നിശ്ചയമില്ല.''

കാർ സരോവരത്തിന് മുന്നിൽ നിർത്തി. വാടകക്കാരെയൊക്കെ ഒഴിപ്പിച്ച് വീട് മെയിന്റനൻസ് ചെയ്ത് ഭംഗിയാക്കി വെച്ചിട്ടുണ്ട് വിവേക്. ദുബായിൽ നിന്ന് സെറ്റിൽമെന്റ് കിട്ടിയില്ലെങ്കിലും നാട്ടിൽ ജീവിക്കാനുള്ളതൊക്കെ ഞാൻ കരുതിയിരുന്നു. അന്ന് വൈകുന്നേരം തന്നെ വിവേക് എനിക്ക് മെയിന്റനൻസ് ബില്ല് കൊണ്ട് തന്നു. ശരിക്കും ഞാൻ ബില്ല് കണ്ടു ഞെട്ടി. മോശമല്ലാത്തൊരു വീടുണ്ടാക്കാനുള്ള പണമുണ്ടുണ്ടായിരുന്നു ബില്ലിൽ.

നേരത്തെ ഞാൻ നാട്ടിൽ പോയ സമയങ്ങളിൽ സഹകരണ ബാങ്കുകാരും ഇൻഷുറൻസുകാരും സമീപിക്കുമായിരുന്നു, എന്റെ നല്ല ഭാവിയെക്കുറിച്ചുള്ള മോഹനവാഗ്ദാനങ്ങൾ നൽകി. വലിയൊരു തുക തന്നെ ഞാൻ പല സ്ഥാപനങ്ങളിലും ഡെപ്പോസിറ്റ് ചെയ്തിരുന്നു. അത് ഞാൻ പിൻവലിക്കാനായി അവരെ സമീപിച്ചപ്പോൾ രണ്ടെണ്ണം അപ്രത്യക്ഷമായിരിക്കുന്നു. പൈസ തട്ടിപ്പ്. ഒരു സ്ഥാപനത്തിൽ ഞാൻ ഇങ്ങോട്ട് മടങ്ങിവരുന്ന ദിവസം രാവിലെ വരെ പോയിരുന്നു. പക്ഷെ പൈസ തന്നില്ല. അവർ പറയുന്ന റീസണാവട്ടെ ബോർഡ് മീറ്റിംഗ് നടന്നില്ല, സെക്രട്ടറി ഭയങ്കര തിരക്കിലാ, ഡയറക്ടർക്ക് സുഖമില്ല എന്നൊക്കെ. നേരത്തെ വാങ്ങിയ സ്ഥലങ്ങളിൽ കുറച്ച് വയലുമാത്രം വിൽക്കാതെ ബാക്കിയുണ്ടായിരുന്നു. അതിനെക്കുറിച്ചന്വേഷിച്ചപ്പോഴാണ് അറിഞ്ഞത്. ഇപ്പോൾ രജിസ്ട്രേഷൻ

നടക്കുന്നത് കുറവാണ്. അത് മാത്രമല്ല 2018ലെ ഫ്ലഡ്സിനു ശേഷം ഇതുപോലെയുള്ള സ്ഥലങ്ങളിലെല്ലാം വെള്ളം കയറിയിരുന്നു. അതിനാൽ ഇത്തരം സ്ഥലങ്ങൾ വാങ്ങിക്കാൻ ആളുകൾക്ക് താല്പ ര്യമില്ല. പിന്നെയുള്ള ഒരു നല്ല സ്ഥലം കെ റെയിലിന് വേണ്ടി അള ന്നതിൽ പെടുന്നത്. ഒടുവിൽ ഞാൻ കയ്യിലുണ്ടായ കുറച്ച് പൈസ യെടുത്ത് ടൗണിലെ ഫ്ളാറ്റ് മെയിന്റനൻസ് ചെയ്ത് വിറ്റു.''

''ഇവിടുത്തെ പോലെ സ്വസ്ഥമായും സമാധാനമായും ജീവി ക്കാൻ നാട്ടിലാവില്ല. മനുഷ്യനുമാത്രം അവിടെ സംരക്ഷണമില്ല. കാട്ടുപന്നിയും മുള്ളൻ പന്നിയും മയിലും കുരങ്ങനും ഇടയ്ക്ക് കഴുതപ്പുലിയും ഇതൊക്കെ മൃഗശാല പോലെയാണ് പറമ്പിലൂടെ നടക്കുന്നത്. ഒറ്റൊരു പച്ചക്കറിയോ ചെടിയോ പറമ്പിൽ വച്ചേക്കില്ല. വാഴ പോലും മറിച്ചിടും. ആരോട് പരാതി പറയാൻ. മൃഗങ്ങളെ തൊടാനും പാടില്ല. മഹാഭാരതയുദ്ധം കഴിഞ്ഞതിനു ശേഷം ഭീഷ് മർ ധർമ്മപുത്രനോട് പറഞ്ഞു, നിറയെ ആഭരണമിട്ട സ്ത്രീ അർദ്ധ രാത്രിയിൽ ഒരു പൊതുസ്ഥലത്ത് ഒറ്റയ്ക്കായിപോയാൽ നീ ഭരി ക്കുന്ന രാജ്യത്ത് അവൾ സുരക്ഷിതയായിരിക്കണം.''

ആ കാലത്തേ കള്ളന്മാരുള്ള കാര്യം ഉറപ്പായി. പക്ഷേ ഇന്ന് വികസിത ഭാരതത്തിൽ, രാത്രിയെന്നോ പകലെന്നോയില്ലാതെ സ്ത്രീ ഒറ്റപ്പെട്ടുപോയാൽ പ്രായഭേദമന്യേ അവളുടെ ആഭരണം മാത്രമല്ല മാനം കൂടെ നഷ്ടപ്പെടും. പൊതുസ്ഥലത്ത് മാത്രമല്ല വീടി നകത്തു കൂടി സ്ത്രീ സുരക്ഷിതയല്ല. ഒരുഭാഗത്ത് റോഡ് വികസ നമൊക്കെ നന്നായി നടക്കുന്നുണ്ട് കുറച്ചുകാലം ബുദ്ധിമുട്ടിയാൽ എല്ലാം ശരിയാകും എന്ന് കരുതാം മഴക്കാലത്ത് റോഡ് മുഴുവൻ ചളിയും വേനൽക്കാലത്ത് നിറയെ പൊടിയും. എനിക്ക് ബ്രീത്തിങ് പ്രോബ്ലം വരാൻ കാരണം തന്നെ ആ പൊടി ശ്വസിച്ചാണ്.''

''ചില വികസനം സർക്കാർ ആക്ക് വേണ്ടിയാണ് നടപ്പിലാക്കുന്ന തെന്ന് മനസ്സിലാകുന്നില്ല. അതിലൊന്നാണ് മട്ടന്നൂർ എയർപോർട്ട്. ഒരുപാട് വർഷങ്ങളെടുത്താണ് എയർപോർട്ട് പൂർത്തിയാക്കിയത്. 500 മീറ്റർ റൺവേ നീട്ടുന്നതിന്റെ ഭാഗമായി സമീപസ്ഥലങ്ങൾ സർ ക്കാർ ഏറ്റെടുത്തിരുന്നു. 10 സെന്റ് സ്ഥലവും ഒരാൾക്ക് ജോലിയും കൊടുക്കാം എന്ന വാഗ്ദാനത്തോടെ പക്ഷേ ഇതുവരെ ആർക്കും ഒന്നും കിട്ടിയില്ല. ആ ഭാഗമൊക്കെ നശിച്ചു. പലരും ചെളിയും വെള്ളവും കാരണം താമസിക്കാനാവാതെ വീടുപേക്ഷിച്ചു പോയി. മറ്റുചിലർ എവിടെ പോയെന്ന് പോലുമറിയില്ല. കുറച്ചു പേർ മരിച്ചു. വാടകയ്ക്ക് പോയവർക്ക് ഇതുവരെ സർക്കാർ വാടക കുടിശ്ശിക കൊടുത്തില്ല. മാറിമാറി വരുന്ന സർക്കാറും ഇവരുടെ സങ്കടം കണ്ടില്ല. ഓരോ രാഷ്ട്രീയക്കാരും വാഗ്ദാനങ്ങൾ നൽകി ജനങ്ങളെ പറ്റിച്ചു.

ഇപ്പോൾ രാഷ്ട്രീയം മറന്ന് ഒറ്റക്കെട്ടായി സമരം ചെയ്തിട്ടും ഫലം കിട്ടിയില്ല. വിരലിലെണ്ണാവുന്ന ഫ്ളൈറ്റ് കമ്പനികളെ അവിടെ ഇന്റർ നാഷണൽ സർവീസ് നടത്തുന്നുള്ളൂ. അതിലൊന്ന് എയർ ഇന്ത്യ എക്സ്പ്രസാണ്. അത് പോയാൽ പോയി വന്നാൽ വന്നു അത്രേയുള്ളൂ. ഇപ്പോഴും ഗൾഫ് രാജ്യങ്ങളിലുള്ളവരാശ്രയിക്കുന്നത് കോഴിക്കോടും മംഗലാപുരവും തന്നെ. നവ കേരളമെന്ന് വായ് നിറയെ പറഞ്ഞു നടന്ന നമ്മുടെ ഭരണാധികാരിക്ക് സ്വന്തം ജില്ലയിലെ പ്രശ്നം ഇതുവരെ കാണാൻ കഴിഞ്ഞില്ല.''

''അർച്ചനയ്ക്ക് നാട്ടിൽ സ്വന്തമായി ഒരു ക്ലിനിക്ക് ഞാൻ തുടങ്ങി കൊടുത്തിരുന്നു. കൊറോണ കാലത്ത് അത് കുറേ അടച്ചിട്ടു. പിന്നെ വീണ്ടും തുറന്നു. ക്ലിനിക്കിലെ കാര്യങ്ങളൊക്കെ എങ്ങനെ നടന്നു പോകുന്നു എന്ന് അന്വേഷിച്ചാൽ അവൾ എന്നും പറയുക നന്നായി പോകുന്നു എന്നതാണ്. ഞാനും അത് വിശ്വസിച്ചു. നാട്ടിലെത്തി രണ്ടുമൂന്നു മാസം കഴിഞ്ഞപ്പോഴാണ് സത്യാവസ്ഥ ഞാനറിഞ്ഞത്. ടൗണിലെ എന്റെ ഫ്ളാറ്റിൽ നിന്നും സരോവരം വീട്ടിൽ നിന്നും കിട്ടുന്ന വാടകക്കാശും ദുബായിൽ നിന്നും ഞാൻ അയച്ചുകൊടുക്കുന്ന പൈസയും കൊണ്ടാണ് അവൾ ക്ലിനിക്കിന്റെ വാടകയും സ്റ്റാഫിന്റെ ശമ്പളവും കുട്ടികളുടെ സ്കൂൾ ഫീസും വീട്ടുചെലവും നടത്തിയിരുന്നത്.

ഞാൻ നാട്ടിൽ പോയതോടെ അവളുടെ എല്ലാ വരുമാനവും നിലച്ചു. പൈസ കൊടുത്തു ഇനിയവളെ സഹായിക്കാനെനിക്കാവില്ല. ഞാൻ താമസിക്കുന്ന വീട് വാടകയ്ക്ക് കൊടുത്തു അവൾക്കൊരു സ്ഥിര വരുമാനമുണ്ടാക്കി കൊടുക്കാമെന്ന് കരുതി ഗോപിയേട്ടനെ ചെന്ന് കണ്ടു. മാധവമന്ദിരം പൊതുവീടാണല്ലോ. ഇപ്പോഴാ വീടിന്റെ വരാന്തയിൽ എട്ടു പത്ത് പട്ടികളാണ് താമസം. വീടാകെ നശിച്ചു തുടങ്ങിയിരിക്കുന്നു. അതിനോട് ചേർന്ന അച്ഛനും അമ്മയും അരുന്ധതിയും ഉറങ്ങുന്ന സ്ഥലം കാടുപിടിച്ചു. ഞാനവിടെ താമസിച്ചോട്ടെ. ചെറിയ എന്തെങ്കിലും പൈസ ഷെയർ തന്നാൽ മതിയെങ്കിൽ ആ വീട് എനിക്ക് തന്നേക്ക്.

അതിന് ഗോപിയേട്ടൻ പറഞ്ഞ മറുപടി ''ആ വീട് ഞാൻ മരിക്കുന്നതുവരെ ആർക്കും കൊടുക്കില്ല. അച്ഛന്റേയും അമ്മയുടേയും പേരിൽ ഞാനൊരു ട്രസ്റ്റ് ആക്കി വെച്ചിരിക്കുകയാണ് അതുകൊണ്ട് നിനക്ക് അവിടെ താമസിക്കാൻ പറ്റില്ല.''

ആ വഴിയും അടഞ്ഞു. അപ്പോഴാണ് എന്റെ കൈയ്യൊന്ന് ഫ്രാക്ചറായത്. മൂന്നുമാസം കയ്യനക്കാതെ വെക്കേണ്ടി വന്നു. ഒരാളെപ്പോലും നാട്ടിൽ സഹായത്തിന് കിട്ടിയില്ല. സ്വന്തക്കാർ ആരും തിരിഞ്ഞു നോക്കിയില്ല. എന്റെ അർച്ചന പോലും. വിവേക് വല്ലപ്പോഴും

വരും സാധനങ്ങൾ വാങ്ങിത്തരും. പത്ത് രൂപയുടെ സ്ഥാനത്ത് 100 രൂപ എടുക്കും. ചിലപ്പോൾ സാധനങ്ങൾ ഇല്ലെന്ന് പറഞ്ഞ് പണം മടക്കി തരില്ല. ബാലൻസ് ഒരിക്കലും അവൻ എനിക്ക് തരാറേയില്ല. ജമീല കുറച്ച് ദിവസം എന്നോടൊപ്പം വന്നു നിന്നു.

അർച്ചനയുടെ മക്കൾ ലീവുള്ള ദിവസം വരും.വീട്ടിലെ കഷ്ട്ടപ്പാടും പറയും. അമ്മമ്മ എപ്പോൾ ദുബായിലേക്ക് തിരിച്ചുപോകുമെന്ന് ചോദിക്കും. അർച്ചനയുടെ കാര്യം വളരെ കഷ്ടത്തിലായപ്പോൾ ഞാൻ എന്റെ ഡെപ്പോസിറ്റ് പൈസ തിരിച്ചെടുക്കാനായി നിയമസഹായത്തിന് ഒരു വക്കീലിനെ സമീപിച്ചു. അയാൾ പറഞ്ഞ വാക്കുകളാണ് കൂടുതൽ സങ്കടപ്പെടുത്തിയത്.

അമ്മേ, ഒരാൾ ഭാവിയിൽ നന്നായി ജീവിക്കണം എന്ന് പറഞ്ഞ് നമ്മളെ സമീപിച്ചു പണം നിക്ഷേപിക്കാൻ പറയുമ്പോൾ നമ്മളോർക്കേണ്ടൊരു കാര്യമുണ്ട്. ആ വന്നയാൾ ഒരു ജീവകാരുണ്യ പ്രവർത്തകനല്ല. അയാൾ ഒരു ബിസിനസുകാരനാണ്. സ്വന്തം ഭാവി ഭദ്രമാക്കാനാണ് അയാൾ ഡെപ്പോസിറ്റ് ചെയ്യാൻ നമ്മളെ നിർബന്ധിക്കുന്നത്. അതിൽ ചിലതൊക്കെ നല്ലതുതന്നെയാണ്. ആ ഫണ്ട് ഈ ഫണ്ട് ഷെയർ എന്നൊക്കെ പറഞ്ഞു വരുന്നവരുടെ വലയിൽ വീഴാതിരിക്കാൻ ശ്രദ്ധിക്കുക. ഏത് തരത്തിലുള്ള പണം തട്ടിപ്പിനും വളക്കൂറുള്ള മണ്ണാണ് ഇത്. നമ്മുടെ സരോവരം വാടകയ്ക്ക് കൊടുത്ത് ഇങ്ങോട്ട് തിരിച്ചുവരലല്ലാതെ. മറ്റൊരു വഴി എന്റെ മുന്നിലില്ല.''

ഇരുപത്തിമൂന്ന്

പറഞ്ഞതുപോലെ ഞായറാഴ്ച രാവിലെ തന്നെ അനാമിക നിർമ്മലയുടെ ഫ്ളാറ്റിലേക്ക് ചെന്നു. അവർ സാധനങ്ങളൊക്കെ പാക്ക് ചെയ്തിരുന്നു. ഇന്നാണ് ഫ്ളാറ്റ് മാറേണ്ട ദിവസം. ഒരു ചെറിയ പെട്ടിയും ബാഗും മാത്രമേയുള്ളൂ. പക്ഷേ അത് കയ്യിൽ പൊക്കിക്കൊണ്ട് പോകാനുള്ള ആരോഗ്യം അനാമികയ്ക്കില്ല. ട്രോളി അന്വേഷിക്കാനായി പുറപ്പെടുമ്പോഴാണ് ടിപോയിൽ വച്ചിരിക്കുന്ന ഒരു ഫോട്ടോയിലേക്ക് അവളുടെ കണ്ണുടക്കിയത്.

പുസ്തകത്തിന്റെ വലുപ്പമുള്ള ഒരു ആണിന്റെ ഫോട്ടോ. അവൾ വേഗം ചെന്ന് അതെടുത്തു. ഇത് റോയ് അങ്കിളും അരവിന്ദങ്കിളുമല്ല. ആര് എന്നറിയാനായി ചോദ്യഭാവത്തിൽ നിർമ്മലയെ നോക്കി. അത് മനസ്സിലാക്കിയിട്ടാവണം.

അവർ പറഞ്ഞു, ‘‘പ്രഭാകരൻ, എന്റെ മക്കളുടെ അച്ഛൻ. ഇപ്പോൾ ജീവിച്ചിരിപ്പില്ല. രണ്ടു വർഷങ്ങൾക്കു മുമ്പ് മരിച്ചു.’’

അവൾ അതിശയത്തോടെ സോഫയിൽ നിർമ്മലയുടെ അടുത്തായി ചെന്നിരുന്നു. അവർ ആ ഫോട്ടോ വാങ്ങി കൈ കൊണ്ടതിൽ തടവിക്കൊണ്ട് പറഞ്ഞു.

‘‘മരിച്ച വിവരം ഞാൻ അറിയാൻ വൈകിയിരുന്നു.’’

അനാമിക അവരുടെ കയ്യിൽ പിടിച്ചു കൊണ്ട് ചോദിച്ചു. ‘‘നിങ്ങൾ തമ്മിൽ പിന്നീടു കമ്മ്യൂണിക്കേഷനൊന്നുമില്ലല്ലോ? പിന്നെ ആന്റി എങ്ങനെ അറിഞ്ഞു?’’

‘‘മനസ്സറിയിച്ചു. മനസ്സ് പറഞ്ഞു. എല്ലാരുമെന്നെ വിട്ടു പോയപ്പോൾ എപ്പോഴെങ്കിലുമൊക്കെ പ്രഭാകരൻ എന്റെ ഓർമ്മയിൽ കടന്നു വരാറുണ്ടായിരുന്നു. കൊറോണ കാലത്ത് മിക്ക ദിവസവും രാത്രിയിൽ ഞാനയാളെ സ്വപ്നം കാണും. എന്തൊക്കെയോ എന്നോട് സംസാരിക്കുന്നതും കരയുന്നതും. സ്വപ്നമല്ലേ ഒന്നും വ്യക്തമല്ല. അങ്ങനെയിരിക്കെ അയാളെ വിളിക്കാൻ തീരുമാനിച്ചു.

പക്ഷേ നമ്പർ എന്റെ കയ്യിലില്ല. പല വഴിക്ക് അന്വേഷിച്ചു പല രോടും ചോദിച്ചു. അങ്ങനെ നമ്പർ കിട്ടി. പക്ഷേ അതിനുശേഷം അയാളെ വിളിക്കാൻ എനിക്ക് മനസ്സ് വന്നില്ല. ഞാൻ ആ ഫോൺ നമ്പർ മൊബൈലിൽ സേവ് ചെയ്തു. നാട്ടിൽ പോയപ്പോൾ ടൗണിൽ വച്ച് പ്രഭാകരന്റെ കസിനെ കണ്ടിരുന്നു. അയാളാണ് എന്നോട് മരിച്ച വിവരം പറഞ്ഞത്.

ഞാൻ ആ നമ്പറിൽ കുറേ തവണ വിളിച്ചുനോക്കി. റിങ് ആകു ന്നതല്ലാതെ ആരും ഫോണെടുത്തില്ല. ഒരു ദിവസം എന്റെ ഫോണി ലേക്ക് ആ നമ്പറിൽ നിന്നൊരു കോൾ വന്നു. ഞാനതെടുത്തപ്പോൾ പ്രഭാകരന്റെ ഭാര്യ ഗീതയായിരുന്നു. അവർ എന്നോട് സംസാരിച്ചു അവസാന നാളുകളിൽ പ്രഭാകരൻ എന്നെ കാണാൻ ആഗ്രഹിച്ചി രുന്നു പലതവണ ഗീതയോട് ആവശ്യപ്പെട്ടു എന്നെയൊന്ന് കാണ ണമെന്ന്.

പക്ഷേ നിങ്ങൾ പ്രഭാകരേട്ടനെ കാണുന്നത് എനിക്കിഷ്ടമല്ല അതാണ് ഞാൻ അറിയിക്കാതിരുന്നത്.

അനാമിക പറഞ്ഞു ''ആന്റി, ഒരിക്കലും വെറുതെ കാണാനായി രിക്കില്ല എന്തെങ്കിലും സംസാരിക്കാനുണ്ടാകും.''

നിർമ്മലയുടെ മുഖം വാടി. ''ഉണ്ടാവും മോളെ, തീർച്ചയായും അയാൾക്കെന്നോട് പറയാനുണ്ടാവും. ആ നമ്പർ കിട്ടിയ ഉടനെ തന്നെ ഞാൻ വിളിച്ചിരുന്നെങ്കിൽ എനിക്കയാളെ കാണാനും സംസാ രിക്കാനും കഴിഞ്ഞേനേ. ഇപ്പോൾ അതു ബാക്കിയാക്കി പ്രഭാകരൻ മടങ്ങി. ഞാൻ എല്ലാവരേയും സ്നേഹിച്ചിരുന്നു. പ്രഭാകരനെ യൊഴിച്ച്. അയാളെന്നെ സ്നേഹിച്ചിരുന്നു. എനിക്കറിയാം . ഞാൻ സ്നേഹിച്ചവരാരും എന്നെ സ്നേഹിച്ചിരുന്നോ എന്നറിയില്ല. രാജു വേട്ടനേയും റോയിയേയും അരവിന്ദിനേയും ഞാൻ സ്നേഹിച്ചി രുന്നു. പക്ഷേ ആ സ്നേഹം എന്തായിരുന്നു എന്ന് എനിക്കറിയില്ല.''

''ആന്റി, സ്നേഹത്തിന് ഒരുപാടർത്ഥങ്ങളുണ്ട്. ഒരിക്കൽ കോളേ ജിൽ ക്ലാസ് കട്ട് ചെയ്ത് നടക്കുമ്പോൾ, പ്രിൻസിപ്പലിന്റെ മുന്നിൽ ചെന്നുപെട്ടു. രക്ഷപ്പെടാനായി അടുത്തുള്ള ക്ലാസ്റൂമിലേക്ക് കയറി അതൊരു മലയാളം ക്ലാസ്സായിരുന്നു. പ്രേമാനന്ദൻ സാറാണ് മല യാളമെടുക്കുന്നത്. അന്നത്തെ വിഷയം സ്നേഹം ആയിരുന്നു. അഞ്ചു തരത്തിലുള്ള സ്നേഹമുണ്ട്. ഭക്തി, പ്രണയം, ആരാധന, ദയ, വാത്സല്യം. ഒരു സുഹൃത്തിനോട് നമുക്ക് ഇതൊക്കെ തോന്നും. പക്ഷേ അതിൽ സ്വാർത്ഥത കാണില്ല. ഓരോരാളോടും തോന്നുന്ന സ്നേഹത്തിന് ഓരോരോ അർത്ഥങ്ങളായിരിക്കും.''

കോളിംഗ് ബെല്ല് കേട്ടപ്പോൾ സ്മിത ഡോർ തുറന്നു. ''ഞാൻ കുറെ സമയമായി ചേച്ചിയെ വെയിറ്റ് ചെയ്യുന്നു. 10 മണിക്ക് വരാമെന്നല്ലേ പറഞ്ഞത്. പിന്നെന്തേ വൈകിയത്.''

''റോഡിൽ ചെറിയ ട്രാഫിക്. ട്രോളി കിട്ടാനും വൈകി. അതാ.''

സ്മിത രണ്ടുപേരെയും അകത്തേക്ക് ക്ഷണിച്ച് ഹാളിലെ സോഫയിലിരുത്തി.

അനാമിക പറഞ്ഞു ''ഇതാണ് ആന്റീ, ഞാൻ പറഞ്ഞ സ്മിത. ഇനി മുതൽ ആന്റിക്കിവിടെ താമസിക്കാം. ഒരു ബുദ്ധിമുട്ടും വരില്ല. ഞാനും സ്മിതയും തമ്മിൽ വർഷങ്ങളുടെ പരിചയമുണ്ട്. ഇവർക്ക് നാട്ടിൽ നല്ല രീതിയിലുള്ള ബിസിനസ്സായിരുന്നു. ചെറിയൊരു വീഴ്ച സംഭവിച്ച് കുറച്ച് സാമ്പത്തിക ബുദ്ധിമുട്ടായി. അങ്ങനെ ജോലി അന്വേഷിച്ച് വിസിറ്റിൽ ദുബായിലെത്തി. ഒരു വർഷം മാറി മാറി വിസിറ്റെടുത്തു. പല ജോലിയും ചെയ്തു ക്ലീനിങ് ഹോട്ടൽ ജോലി അങ്ങനെ അങ്ങനെ. ഇന്ന് ട്രേഡിങ് കമ്പനിയുടെ പാർട്ണറാണ്. ഇവിടെ വന്ന് ജോലിയന്വേഷിച്ചു നടക്കുന്ന സമയത്തും, ചെറിയ ചെറിയ ജോലി ചെയ്യുമ്പോഴും ഒരുപാട് കഷ്ടപ്പെട്ടു താമസിക്കാനും സ്ഥലത്തിനും കഴിക്കാൻ ഭക്ഷണത്തിനും. ദുബായിൽ സ്ത്രീകൾക്ക് നല്ല സുരക്ഷിതത്വമാണ് പക്ഷേ ഒറ്റപ്പെട്ടുപോയാൽ ഭക്ഷണവും താമസവും വേണ്ടേ. ഇന്ന് നാട്ടിൽ നിന്ന് ഏത് പെൺകുട്ടി ജോലി അന്വേഷിച്ചുവന്നാലും, ഇവിടെ ജോലിയില്ലാതെ കഷ്ടപ്പെടുന്ന പെൺകുട്ടികൾക്കും സ്മിത ഫ്രീയായി താമസവും ഭക്ഷണവും കൊടുക്കും. അങ്ങനെ ഒത്തിരി പേര് രക്ഷപ്പെട്ടു പോയിട്ടുണ്ട്. അവരിൽനിന്ന് തിരിച്ചൊരു നന്ദി പോലും ഇവൾ പ്രതീക്ഷിക്കുന്നില്ല''.

''ഇതാണ് ചേച്ചി പറഞ്ഞ നിർമലാന്റി. 2004ൽ ലിഫ്റ്റിൽ വച്ചാണ് ഞങ്ങൾ പരിചയപ്പെട്ടത്. ഇവർ എന്റെ ആരാണെന്ന് ചോദിച്ചാൽ ഒറ്റവാക്കിലുത്തരം പറയാനറിയില്ല. എന്റെ ആരൊക്കെയോ ആണ് ഈ ആന്റി. ഞാനിപ്പോൾ നിർമലാന്റിയെക്കുറിച്ച് സ്മിതയോടൊന്നും പറയുന്നില്ല. നിങ്ങൾ മാത്രമായി സംസാരിക്കുമ്പോൾ ആന്റി തന്നെ എല്ലാം പറയും. പക്ഷേ ഞാൻ നിന്നോട് പറയാണ് ആകാശത്ത് ഒറ്റയ്ക്ക് പറക്കുന്ന പറവയും കടലിൽ ഒറ്റയ്ക്ക് നീന്തുന്ന മീനും ദ്വീപിൽ ഒറ്റയ്ക്ക് നിൽക്കുന്ന തുരുത്തും ഏകാന്തതയാണ് പ്രതിനിധീകരിക്കുന്നത്. ഈ ലോകത്തിലെ ഏറ്റവും വലിയ ദാരിദ്ര്യം ഒറ്റപ്പെടലാണ്. ഇത് ഞാൻ പറഞ്ഞ വാക്കല്ല മദർ പറഞ്ഞതാണ്. മത്സ്യത്തേയോ പറവയേയോ തുരുത്തിനേയോ പോലെയല്ല മനുഷ്യൻ. അവൻ ആൾക്കൂട്ടത്തിലാണ് ഒറ്റപ്പെടുന്നത്. അത്രത്തോളം വേദന മറ്റൊന്നിനുമില്ല.

വിക്രം സാരാഭായി പറഞ്ഞിട്ടുണ്ട് ''പരാജയം ഒരിക്കലും പരാജയമല്ല. അത് പഠനത്തിന്റെ തുടക്കമാണ്.''

നമ്മുടെ മുൻ രാഷ്ട്രപതി കലാം ജി പറഞ്ഞിട്ടുണ്ട്.

''ഫെയിൽ എന്ന് പറഞ്ഞാൽ ഫസ്റ്റ് അറ്റംറ്റ് ഇൻ ലേണിങ്.''

മനസ്സും ശരീരവും കടിഞ്ഞാണില്ലാത്ത കുതിരയെ പോലെ ഓടുന്ന പ്രായത്തിൽ നമ്മളൊന്നും ചിന്തിക്കാറില്ല. എല്ലാവരേയും സ്നേഹിക്കും, പക്ഷേ ഏറ്റവും കൂടുതൽ നമ്മൾ സ്നേഹിക്കേണ്ടത് നമ്മളെ തന്നെയാണ്. നന്നായി ചിന്തിച്ച് നാളേക്ക് വേണ്ടി കരുതുക. അല്ലെങ്കിൽ ഞാനും നീയുമൊക്കെ നാളെ ഈ ആന്റിയെ പോലെയാകും. സാരാഭായിയും കലാം ജി യുമൊക്കെ പറഞ്ഞത് ഔദ്യോഗിക ജീവിതത്തെക്കുറിച്ചാണ്. സ്വന്തം ജീവിതത്തിൽ വീഴ്ച സംഭവിച്ചാൽ പഠിച്ച് തിരുത്താൻ ആയുസ്സും ആരോഗ്യവും അനുവദിക്കണമെന്നില്ല.''

സ്വന്തം ജീവിതാനുഭവങ്ങളിൽനിന്നും പഠിച്ച പാഠമാണത്. അവർ പരസ്പരം അതോർത്ത് നിന്നു. പിന്നെ കൈ പിടിച്ചമർത്തി ചിരിച്ചു.

■

www.ingramcontent.com/pod-product-compliance
Lightning Source LLC
LaVergne TN
LVHW090414051026
849518LV00006B/2340
* 9 7 8 8 1 9 7 8 4 2 3 3 7 *